திராவிடம்
வென்ற
சட்டமன்றங்களின் வரலாறு

ஜெகாதா

சத்யா

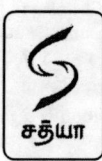

Title:
Dravidam Vendra
Sattamandrangalin Varalaru

Jakatha

ISBN: 978-93-92474-21-7
Title Code : Sathyaa - 023

நூல் தலைப்பு
**திராவிடம் வென்ற
சட்டமன்றங்களின் வரலாறு**

நூல் ஆசிரியர்
ஜெகாதா

முதற்பதிப்பு
அக்டோபர் 2022

விலை : ₹ 340

பக்கம் : 280

Printed in India

Published by

Sathyaa Enterprises
No.137, First Floor,
Choolaimedu,
Chennai - 600 094.
044 - 4507 4203

Email
sathyaabooks@gmail.com

முன்னுரையாக ...

திராவிடக் கட்சிகள் தமிழ்நாட்டின் ஆட்சிக் கட்டிலை வென்றெடுத்த வரலாறு 1967-ல் துவங்கி 55 ஆண்டுகளைத் தொட்டு விட்டது.

1949-ல் தி.மு.க. துவங்கப்பட்டு 1952 சட்டமன்றத் தேர்தலின்போது திராவிட நாடு விடுதலைக் கொள்கையை ஏற்பவர்களுக்கு தாங்கள் ஆதரவளிப்பதாக அறிவித்தது. 1957-ல் நடந்த தேர்தலில் தான் தி.மு.க. நேரிடையாக சட்ட மன்றத்தில் பங்கேற்றது.

1956-ல் திருச்சியில் கூடிய தி.மு.க. மாநாட்டில் ஓட்டு வழியா? வேட்டு வழியா? என்று கருத்து கேட்டு, ஓட்டு வழியாக சட்டமன்றத்தில் நுழைய சபதம் ஏற்றது தி.மு.க.

'அடைந்தால் திராவிட நாடு.... இல்லையேல் சுடுகாடு' என்று 1957க்குப் பின் முழங்கியவர் அண்ணா.

இந்த நூற்றாண்டின் சர்ச்சைக்குரிய நாயகராக திராவிட இயக்கத் தலைவரான தந்தை பெரியாரே இன்றளவும் பேசப்படுகிறார்.

கொடியைப் பிடித்தே கொள்கை வளர்த்தவர்கள். கோஷம் போட்டே கோட்டையைப் பிடித்தார்கள். திராவிட சித்தாந்தம் திராவிட முன்னேற்றக் கழகமாகவும், அண்ணா திராவிட முன்னேற்றக் கழகமாகவும் தமிழகத்தின் அரியணையை அரை நூற்றாண்டுக்கும் மேலாக பங்கு போட்டுக் கொண்டு ஆட்சி புரிந்து வருகிறது.

1967 லிருந்து தமிழகத்தின் சட்டமன்ற இருக்கைகளை திராவிட சித்தாந்தம் தம் சுவீகாரச் சொத்தாக வென்றெடுத்து நிலைப்படுத்திக் கொண்ட வரலாற்றை விரிவாக பேசுகிறது இந்நூல்.

மொழி, கலை, இலக்கியம், கலாச்சாரம், பண்பாடு, சமூகம், அரசியல் என தமிழர்களின் சிந்தனைப் போக்கில் திராவிட இயக்கம், ஆட்சிக் கட்டில் வழியே ஏற்படுத்தியுள்ள தாக்கங்கள் நூற்றாண்டுகளை கடந்து நிற்கும்.

திராவிட இயக்கம் என்பது ஒரு பரிணாம வளர்ச்சியாக நீதிக்கட்சி, சுயமரியாதை இயக்கம், திராவிடர் கழகம், திராவிட முன்னேற்றக் கழகம், அண்ணா திராவிட முன்னேற்றக் கழகம், மறுமலர்ச்சி திராவிட முன்னேற்றக் கழகம் உள்ளிட்ட ஒரு பேரியக்கமாக தமிழகத்தின் சட்டமன்றங்களை ஆக்கிரமித்த ஒரு நெடிய வரலாற்றை விமர்சனப் பார்வையோடு வாசகர் முன் வைத்துள்ளேன்.

நிறைகளையும், குறைகளையும், சாதனைகளையும், சறுக்கல் களையும் ஒருங்கே கொண்ட திராவிட இயக்க சட்டமன்ற வரலாற்றை அணுகும் திறன் வாசகர் பார்வைக்கே விடப் பட்டுள்ளது.

பாராட்டும் வண்ணம் இந்நூலை அழகுற வெளிக்கொணர்ந் துள்ள சத்யா எண்டர்பிரைசஸ் நிறுவனத்திற்கு நெஞ்சார்ந்த நன்றிகள்!

என்றும் அன்புடன்

ஜெகாதா

உள்ளே...

1.	தமிழ்நாடு சட்டமன்றப் பேரவை வரலாறு	8
2.	தமிழ்நாடு சட்டமன்றத்துக்கு 100 வயது!	14
3.	சுதந்திரத்திற்கான ஆயத்தமும் தேர்தலுக்கான முனைப்பும்!	16
4.	சென்னை மாகாணத்தின் முதல் பொதுத் தேர்தல்	20
5.	ராஜாஜியின் குலக்கல்வி எதிர்ப்பு போராட்ட வரலாறு	25
6.	தி.மு.க.வின் முதல் சட்டமன்றப் பிரவேசம்	34
7.	காமராஜர் ஏன் தென்னாட்டு காந்தி?	38
8.	மாற்று முகாமிலிருந்து மாலையிடப்பட்ட காமராஜ்	40
9.	காமராஜரின் ஆளுமைச் செய்திகள்	48
10.	காமராஜரைக் கொல்ல சதி!	58
11.	காமராஜரும் கக்கனும்	61
12.	சட்டமன்றத் தேர்தல் 1962ல் நடந்தது என்ன?	65
13.	காங்கிரஸ் கோட்டையை முறியடித்த தி.மு.க. எனும் அரசியல் சூறாவளி!	70
14.	கலைஞரின் முதல் சட்டமன்றப் பிரவேசம்	75
15.	"இளமைப் பலி"	79
16.	எதிர்க்கட்சி சட்டமன்ற உறுப்பினர் அண்ணாவின் சட்டமன்ற உரை சுவாரசியங்கள்	81
17.	மு. கருணாநிதியின் அரசியல் போர்க்களம்	89
18.	கழகப் பிரச்சார மேடையும் கவர்மெண்டு சிறைச்சாலையும்	94
19.	எம்.ஜி.ஆரின் அரசியல் பயணப் படிக்கட்டுகள்	103

20.	தி.மு.க. ஆட்சியை முதன் முதலாகக் கைப்பற்றிய நாள்	105
21.	கலைஞரும் அறிவாலயமும்	109
22.	பெரியார் விரும்பிய கருணாநிதி சிலை	111
23.	அண்ணா அறிவாலயத் திறப்பு விழாவில் கலைஞர் உரை	117
24.	கலைஞர் அறிமுகப்படுத்திய திட்டங்கள்	120
25.	1977 சட்டமன்றத் தேர்தல் புரட்டிப் போட்ட மாற்றம்	125
26.	சினிமாவா? ஆட்சியா?	131
27.	அண்ணாயிசமும் அ.இ.அ.தி.மு.க.வும்	134
28.	மக்கள் திலகத்தின் மக்களாட்சி	138
29.	ஆட்சியைக் கலைக்க நான் என்ன தவறு செய்தேன்?	143
30.	இந்திரா காந்தியால் எம்.ஜி.ஆர். எதிர்கொண்ட நெருக்கடிகள்	148
31.	முரசொலி பத்திரிகை அலுவலகம் சோதனையிடப்பட்டது	153
32.	ஆர்.எம்.வீரப்பனா? ஜெயலலிதாவா?	156
33.	கொள்கைபரப்புச் செயலாளருக்கு எதிரான கோபம்	161
34.	அன்னை சத்தியா நினைவுச் சத்துணவுக்கூடம்	163
35.	அதிரவைத்த ஜெயலலிதாவின் நாடாளுமன்ற உரை	165
36.	ஜெயலலிதா எதிர்கொண்ட சவால்!	170
37.	ஜெயலலிதாவின் அரசியல் பயணம்	172
38.	இந்திய அரசியல் போராளி	174
39.	போயஸ் தோட்டத்து விருந்துகள்	184
40.	நான்காவது முறையாக முதல்வர் பதவியேற்ற கலைஞர்	187
41.	புருக்ளின் மருத்துவமனையிலிருந்தபடியே முதல்வரான எம்.ஜி.ஆர்.	192
42.	சட்டமன்றத்தில் முதலமைச்சராகவே நுழைவேன்!	197
43.	ஆறாவது முறையாக சட்டப்பேரவைக்குள்	200
44.	ஜெயலலிதாவின் வெற்றி தோல்விகள்	203
45.	மகத்தான வெற்றியும் மண்டியிட வைத்த குற்றங்களும்	205
46.	அம்மா உணவகம் முதலான அம்மாவின் திட்டங்கள்	208

47.	பாதுகை சுமக்கும் பரதன்	216
48.	பாராட்டுதலைப் பெற்ற திட்டங்கள்	219
49.	தமிழகத் தலைவர்கள் பற்றி ஜெயலலிதா பேசிய கருத்துகள்	221
50.	ஜெ. மரணத்தின்போது மு. கருணாநிதியின் இரங்கல்	223
51.	கருணாநிதியின் கல்லறை எங்கே?	225
52.	அன்பின் இலக்கணம் அண்ணாவும் கலைஞரும்	229
53.	தி.மு.க.வின் தலைவரானார் ஸ்டாலின்!	237
54.	முத்துவேல் கருணாநிதி ஸ்டாலின் எனும் நான்...!	242
55.	துக்க வீடாக காட்சியளித்த எமர்ஜன்சி காலம்!	246
56.	அண்ணா வழியில் அயராது உழைப்போம்!	249
57.	மு.க. ஸ்டாலின் தலைமையிலான அமைச்சரவை	255
58.	ஸ்டாலின் அமைச்சரவையின் பெயர் மாற்றங்கள்	259
59.	சட்டப்பேரவையில் உதயநிதி ஸ்டாலினின் முதல் உரை	262

❑

தமிழ்நாடு சட்டமன்றப் பேரவை வரலாறு

இந்திய பிரித்தானிய அரசு கி.பி.1861ல் முதல் கவுன்சில்கள் சட்டத்தை இயற்றியதன் மூலம் மெட்ராஸ் லெஜிஸ்லேட்டிவ் கவுன்சில் என்றழைக்கப் பட்ட அவையைத் தோற்றுவித்தது.

இந்த அவைக்கு மாகாண ஆளுநருக்கு பரிந்துரை செய்யும் அதிகாரம் வழங்கப்பபட்டது. இந்த கலைக்கு நான்கு இந்திய உறுப்பினர்களை நியமனம் செய்யும் உரிமை சென்னை மாகாண ஆளுநருக்கு வழங்கப் பட்டது. இந்த இந்திய உறுப்பினர்கள் மாகாண நிர்வாகத்தைப் பற்றிக் கேள்விகள் எழுப்பவும், தீர்மானங்களைக் கொண்டு வரவும், மாகாண வரவு செலவு திட்டத்தை ஆராயவும், உரிமை பெற்றிருந்தனர்.

ஆனால் சட்டங்கள் இயற்றவும் சட்ட மசோதாக்களுக்கு வாக்களிக்க வும் அவர்களால் இயலாது. நடுவண் நாடாளுமன்றத்தால் இயற்றப்பட்ட சட்டங்களில் தலையிடும் உரிமையும் அவர்களுக்கு கிடையாது.

சென்னை ஆளுநருக்கு சட்டமன்றத்தின் அவைத்தலைவராகவும் இருந்தார். அவையை எங்கே எப்பொழுது, எவ்வளவு நாட்கள் கூட்ட வேண்டும், என்ன விஷயங்களை விவாதிக்கலாம் என்பது பற்றி அவருக்கு முழு அதிகாரம் வழங்கப்பட்டிருந்தது.

ஆளுநரின் நிர்வாகக்குழு உறுப்பினர்கள் இருவரும் சென்னை மாகாணத்தின் தலைமை வழக்குரைஞரும் அவை விவாதங்களில் பங்கேற்று வாக்களிக்கும் உரிமை பெற்றிருந்தனர்.

பெரும்பாலும் இந்திய ஜமீன்தார்களும் நிலக்கிழார்களும் தான் இம்முறையின் கீழ் சட்டமன்றத்துக்கு நியமனம் செய்யப்பட்டனர். இவர்களுள் காலனிய அரசுக்கு ஆதரவாக செயல்பட்டவர்களுக்கு பல முறை பதவி நீட்டிப்பு செய்யப்பட்டது. ஜி.என். கணபதிராவ் என்பவர் எட்டு முறை அவைக்கு நியமனம் செய்யப்பட்டார்.

ஹுமாயுன் ஜா பகதூர் என்பவர் தொடர்ந்து 23 ஆண்டுகள் சட்டமன்ற உறுப்பினராகப் பணியாற்றினார்.

1861-92 காலகட்டத்தில் மிகக் குறைவான நாட்களே சட்டமன்றம் கூடியது. சில ஆண்டுகளில் (1874,1892) அவை ஒரு நாள் கூட கூட்டப்படவில்லை.

சென்னை மாகாண ஆளுநர்கள் அவர்கள் கோடை விடுமுறைகளைக் கழிக்கும் உதக மண்டலத்தில் அவையைக் கூட்டுவதை பழக்கமாகக் கொண்டிருந்தனர். இந்தப் பழக்கம் இந்திய உறுப்பினர்களிடையே அதிருப்தியை உண்டாக்கி இருந்தது.

1892ல் இயற்றப்பட்ட1892 கவுன்சில் கூட்டம் சென்னை சட்டமன்றத்தின் அதிகாரங்களையும் பணியினையும் விரிவுபடுத்தியது.

அவையின் கூடுதல் உறுப்பினர்களின் எண்ணிக்கை உச்சவரம்பு 20 ஆக உயர்த்தப்பட்டது. அவர்களில் அதிகபட்சமாக ஒன்பது அதிகாரிகள் இருந்தனர். இச்சட்டம் சட்டமன்றத்திற்கு உறுப்பினர்களைத் தேர்ந்தெடுக்கும் முறையையும் அறிமுகப்படுத்தியது.

ஆனால் அதிகாரப்பூர்வமாக "தேர்தல்" என்ற சொல் சட்டத்தில் இடம் பெற்றிருக்கவில்லை. மாறாக உள்ளாட்சி அமைப்புகளால் தேர்ந்தெடுக்கப்பட்ட உறுப்பினர்கள் பரிந்துரை செய்யப்பட்டவர்கள் என்றே அழைக்கப்பட்டனர்.

உறுப்பினர்களின் பணிக்காலம் இரண்டாண்டுகளாக இருந்தது. ஆண்டு நிதிநிலை அறிக்கை மீதான விவாதங்களில் பங்கேற்கவும் சட்டமன்றத்தில் கேள்விகள் கேட்கவும் உறுப்பினர்களுக்கு அதிகாரங்கள் வழங்கப்பட்டிருந்தன.

இச்சட்டம் அமலிலிருந்த 1893-1909 காலகட்டத்தில் எட்டு முறை தேர்தல் நடத்தப்பட்டு 38 இந்தியர்கள் சென்னை சட்டமன்றத்தின் உறுப்பினர்களாக பரிந்துரைக்கப்பட்டனர்.

அவர்களுள் சென்னை மாகாணத்தின் தென் மாவட்டப் பிரதிநிதி களான சி. ஜம்புலிங்கம் முதலியார், என்.சுப்பாராவ் பந்துலு, பி.கேசவ பிள்ளை, சி.விஜயராகவாச்சாரியார், வட மாவட்டங்களின் பிரதிநிதி களான கே.பேரராஜு பந்துலு, சென்னை மாநகராட்சியின் பிரதிநிதி களான சி.சங்கரன் நாயர், பி. தங்கய்யா நாயுடு, சென்னை பல்கலைக்கழக பிரதிநிதிகளான பி.எஸ்.சிவசாமி நாயர், வி.கிருஷ்ணசாமி அய்யர், எம்.கிருஷ்ணன் நாயர் ஆகியோர் குறிப்பிடத்தக்கவர்களாவர். ஆனால் காலப்போக்கில் இந்திய உறுப்பினர்களின் எண்ணிக்கை குறைந்து கொண்டே போனது.

எடுத்துக்காட்டாக 1902ல் பாஷ்யம் அய்யங்கார், சங்கரன் நாயர் ஆகியோரின் பதவிக்காலம் முடிந்த பின்னர் அவர்களது இடங்களுக்கு அக்வொர்த், சர் ஜார் மூர் ஆகிய ஆங்கிலேயர்கள் நியமிக்கப்பட்டனர். இச்சட்டம் அமலிலிருந்த காலத்தில் ஒவ்வொரு ஆண்டும் மிகக் குறைந்த நாட்களே சென்னை சட்டமன்றம் கூட்டப்பட்டது.

மிண்டோ-மார்லி சீர்திருத்தங்களின் விளைவாக இயற்றப்பட்ட இந்திய அரசாங்கச் சட்டம் 1909 பிரிட்டிஷ் இந்தியாவில் சட்டமன்ற உறுப்பினர்களைத் தேர்தல் மூலம் நியமிக்கும் முறையை அதிகாரப் பூர்வமாக அறிமுகம் செய்தது. இம்முறையின்கீழ் உறுப்பினர்கள் மக்களால் நேரடியாக தேர்ந்தெடுக்கப்படவில்லை. மாறாக உள்ளாட்சி அமைப்பு களின் உறுப்பினர்களே சட்டமன்ற உறுப்பினர்களைத் தேர்ந்தெடுத்தனர்.

சட்டமன்றத்தில் இதற்குமுன் ஆளுநரின் நிர்வாகக் குழுவுக்கு வழங்கப் பட்டிருந்த பெரும்பான்மை அந்தஸ்தையும் இச்சட்டம் ரத்து செய்தது. மேலும் தேர்ந்தெடுக்கப்பட்ட உறுப்பினர்களுக்கு பொதுநலத் தீர்மானங் களைக் கொண்டு வரும் உரிமையையும் விவாதங்களின் போது கூடுதல் கேள்விகளைத் தாக்கல் செய்யும் உரிமையையும் அளித்தது.

1909-1919 காலகட்டத்தில் சென்னை சட்டமன்றத்தில் 21 தேர்ந் தெடுக்கப்பட்ட உறுப்பினர்களும் 21 நியமிக்கப்பட்ட உறுப்பினர்களும் இருந்தனர். நியமிக்கப்பட்ட உறுப்பினர்களுள் 16 பேர் அரசு அதிகாரி

களாவர். இவர்களைத் தவிர தேவைப்படும்போது இரு தொழில்முறை வல்லுனர்களை சட்டமன்றத்திற்கு நியமனம் செய்யும் உரிமை ஆளுநருக்கு வழங்கப்பட்டிருந்தது.

1919-ஆம் ஆண்டு மாண்டேகு-செம்ஸ்போர்ட் சட்ட சீர்திருத்தங்களின் விளைவாக இந்திய அரசாங்க சட்டம் (1919) பிரிட்டிஷ் அரசாங்கத்தால் இயற்றப்பட்டது. இச்சட்டத்தின் பலனாக இந்தியாவில் மத்திய அரசிலும் மாகாணங்களிலும் இரட்டை ஆட்சி முறை அறிமுகப்படுத்தப்பட்டது. இவ்வாட்சி முறையில் நிர்வாகத்துறைகள் இரு வகையாகப் பிரிக்கப் பட்டது.

சட்டம், நிதி, உள்துறை முதலிய முக்கிய துறைகள் பிரிட்டிஷ் ஆளுநரின் நிர்வாகக் குழுவின் நேரடிக் கட்டுப்பாட்டின்கீழ் இருந்தன.

கல்வி, சுகாதாரம், உள்ளாட்சி, விவசாயம், தொழில் முதலியவை மக்களால் தேர்ந்தெடுக்கப்பட்ட இந்திய சட்டமன்றங்களின் கட்டுப் பாட்டில் இயங்கின. அதுவரை ஆளுநருக்கு பரிந்துரைகள் மட்டுமே செய்யக் கூடியதாக இருந்த சட்டமன்றம் விரிவுபடுத்தப்பட்டு அதற்கு சட்டங்கள் இயற்றும் அதிகாரமும் வழங்கப்பட்டது.

அவையில் மொத்தம் 127 உறுப்பினர்கள் இருந்தனர். இவர்களைத் தவிர ஆளுநரின் நிர்வாகக் குழு உறுப்பினர்களும் சட்டமன்ற உறுப்பினர் களாக கருதப்பட்டனர்.

127 உறுப்பினர்களில் 98 பேர் 61 தொகுதிகளிலிருந்து மக்களால் தேர்ந்தெடுக்கப்பட்டனர். இத்தொகுதிக்குள், பிராமணர்கள், பிராமணர் களல்லாத இந்துக்கள், முஸ்லீம்கள், கிறிஸ்தவர், ஐரோப்பியர், ஆங்கிலோ இந்தியர், நிலச்சுவான்தார்கள், பண்ணையாளிகள்,வர்த்தக குழுமங்கள், பல்கலைக்கழக பிரதிநிதிகளெனப் பல்வேறு பிரிவினருக்கு வகுப்பு வாரியாக இட ஒதுக்கீடு இருந்தது.

1926ல் பெண்களின் பிரதிநிதிகள் 5 பேர் புதிதாகச் சேர்க்கப்பட்டதால் உறுப்பினர்கள் எண்ணிக்கை 132 ஆக உயர்ந்தது.இவர்களைத் தவிர மீதமுள்ள 29 உறுப்பினர்கள் ஆளுநரால் நியமனம் செய்யப்பட்டனர். அவர்களுள் 19 பேர் அரசாங்க ஊழியர்கள். 5 பேர்கள் தலித்துகள்.

வயது வந்தோர் அனைவரும் வாக்குரிமை பெற்றிருக்கவில்லை. ஒருவரின் சொத்து மதிப்பு அல்லது அவர் கட்டியுள்ள சொத்து வரியைப்

பொறுத்தே வாக்குரிமை அளிக்கப்பட்டது. இரட்டை ஆட்சிமுறையின் கீழ் சட்டமன்றத்திற்கான முதல் தேர்தல் 1920ல் நடைபெற்றது. ஜனவரி 12, 1921ல் முதல் சட்டமன்றத் தொடரை சென்னை ஆளுநர் கன்னாட் பிரபு தொடங்கி வைத்தார். அவையின் பதவிக்காலம் மூன்றாண்டுகளாக இருந்தது. இரட்டை ஆட்சிமுறைக் காலத்தில் மொத்தம் ஐந்துமுறை (1920, 1923, 1926, 1930 மற்றும் 1934) தேர்தல் நடைபெற்றது.

1926லும் 1930லும் அமைக்கப்பட்ட அவைகளின் பதவிக்காலம் ஓராண்டு நீட்டிக்கப்பட்டது. 1920, 23, 30ம் ஆண்டுகளில் நடைபெற்ற தேர்தல்களில் நீதிக்கட்சி வெற்றி பெற்று ஆட்சி அமைத்தது.

1926ல் நடைபெற்ற தேர்தலில் எந்தக் கட்சிக்கும் பெரும்பான்மை கிட்டவில்லை. 1934 தேர்தலில் நீதிக்கட்சி தோல்வியடைந்ததாலும் சிறுபான்மை அரசமைத்தது.

1935ல் இந்திய அரசாங்கச் சட்டம் 1935ஐ இயற்றியதன் மூலம் பிரிட்டிஷ் அரசு இரட்டை ஆட்சிமுறையை ஒழித்து மாநில சுயாட்சி முறையை அறிமுகப்படுத்தியது.

சென்னை மாகாண சட்டமன்றம் ஈரங்க அவையாக மாற்றப்பட்டது. 215 உறுப்பினர்களைக் கொண்ட கீழவை லெஜிஸ்டேட்டிவ் அசெம்பிளி என்றும் 54 முதல் 56 உறுப்பினர்களைக் கொண்ட மேலவை "லெஜிஸ்லேட்டிவ் கவுன்சில்" என்றும் அழைக்கப்பட்டன.

கீழவையில் சிறுபான்மை இனத்தவருக்கு இட ஒதுக்கீடு வழங்கப்பட்டு இருந்தது. மேலவை ஆளுநரால் கலைக்கப்பட முடியாத நிரந்தர அவையாக இருந்தது. அதன் உறுப்பினர்களின் பதவிக்காலம் ஆறாண்டுகள் அவர்களுள் மூன்றில் ஒரு பகுதியினர் ஈராண்டுகளுக்கு மேலாக ஒருமுறை ஓய்வு பெற்றனர்.

மேலவை உறுப்பினர்களுள் 46 பேர் மக்களால் நேரடியாகத் தேர்ந்தெடுக்கப்பட்டனர். ஆளுநருக்கு 8 முதல் 10 உறுப்பினர்களை நியமனம் செய்யும் அதிகாரம் இருந்தது. கீழவையை போலவே மேலவையிலும் பல்வேறு தரப்பினருக்கு இட ஒதுக்கீடு செய்யப்பட்டிருந்தது.

இரட்டை ஆட்சிமுறையைப் போலவே வயது வந்த குடிமக்கள் அனைவருக்கும் சட்டமன்றத் தேர்தல்களில் வாக்களிக்கும் உரிமை அளிக்கப்படவில்லை.

1947ல் இந்தியா விடுதலையடைந்து 1950ல் குடியரசு நாடானது. புதிய இந்திய அரசியலமைப்பின் கீழ் மெட்ராஸ் லெஜிஸ்லேட்டிவ் கவுன்சில் சென்னை மாநிலத்தின் ஈரங்க சட்டமன்றத்தின் மேலவையாக நீடித்தது. இந்த அவை ஆளுநரால் கலைக்கப்பட முடியாத நிரந்தர அவையாக இருந்தது.

அதன் உறுப்பினர்களின் பதவிக்காலம் ஆறாண்டுகள். அவர்களுள் மூன்றில் ஒரு பகுதியினர் ஈராண்டுகளுக்கு ஒருமுறை ஓய்வு பெற்றனர். அவையின் உறுப்பினர் எண்ணிக்கை குறைந்தபட்சம் நாற்பதிலிருந்து அதிக பட்சம் கீழவை உறுப்பினர் எண்ணிக்கையில் மூன்றிலொரு பங்காக இருந்தது.

மேலவையின் உறுப்பினர் எண்ணிக்கை காலத்திற்கேற்ப மாறிக் கொண்டே இருந்தது. 1952-53 காலகட்டத்தில் அது 72 ஆக இருந்தது. அக்டோபர் 1, 1953ல் ஆந்திர மாநிலம் பிரிந்து போனதால் 51 ஆகக் குறைந்தது. 1956ல் 50 ஆகக் குறைந்த உறுப்பினர் எண்ணிக்கை 1957ல் மீண்டும் உயர்ந்து 63 ஆனது. அதன் பின்னர் 1986ல் மேலவை கலைக்கப் படும் வருடம் உறுப்பினர் எண்ணிக்கை 63 ஆகவே இருந்தது.

உறுப்பினர்களுள் கீழவையும் உள்ளாட்சி அமைப்புகளும் தலா 21 பேரைத் தேர்ந்தெடுத்தன. ஆசிரியர்களும் பட்டதாரிகளும் 6 பேரைத் தேர்ந்தெடுத்தனர். மீதமுள்ள 9 பேர் அமைச்சரவையின் பரிந்துரைக்கேற்ப ஆளுநரால் நியமிக்கப்பட்டனர்.

மேலவை தன்னிச்சையாக சட்டங்கள் இயற்றும் உரிமை பெற்றிருக்க வில்லை. கீழவையால் நிறைவேற்றப்பட்ட சட்ட தீர்மானங்களுக்கு ஒப்புதல் அளிக்கும் உரிமை மட்டுமே அளிக்கப்பட்டிருந்தது. இரு அவை களுக்கும் முரண்பாடு ஏற்படுமெனில் கீழவையின் முடிவே இறுதியானதாக ஏற்றுக் கொள்ளப்பட்டது.

1969ல் சென்னை மாநிலம் தமிழ்நாடு எனப் பெயர் மாற்றம் செய்யப்பட்டபோது மேலவையின் பெயரும் தமிழ்நாடு ''லெஜிஸ் லேட்டிவ் கவுன்சில்'' என்று மாற்றப்பட்டது.

❒

தமிழ்நாடு சட்டமன்றத்துக்கு 100 வயது

நாடு முழுவதும் பரவிய பல புரட்சிகர சீர்திருத்தங்களுக்கு வித்திட்ட இடம் தமிழ்நாடு சட்டமன்றம்.

வியத்தகு வரலாறும் சீரிய பெருமையும் கொண்ட தமிழ்நாடு சட்ட மன்றம் நூற்றாண்டு பழம் பெருமையை சமீபத்தில் அடைந்துள்ளது. ஆம்... நூற்றாண்டைக் கொண்டாடியுள்ளது தமிழ்நாடு சட்டமன்றம்.

சென்னை மாகாணமாக இருந்த காலத்தில் இருந்தே சட்டமன்றம் செயல்பட்ட பெருமை கொண்டது தமிழக சட்டமன்றம். 1920-ஆம் ஆண்டே தேர்தலை சந்தித்த மன்றம் தமிழக சட்டமன்றம்.

சென்னை மாகாணத்தில் மக்களால் தேர்ந்தெடுக்கப்பட்ட பிரதிநிதி களைக் கொண்ட சட்டமன்றம் 1921 ஜனவரி 12-ஆம் தேதி தொடங்கி வைக்கப்பட்டது. அப்போது சென்னை மாகாணத்தின் ஆளுநராக இருந்தவர் விலிங்டன் பிரபு. தமிழக சட்டமன்றம் உருவாக்கப்பட்ட காலகட்டத்தில் 3 ஆண்டுகளுக்கு ஒருமுறை தேர்தல் நடத்தப்பட்டது.

முதல் தேர்தல் 1920-ஆம் ஆண்டு நடத்தப்பட்ட நிலையில் 1923, 1926, 1930 ஆகிய ஆண்டுகளில் அடுத்தடுத்த தேர்தல்கள் நடத்தப்பட்டன. பெண்கள் தேர்தலில் வாக்களிக்க 1920ல் தடை இருந்தது.

சட்டத்தின் இந்தப் பிரிவை நீக்கி பெண்களுக்கும் வாக்களிக்க வகை செய்யும் தீர்மானம் 1921 ஏப்ரல் 1-ஆம் தேதி சட்டமன்றத்தில் கொண்டு வரப்பட்டது. எனினும் 1923ல் தான் இது நடைமுறைக்கு வந்தது.

இயற்றப்பட்ட சட்டத்தின் அடிப்படையில் 1926 முதல் பெண்கள் தேர்தலில் வாக்களிக்கவும் தேர்தலில் போட்டியிடவும் நியமிக்கப்படவும் தகுதி பெற்றனர்.

தமிழக சட்டமன்றத்தின் முதல் பெண் உறுப்பினர் என்ற பெருமைக் குரியவர் டாக்டர் முத்துலட்சுமி ரெட்டி. 1935-ஆம் ஆண்டு இந்திய அரசுச் சட்டத்தின்படி 1937 முதல் சென்னை உள்ளிட்ட மாகாணங்களில் ஈரவைகளைக் கொண்ட சட்டமன்றங்களாக அறிமுகப்படுத்தப்பட்டன.

இவை சட்டமன்றப் பேரவை மற்றும் சட்டமன்ற மேலவை என்று அழைக்கப்பட்டன. 1952ல் நடைபெற்ற தேர்தலில் வயது வந்த அனைவரும் வாக்களிக்கத் தகுதியானவர்கள் என்று அறிவிக்கப்பட்டது.

சுதந்திரத்திற்குப் பின் தமிழக சட்டமன்றத்தின் முதல் நிதி அமைச்சர் சி.சுப்பிரமணியன் 1957 - 58ல் முதல்முறையாக பட்ஜெட் உரையாற்றி னார். 1986ல் எம்.ஜி.ஆரால் மேலவை கலைக்கப்பட்ட நிலையில் ஓரவை மன்றமாக தமிழ்நாடு சட்டப்பேரவை மாறியது.

தேவதாசி முறை ஒழிப்புச் சட்டம், பெண்களுக்கு வாக்குரிமை, இட ஒதுக்கீடு, நில அரசுகளுக்கும் கொடியேற்றும் உரிமை, மாநிலப் பெயர் மாற்றம், இந்து சமய அறநிலையத்துறை உருவாக்கம், அனைத்துச் சாதி யினரும் அர்ச்சகராகலாம் போன்ற புரட்சிகளுக்கு வித்திட்ட இடம் தமிழ்நாடு சட்டமன்றம்.

ஆட்சி கலைப்புகள் குடியரசு ஆட்சி நிறுவப்பட்ட நிகழ்வுகள், சர்ச்சைகள், வாக்குவாதங்கள், வெளிநடப்புகள், கூச்சல் குழப்பங்கள் என எத்தனையோ அசாதாரணச் சம்பவங்களும் இங்கு அரங்கேறி இருக்கின்றன.

நூற்றாண்டுகளைப் புரட்டிப் பார்க்கும் போது தமிழ்நாடு சட்டமன்றம் கடந்து வந்திருக்கும் பாதை முழுவதும் வரலாற்றின் முக்கிய தடங்கள் பதிந்து நிறைந்திருக்கின்றன.

❑

சுதந்திரத்திற்கான ஆயத்தமும் தேர்தலுக்கான முனைப்பும்

இனியும் இந்தியாவை ஆளமுடியாது என்பது 1945லேயே பிரிட்டி ஷாருக்கு புரிந்து விட்டது. அச்சமயம் இந்தியாவின் வைஸ்ராயாக இருந்த வேவல் பிரபு இந்தியாவுக்கு கூடிய விரைவில் சுதந்திரம் தரப்படும் என்றும் தேர்தல் வேலையை தொடங்குங்கள் என்றும் அறிவித்தார்.

லண்டன் சென்று பிரதமர் அட்லியை சந்தித்துவிட்டு அவர் வெளி யிட்ட அறிக்கை இது. சுதந்திரம் தரக்கூடிய நேரத்தில் இந்தியாவில் முறையான நிர்வாக அமைப்பை உருவாக்குவதற்கான முயற்சியாகவே பிரிட்டிஷாரின் அந்த அறிவிப்பு பார்க்கப்பட்டது.

அதனைத் தொடர்ந்து பல தலைவர்கள் சிறையிலிருந்து விடுதலை ஆனார்கள். அச்சமயம் தேசிய அளவில் செல்வாக்கு பெற்ற மூன்று முக்கிய கட்சிகளான காங்கிரஸ், கம்யூனிஸ்ட் மற்றும் முஸ்லீம் லீக் தேர்தலில் இறங்கின.

அதுவரை காங்கிரஸ் கட்சிக்கே சிம்மசொப்பனமாக இருந்து வந்த நீதிக் கட்சி அப்போது ஈ.வெ.ரா. பெரியார் வசம் இருந்தது. அவர் நீதிக்கட்சியின் பெயரைத் "திராவிடர் கழகம்" என்று மாற்றி இனி தேர்தல் அரசியலில் ஈடுபடாது என்று அறிவித்தார்.

1946 தேர்தலில் எதிர்பார்த்தபடியே காங்கிரஸ் கட்சி வெற்றி பெற்றது. 1937 தேர்தலில் காங்கிரஸ் வென்றபோது யார்யாரெல்லாம் முதல்வரானார்களோ அவர்களுக்கே இப்போதும் பதவி என்றது காங்கிரஸ்.

அதன்படி பார்த்தால் சென்னை மாகாணத்தில் அப்போது வென்றது ராஜாஜி. ஆனால் வழக்கம்போல தலைமை கருத்துக்கு முரண்டு பிடித்தது சென்னை.

சென்னை மாகாண காங்கிரஸ் கமிட்டிக்கு காமராஜர் தலைவராக இருந்தபோது ஒருமுறை சென்னை வந்த காந்திக்கு அவர்மீது நல்ல அபிப்ராயம் இல்லை. ஆகவே ராஜாஜியிடம் சென்று கட்சிப் பணிகள்பற்றி விவாதித்தாராம்.

மேலும் அவருடைய ஹரிஜன் பத்திரிகையில் ராஜாஜியின் கீழ் தலைமை அமைவதே நன்றாக இருக்கும் என்று எழுதிவிட்டார்.

இதனால் அதிர்ச்சியடைந்த காமராஜ் கட்சியின் நாடாளுமன்றக் குழுவில் இருந்து விலகி விட்டார். பிறகு காந்தி எவ்வளவோ வற்புறுத்தியும் காமராஜர் சமாதானம் அடையாததில் காந்திக்கு வருத்தம்.

இந்தப் பின்னணியில்தான் முதல்வரைத் தேர்வு செய்யும் விவகாரத்தில் பிரச்சனை கிளம்பியது. ஆகவே கட்சி மேலிடம் இந்த விசயத்தில் இறங்கி பேர் கொண்ட பட்டியலை அனுப்புங்கள். அதிலிருந்து ஒருவரைத் தேர்வு செய்கிறோம் என்றார் அப்போது அகில இந்திய காங்கிரஸ் தலைவராக இருந்த அபுல்கலாம் ஆசாத்.

கட்சி மேலிடம் போட்ட உத்தரவைக் கண்டு கொள்ளாமல் கட்சியின் சட்டமன்ற உறுப்பினர்கள் கூடி தங்களுக்குள்ளேயே முதல்வரைத் தேர்வு செய்தனர். காமராஜர் சி.என்.முத்துராமலிங்க முதலியாரின் பெயரை முன்மொழிந்தார்.

அவரை எதிர்த்து டி.பிரகாசத்தின் பெயர் முன்மொழியப்பட்டது. காமராஜர் முன்மொழிந்தார் என்ற காரணத்தினாலேயே ராஜாஜி ஆதரவாளர்கள் நடுநிலை வகிக்கவே பிரகாசத்தின் பக்கம் வெற்றி சென்றது.

பிரகாசம் ஆட்சிக்குத் தலைவர். காமராஜர் கட்சிக்குத் தலைவர். ஆகவே ஆட்சித் தலைவரைப் பற்றிய தொடர்ச்சியான புகார்கள் கட்சித்

தலைவரிடம் வந்தவண்ணமிருந்தது.

பிரகாசம் தெலுங்கு பேசும் தமிழர் என்பதால் அவர் ஆட்சியில் ஆந்திரர் களுக்கே அதிக முக்கியத்துவம் தரப்படுகிறது என்ற பல்வேறு புகார்கள் எழுந்தன.

இவரே பின்னாளில் ஆந்திரப் பிரிவினை போராட்டத்திற்கு தலைமை வகித்து "ஆந்திர கேசரி" என்று அழைக்கப்பட்டவர்.

பொறுத்துப் பொறுத்துப் பார்த்த காமராஜர் ஓராண்டுக்குப் பிறகு (1947 பிப்ரவரி) இவருக்கு எதிராக ஓமந்தூராரை நிறுத்தி வாக்கெடுப்பு ஒன்றை நடத்தினார்.

இம்முறை ராஜாஜியின் ஆதரவு கிடைத்தது. ஓமந்தூரார் வெற்றி பெற்றார். இவர் நேர்மையானவர். பக்திமான் போன்ற நல்ல அம்சங்கள் இவரிடம் இருந்தாலும் ஆங்கிலம் தெரியாது. அனுபவக் குறைவு போன்ற எதிர்மறை அம்சங்களும் இவரிடம் இருந்தன.

காமராஜர் வந்து கேட்டபோது ரமண மகரிஷியிடம் சென்று ஆலோசித்த பின்னரே சம்மதிக்கும் அளவுக்கு இவர் பக்திமானாக விளங்கினார்.

மாகாண அரசியலில் இருந்து விலகிய ராஜாஜி இந்தியாவின் முதல் கவர்னர் ஜெனரலாக நியமிக்கப்பட்டார்.

இந்தியத் திருநாடு சுதந்திரத் திருநாளுக்கான கொண்டாட்டங்களுக்கு ஏற்பாடு செய்து கொண்டிருந்தது காங்கிரஸ்.

எதிர்க்கட்சியான கம்யூனிஸ்டும் சுதந்திர தினத்தை வரவேற்றது. இந்நிலையில் திராவிடர் கழகத் தலைவரான பெரியார் அதனை "கருப்பு தினம்" என்று அறிவித்தார்.

கல்வி வேலைவாய்ப்புகளில் பிராமணர்களுக்கு அதிக முக்கியத்துவம் கொடுத்தது பிராமணர்களல்லாதோரை வெறுப்படைய வைத்திருந்தது.

இந்நிலையில்தான் ''பிராமணரல்லாதோர் இயக்கம்'' என்ற ஒன்று உருவானது. அதுவே 1916ல் தென்னிந்திய நல உரிமைச் சங்கமாக மாறியது. இச்சங்கம் நடத்திய பத்திரிகைதான் "ஜஸ்டிஸ்".

இதுவே பின்னாளில் அக்கட்சிக்கு பெயரானது. காங்கிரஸ்க்கு எதிரான

கட்சி என்பதால் இதனை பிரிட்டிஷாருக்கு ஆதரவான கட்சி என்று காங்கிரஸ்காரர்கள் விமர்சனம் செய்தார்கள்.

1920 தேர்தலில் ஒத்துழையாமை இயக்கம் காரணமாக காங்கிரஸ் கட்சி ஈடுபடவில்லை. ஆனால் நீதிக்கட்சி தேர்தலில் ஈடுபட்டு சென்னை மாகாண ஆட்சியைக் கைப்பற்றியது.

சட்டமன்றத்தில் நீதிக்கட்சி ஆட்களுக்கு சிம்மசொப்பனமாக இருந்தவர் காங்கிரஸில் இருந்து பிரிந்து வந்த சுயராஜ்ஜியக் கட்சியின் தலைவர் சத்தியமூர்த்தி.

அடுத்தடுத்த தேர்தலில் நீதிக்கட்சியே ஆட்சியைப் பிடித்தது. ஆனால் 1937 தேர்தலில் காங்கிரஸ் இறங்கி முதல்வர் நாற்காலியை ராஜாஜி வசம் ஒப்படைத்தது.

அதன்பின்னர் ஏற்பட்ட தொடர் தோல்வி மற்றும் கட்சிப் பூசல் காரணமாக நீதிக்கட்சி பலவீனமடைந்து கடைசியில் ஈ.வே. ராமசாமி யிடம் தஞ்சம் புகுந்தது.

அடிப்படையில் காங்கிரஸ்காரர் ஆக இருந்த பெரியார் அக்கட்சியில் இருந்தபடியே வகுப்புவாரி இட ஒதுக்கீட்டை வலியுறுத்தி வந்தார். ஆனால் கட்சி அதைத் தொடர்ந்து நிராகரித்து வரவே வெறுப்படைந்து வெளியேறி "சுயமரியாதை இயக்கம்" என்ற ஒன்றை நடத்தி வந்தார். "குடியரசு" என்பது அவ்வியக்கத்தின் பத்திரிகை.

அதன் பின்னரே நீதிக்கட்சித் தலைவராக பொறுப்பேற்று அதனை திராவிட இயக்கமாக மாற்றினார். எனவேதான் சுதந்திர தினத்தை பிரிட்டிஷாரிடம் இருந்து பிராமணர்கள் பெற்ற சுதந்திரம் என்று பெரியார் கருதினார். எனவே தான் அதனை துக்க நாள் என்று விமர்சித்தார். திராவிட நாடு அமைவதே நம்மை நாமே ஆள வழிவகுக்கும் பரிபூரண சுதந்திரமாகக் கருதினார்.

சென்னை மாகாணத்தின் முதல் பொதுத் தேர்தல்

இந்தியா விடுதலை அடைந்த பிறகு தமிழ்நாட்டை உள்ளடக்கிய சென்னை மாகாணத்தில் நடந்த முதல் தேர்தலில் எந்தக் கட்சிக்கும் அறுதிப் பெரும்பான்மை கிடைக்காத நிலையில் காங்கிரஸ் ஆட்சியை அமைத்தது.

இந்தியா விடுதலை அடைந்த பிறகு முதலாவது பொதுத் தேர்தல் நவம்பர் 1951 முதல் மார்ச் 1952 வரை நடைபெற்றது.

புதிய நாடாளுமன்றத்தின் உறுப்பினர்களை தேர்வு செய்வதற்கான பொதுத் தேர்தலும், மாநிலங்களுக்கான சட்டமன்றத் தேர்தலும் ஒன்றாக நடைபெற்றது.

அந்த சமயத்தில் சென்னை மாகாணம், தற்போதைய தமிழ்நாடு, ஆந்திரப் பிரதேசம், கர்நாடக மாநிலத்தின் சில பகுதிகள், கேரளாவின் மலபார் பகுதிகளை உள்ளடக்கியிருந்தது.

ஒட்டுமொத்த சட்டமன்ற உறுப்பினர்களின் எண்ணிக்கை 309 ஆக இருந்தது. இதில் இரட்டை உறுப்பினர் தொகுதிகளின் எண்ணிக்கை 66. ஆகவே மொத்தமாக 375 சட்டமன்ற உறுப்பினர்களைத் தேர்வு செய்ய வேண்டும்.

இந்த முதல் சட்டமன்றத் தேர்தலில் தமிழ்நாடு பகுதியில் 190 உறுப்பினர்களும் ஆந்திரப் பிரதேச பகுதியில் 143 பேரும் கர்நாடகப் பகுதியில் 11 பேரும் கேரளப் பகுதியில் 29 பேரும் இடம்பெற்றிருந்தனர்.

மொத்தமுள்ள 375 தொகுதிகளில் மூன்று தொகுதிகளுக்கு போட்டி யின்றி உறுப்பினர்கள் தேர்வு செய்யப்பட்டனர். மீதமுள்ள 372 தொகுதி களுக்கு தேர்தல் நடத்தப்பட்டது.

சென்னை மாகாணத்தில் அப்போது நடந்து வந்த காங்கிரஸ் ஆட்சியில் பல பிரச்சனைகள் இருந்தாலும், இந்திய தேசிய காங்கிரஸ் கட்சியே வலுவான கட்சியாக காணப்பட்டது.

இதற்கு அடுத்த இடத்தில் இந்திய கம்யூனிஸ்ட் கட்சி இருந்தது. துவக்கத்தில் ஆயுதப் புரட்சியில் நம்பிக்கை வைத்திருந்த கட்சி, தற்போது தேர்தல் அரசியலை நோக்கித் திரும்பியிருந்தது.

இந்த இரண்டு பிரதானக் கட்சிகள் தவிர த.பிரகாசம் தலைமையில் கிஸான் மஸ்தூர் பிரஜா கட்சி, க்ருஷிகார் லோக் கட்சி, விழுப்புரம் ராம சாமி படையாட்சியார் தலைமையில் தமிழ்நாடு உழைப்பாளர் கட்சி, எம்.ஏ. மாணிக்கவேல் நாயக்கரின் காமன் வீல் கட்சி, பி.டி.ராஜன் தலைமையில் நீதிக்கட்சி, பொதுவுடைமைக் கட்சி, சென்னை மாநில முஸ்லீம் லீக், பார்வர்டு பிளாக், தாழ்த்தப்பட்டோர் கூட்டமைப்பு உள்ளிட்ட கட்சிகள் களத்தில் இருந்தன.

முதல் சட்டமன்றத் தேர்தலுக்கு முந்தைய காலகட்டத்தில் சென்னை மாகாண காங்கிரஸ் கட்சி உட்கட்சிப் பூசலில் தவித்துக் கொண்டிருந்தது.

1946லிருந்து 1951க்குள் மூன்று முதல்வர்கள் தமிழகத்தை ஆட்சி செய்தனர்.

முதலில் த. பிரகாசம் ஓராண்டு முதல்வராக இருந்தார். பிறகு ஓமந்தூர் ராமசாமி ரெட்டியார் முதல்வரானார். பிறகு பி.எஸ். குமாரசாமி ராஜா முதல்வரானார்.

அதிருப்தியில் இருந்த த.பிரகாசத்தின் ஆதரவாளர்கள் 1951ல் கிஸான் மஸ்தூர் பிரஜா கட்சியில் சேர்ந்து கொண்டனர்.

இந்திய கம்யூனிஸ்ட் கட்சிக்கு பெரியார் தலைமையிலான திராவிடர் கழகம் ஆதரவளிக்க முன்வந்தது. அப்போது தான் உருவாகியிருந்த

சி.என்.அண்ணாதுரை தலைமையிலான திராவிட முன்னேற்றக் கழகம் போட்டியிடவில்லை.

ஆயினும் தங்கள் கொள்கைகளை ஏற்கும் பிற கட்சிகளுக்கு ஆதர வளிக்க முன்வந்தது. ஆனால் தங்களுடைய பிரதான மூன்று கொள்கை களை ஆதரிப்பதாக உறுதிமொழிப் பத்திரத்தில் கையெழுத்திட வேண்டு மெனக் கூறியது.

அதன்படி தமிழ்நாடு உழைப்பாளர் கட்சியும் காமன் வீல் கட்சியும் நிபந்தனைப் படிவத்தில் கையெழுத்திட்டு ஆதரவைப் பெற்றன. சில கம்யூனிஸ்ட் கட்சி வேட்பாளர்களுக்கும் திமுக ஆதரவளித்தது. அதன் படியே 43 வேட்பாளர்களுக்கு தி.மு.க. ஆதரவளித்தது.

மொத்தமுள்ள 375 இடங்களில் 367 இடங்களில் காங்கிரஸ் கட்சி வேட்பாளர்களை நிறுத்தியது. இந்திய கம்யூனிஸ்ட் கட்சி 131 இடங்களில் வேட்பாளர்களை நிறுத்தியது. மற்ற கட்சிகள் தங்கள் செல்வாக்கு உள்ள இடங்களில் வேட்பாளர்களை நிறுத்தின.

இந்தத் தேர்தலில் முக்கிய பிரச்சனையாக அரிசிக்கு தட்டுப்பாடு, விவசாயிகள் போராட்டம் ஆகியவை இருந்தன. இவை ஆளும் காங்கிரஸ் கட்சிக்கு எதிரானதாகவும் கம்யூனிஸ்ட் கட்சிக்கு ஆதரவாகவும் இருந்தன.

ஆனால் இந்தியாவுக்கு சுதந்திரம் வாங்கித் தந்த கட்சி என்ற பிம்பம் காங்கிரசுக்கு உதவிகரமாக இருந்தது.

இந்தத் தேர்தலில் 21 வயது நிரம்பிய எந்தவொரு பெண்ணும் வாக்களிக்க முடியும் என புதிய மக்கள் பிரதிநிதித்துவ சட்டம் கூறியது.

ஆகவே இந்தத் தேர்தல்தான் பலருக்கும் முதல் தேர்தலாக இருந்தது. இந்திய தேர்தல் ஆணையின் ஒவ்வொரு கட்சிக்கும் ஒரு சின்னத்தை ஒதுக்கியது.

இந்தத் தேர்தலுக்கான வாக்குப்பதிவு 1952 ஜனவரி 2ம் தேதி முதல் 25ம் தேதிவரை ஒன்பது கட்டங்களாக நடைபெற்றது. மொத்தம் 58 சதவீத வாக்குகள் பதிவாகின. முடிவுகள் பிப்ரவரி மாத இறுதியில் வெளியாகின.

367 இடங்களில் போட்டியிட்ட காங்கிரஸ் கட்சி 152 இடங்களை மட்டுமே பிடித்திருந்தது. ஆட்சியமைப்பதற்குத் தேவையான அறுதிப் பெரும்பான்மை கிடைக்கவில்லை என்பதோடு முதலமைச்சர் பி.எஸ்.

குமாரசாமி ராஜாவும் தோல்வியடைந்திருந்தார். முந்தைய அமைச்சரவையில் இருந்த இரண்டு அமைச்சர்கள் மட்டுமே வெற்றி பெற்றிருந்தனர். எம்.பக்தவச்சலமும் தோல்வியடைந்திருந்தார்.

இதன் காரணமாக காங்கிரஸ் கட்சி ஆட்சியமைக்க அவசரம் காட்டவில்லை.

இந்திய கம்யு.கட்சி, கிஸான் மஸ்தூர் கட்சி, கம்யு.கட்சிக்கு ஆதரவாக இருந்த சுயேட்சைகள், தமிழ்நாடு தொழிலாளர் கட்சி, காமன் வீல் கட்சி, நீதிக்கட்சி ஆகியவை த. பிரகாசம் தலைமையில் ஐக்கிய ஜனநாயக முன்னணி என்ற பெயரில் இணைந்தனர்.

தங்களுக்கு 166 உறுப்பினர்களின் ஆதரவு இருப்பதால் தங்களை ஆட்சி அமைக்க அழைக்க வேண்டுமெனக் கோரினர். ஆனால் ஸ்ரீ பிரகாசம் இதற்கு மறுத்து விட்டார்.

இதற்குப் பிறகு 1952 ஏப்ரல் 1-ஆம் தேதி காங்கிரசுக்கு அழைப்பு விடுத்தார் ஆளுநர். பெரும்பான்மை இல்லாத நிலையில் அரசை வழி நடத்திச் செல்ல சரியான முதலமைச்சரை தேடத் தொடங்கியது அக்கட்சி.

இந்தியாவின் முதல் கவர்னர் ஜெனரலாக பதவி வகித்து ஓய்வுபெற்று விட்டு குற்றாலத்தில் தங்கியிருந்த சி. ராஜகோபாலாச்சாரி என்ற ராஜாஜியை முதல்வராக்க முடிவெடுக்கப்பட்டது.

ஆனால் அதில் ஒரு சிக்கல் இருந்தது. ராஜாஜி தேர்தலில் போட்டியிட்டிருக்கவில்லை. புதிதாக போட்டியிடவும் விரும்பவில்லை.

இதனால் அப்போதைய குமாரசாமி ராஜா அரசு ராஜாஜியை மேலவை உறுப்பினராக நியமனம் செய்தது. இது அந்த நேரத்தில் சர்ச்சையை ஏற்படுத்தியது. இருந்த போதிலும் உடனடியாக பெரும்பான்மையை திரட்டும் பணியைத் துவங்கினார் ராஜாஜி.

எம்.ஏ. மாணிக்கவேல் நாயக்கரின் காமன் வீல் கட்சிக்கு ஆறு உறுப்பினர்கள் இருந்தனர். இந்தக் கட்சி காங்கிரசில் இணைக்கப்பட்டது. காங்கிரஸ் கட்சிக்கு இப்போது பெரும்பான்மை கிடைத்தது. எம்.ஏ. மாணிக்கவேல் நாயக்கர் அமைச்சராக்கப்பட்டார்.

ராமசாமி படையாட்சியாரின் தமிழ்நாடு உழைப்பாளி கட்சியும் ராஜாஜிக்கு ஆதரவளித்தது.

கிருஷிகள் லோக் கட்சி உடைந்தது. அதன் உறுப்பினர்களை பி.திம்மா ரெட்டி, நிலாத்திரி ராவ் ரெட்டி, குமிசெம் வெங்கட் நாராயணா ஆகியோர் காங்கிரசில் இணைந்தனர். சென்னை மாகாண முஸ்லீம் லீக் கட்சியும் ராஜாஜிக்கு ஆதரவளித்தது.

ஜூலை மாதம் மூன்றாம் தேதி நடந்த நம்பிக்கை வாக்கெடுப்பில் 200 உறுப்பினர்கள் ஆதரித்தும் 151 உறுப்பினர்கள் எதிர்த்தும் வாக்களித்தனர்.

ராஜாஜி தலைமையில் அமைந்த தமிழ்நாட்டின் முதல் அமைச்சரவையில் சி. ராஜகோபாலாச்சாரியார், ஏ.பி. செட்டி, சி.சுப்ரமணியம், கே. வெங்கடசாமி நாயுடு, என். ரங்கா ரெட்டி, எம்.வி.கிருஷ்ணா ராவ், வி.சி.பழனிச்சாமி கவுண்டர், யு.கிருஷ்ணா ராவ், ஆர். நாகன கவுடா, என்.சங்கர ரெட்டி, எம்.ஏ. மாணிக்கவேலு நாயக்கர், கே.பி. குட்டி கிருஷ்ணன் நாயர், சண்முக ராஜேஸ்வர சேதுபதி, எஸ்.பி.பி. பட்டாபி, ராமாராவ், டி.சஞ்சீவய்யா ஆகிய அமைச்சர்கள் இடம் பெற்றிருந்தனர்.

1953-ஆம் ஆண்டில், ஆந்திர மாநிலம் பிரிந்ததையடுத்து, அம் மாநிலத்தைச் சேர்ந்த அமைச்சர்கள் பதவியிலிருந்து விலகினர்.

புதிதாக பக்தவச்சலம், ஜோதி வெங்கடாசலம்,கே. ராஜாராம் நாயுடு ஆகியோர் அமைச்சர்களானார்கள். தமிழக சட்டப்பேரவையின் பலம் 231 ஆகக் குறைந்தது.

ஆனால் காங்கிரஸ் கட்சியில் ஏற்பட்ட பிரச்சனைகளை அடுத்து ராஜாஜி முதல்வர் பதவியிலிருந்து விலக, புதிய முதலமைச்சராக 1954ல் கு.காமராஜர் பதவியேற்றார்.

இந்த அமைச்சரவை 1957ல் நடந்த அடுத்த தேர்தல் வரை இருந்தது.

ராஜாஜியின் குலக்கல்வி எதிர்ப்பு போராட்ட வரலாறு

ராஜாஜியின் குலக்கல்வித் திட்டத்தை காங்கிரசுக்குள் ஓமந்தூர் இராமசாமி ரெட்டியார் செங்கல்வராயன், பத்திரிகையாளர் டி.எஸ்.சொக்கலிங்கம் மற்றும் ஜி.டி. நாயுடு ஜெ.சி. குமரப்பா எதிர்த்தனர். கல்வி ஆசிரியர் கிருஷ்ணமூர்த்தியும் ம.பொ.சி.யும் ஆதரித்தனர்.

ராஜாஜியின் குலக்கல்வித் திட்டத்தை எதிர்த்துப் போராடி வெற்றி பெற்ற மண் தமிழ்நாடு. தந்தை பெரியார் நடத்திய கிளர்ச்சி ராஜாஜி ஆட்சிப் பீடத்தை விட்டு வெளியேற வேண்டிய நிலையை உருவாக்கியது.

1952 ஜூன் 24-ஆம் நாள் சென்னை மாநில முதலமைச்சர் ராஜாஜி சென்னை திருவான்மியூரில் நடந்த சலவைத் தொழிலாளர் மாநாட்டில் பங்கேற்றார். அதில் பேசும்போது, "அவனவன் சாதி தொழிலை அவனவன் செய்ய வேண்டும். வண்ணார் வீட்டு பிள்ளைகள் படிக்க வேண்டியது இல்லை. குலத் தொழிலைச் செய்தால் போதும். எல்லோரும் படித்தால் வேலை எங்கிருந்து கிடைக்கும்" என்று கூறினார்.

அப்போதைய கல்வி அமைச்சர் டாக்டர் எம்.வி.கிருஷ்ணா ராவ் 20-3-1953ல் சென்னை சட்டமன்றத்தில் "தொடக்கப்பள்ளி மாணவர்கள் படிக்கும் கால அளவை நாளொன்றுக்கு மூன்று மணி நேரமாக குறைப்பது

என்றும் அந்த நேரத்தில் குழந்தைகளின் பெற்றோர் செய்யும் தொழில் களை கற்றுக் கொள்ள வசதி செய்து கொடுக்கவும் சர்க்கார் தீவிரமாக ஆலோசனை செய்து வருகின்றது'' என்று கூறினார்.

இன்னொன்றையும் கல்வி அமைச்சர் தெரிவித்தார்.

''பரம்பரைத் தொழில் செய்யாத குலத்தில் பிறந்த குழந்தைகள் வயல்களிலும் தொழிற்சாலைகளிலும் பிறர் செய்யும் தொழில்களை கவனிக்கச் செய்து கற்கச் செய்யவும் ஆலோசிக்கப்படுகிறது.

விவசாயத் தொழில்கள், கொட்டகை போடுதல், செங்கல் அறுப்பு வேலைகள், கிணறுகள் வெட்டுதல் போன்ற பல வேலைகளில் பள்ளிச் சிறுவர் சிறுமியரை பழக்கப்படுத்துவது என்பதும் யோசிக்கப்பட்டு வருகிறது''

பெரியாரின் போர் முரசு, விடுதலை ஏட்டில் 31-3-1953ல் "சிறுவர் கல்வியைப் பாழாக்கும் புதிய திட்டம் உஷார்'' என்று பெரியார் தலையங்கம் தீட்டினார்.

தந்தை பெரியார் எச்சரிக்கை செய்தபடி 1953-54-ஆம் கல்வியாண்டில் புதிய கல்வித் திட்டம் வருகிறது என்று ராஜாஜி அரசு அறிவித்தது.

இதனிடையில் காஞ்சிபுரத்தில் நடந்த சென்னை மாகாண யாதவ மாணவர் மாநாட்டில் ராஜாஜி அமைச்சரவையின் முடிவை ஆதரித்து மத்திய விவசாயத்துறை அமைச்சர் சென்னகவுடா பேசும்போது "யாதவ இளைஞர்கள் நவீன பால்பண்ணை நடத்தி பால் உற்பத்தியைப் பெருக்க வேண்டும். ராஜாஜியின் குலக்கல்வி திட்டத்தை ஆதரிக்கிறேன்'' என்று பேசினார்.

பம்பாயிலிருந்து வந்த பிலிப்ஸ் ஏகு, "வருணாஸ்ரம முறைக்கு உயிர் ஊட்டும் குலக்கல்வித் திட்டம்'' என்று எழுதியது.

''டைம்ஸ் ஆஃப் இந்தியா'' ஏகு, ''துப்புறவுத் தொழிலாளியின் பிள்ளைகள் ஆசிரியராகவோ மருத்துவராகவோ வருவதை ஏன் தடுக்க வேண்டும்?'' என்று கேள்வி எழுப்பியது.

களத்தில் குதித்து விட்டார் தந்தை பெரியார். திருச்சியில் திராவிடர் கழகத்தின் மத்திய நிர்வாகக் குழுக்கூட்டம் 1953 ஜுன் 3ம் தேதி கூடியது.

அதில் குலக்கல்வி திட்டத்தை எதிர்த்து போராட்டத்தை அறிவிக்க தந்தை பெரியாருக்கு பொறுப்பு அளித்து தீர்மானம் நிறைவேற்றப்பட்டது.

1953 ஜூலை 11, 12 தேதிகளில் மன்னார் குடியில் தஞ்சை மாவட்ட திராவிடர் கழக மாநாடு தொடங்கியது. அந்த மாநாட்டில் ராஜ கோபாலாச்சாரி ஆட்சியின் சூழ்ச்சியை அம்பலப்படுத்திய பெரியார் குலக் கல்வித் திட்டத்திற்கு எதிரானப் போராட்டத்தை அறிவித்தார்.

ஒரே நாள் இடைவெளியில் 1953 ஜூலை 14-ஆம் தேதி சட்டமன்றம் முன்பாக நாடாளுமன்ற உறுப்பினர் வ.வீராசாமி தலைமையில் குலக் கல்வித் திட்டத்தைக் கண்டித்தும் திரும்பப் பெற வலியுறுத்தியும், மறியல், அறப் போராட்டம் நடைபெறும் என்று பிரகடனப்படுத்தியது.

ஜூலை 20-ஆம் தேதி கிராமங்களில் பள்ளிகள் முன்பு மறியல் நடக்கும் என்று தந்தை பெரியார் பிரகடனம் செய்தார்.

சென்னை சட்டமன்றம் முன்பு நடக்க இருந்த மறியலுக்கு ராஜாஜி அரசு உத்தரவு போட்டது. கோட்டை முன்பாக மலபார் போலீஸ் ஆயிரக் கணக்கில் குவிக்கப்பட்டது. ஆனால் அதற்கெல்லாம் பயந்து ஓடுகிற படையா பெரியார் படை?

திட்டமிட்டவாறு ஜூலை 14ம் தேதி மூன்று மூன்று பேராக மறியல் அணி கோட்டை நோக்கி புறப்பட்டது. நாடாளுமன்ற உறுப்பினர் வ.வீராசாமி தலைமையில் முதல் அணி புறப்பட்டது.

அண்ணாசாலையில் ஆயிரக்கணக்கான மக்கள் திரண்டு விட்டனர். அடுத்தடுத்து திருவாரூர் தங்கராசு, எம்.கே.டி. சுப்பிரமணியம், டி.எம்.சண்முகம், த. லோகநாதன், மனோரஞ்சிதம், லட்சுமிபாய் ஆகியோர் தலைமையில் மறியல் செய்ய அணிகள் சென்று கொண்டே இருந்தனர்.

சட்டமன்றத்துக்கு முன்பாக சென்ற இவர்களில் 80 தோழர்கள் கைது செய்யப்பட்டனர்.

மேலும் மேலும் மக்கள் கூட்டம் செயிண்ட் ஜார்ஜ் கோட்டையை நோக்கி ஆயிரக்கணக்கில் திரண்டு வந்ததுடன் மலபார் போலீஸ் தடியடி நடத்தத் தொடங்கியது. குண்டாந்தடி தாக்குதலை தாங்கிக் கொண்டு மண்டை உடைந்து ரத்தம் வழிந்தோடிய நிலையிலும் ராஜாஜியின் குலக்

கல்வித் திட்டத்திற்கு எதிராக முழக்கமிட்டவாறு தொண்டர்கள் முன்னேறிச் சென்றனர்.

ராஜாஜி அரசின் அடக்குமுறையைக் கண்டித்தும் குலக்கல்வியை எதிர்த்துப் போராடியவர்கள் மீது காவல்துறை நடத்திய தாக்குதலைக் கண்டித்தும் சட்டமன்றத்தில் கம்யூனிஸ்ட் கட்சி, உழைப்பாளர் கட்சி ஐக்கிய முன்னணி உள்ளிட்ட கட்சிகள் ஒத்திவைப்பு தீர்மானம் கொடுத்தன.

ஆனால் அதற்கு அவைத்தலைவர் மறுத்துவிட்டார். அந்த கட்சியைச் சேர்ந்த 80 உறுப்பினர்கள் வெளிநடப்பு செய்தனர்.

இந்தச் சூழலில் பேரறிஞர் அண்ணா அவர்கள் திமுக சார்பில் மும்முனைப் போராட்டத்திற்கு அழைப்பு விடுத்திருந்தார். 1959 ஜூலை 14-ஆம் தேதி குலக் கல்வியை எதிர்த்து ராஜாஜி வீட்டு முன்பு மறியல். ஜூலை 15-ஆம் தேதி தமிழர்களை 'நான்சென்ஸ்' என்று கூறிய நேருவைக் கண்டித்து ரயில் மறியல். மேலும் அதே நாளில் திருச்சி மாவட்டத்தில் டால்மியாபுரம் ஊர் பெயரானது கல்லக்குடி என மாற்றம் செய்யக் கோரியும் மும்முனைப் போராட்டம் அறிவித்தது. தமிழ்நாடு எங்கும் பரபரப்பை ஏற்படுத்தியது.

சென்னையில் பேரறிஞர் அண்ணா, ஈ.வே.கி. சம்பத், நாவலர், என்.வி.நடராஜன், கே.ஏ.மதியழகன் ஆகியோர் கட்சி அலுவலகத்தில் கைது செய்யப்பட்டனர்.

இதுகுறித்து செய்தி வெளியிட்ட ஏடுகள் தி.மு.க.வின் ஐம்பெரும் தலைவர்கள் கைது என்று செய்தி வெளியிட்டன. அதிலிருந்து தான் தி.மு.க. வின் ஐம்பெரும் தலைவர்கள் என்று இவர்கள் அநேகத் தோழர்களால் அழைக்கப்பட்டனர்.

ராஜாஜி வீட்டின் முன்பு மறியல் செய்த தி.மு.க. அணி சத்தியவாணி முத்து அம்மையார் தலைமையில் சென்ற போது 40 பேர் கைது செய்யப் பட்டனர்.

அதே நாளில் தூத்துக்குடியில் ரயில் மறியல் செய்த தி.மு.க. தொண்டர்கள் மீது துப்பாக்கிச் சூடு நடத்தி 4 பேர் உயிரைப் பறித்தது ராஜாஜி சர்க்கார். 50 பேர் படுகாயம் அடைந்தனர்.

டால்மியாபுரம் என்ற பெயரை கல்லக்குடி என்று மாற்றக்கோரி கல்லக்குடியில் ரயில் மறியல் போராட்டம் நடத்திய கலைஞர் கைது செய்யப்பட்டார். அந்தப் போராட்டக் களத்தில் போலீஸ் துப்பாக்கிச் சூட்டில் இருவர் பலியானார்கள்.

தந்தை பெரியார் பிரகடனம் செய்தவாறு 20-7-1953 அன்று பள்ளிகள் முன்பு குலக்கல்வியை எதிர்த்து ஆயிரக்கணக்கான ஊர்களில் நடந்த மறியல் போராட்டம் பெரு வெற்றி பெற்றது. பெரியாரின் போராட்டம் மக்கள் போராட்டமாக வெடித்தது.

நாடெங்கும் ராஜாஜிக்கு எதிர்ப்பு கிளம்பியது. காங்கிரஸ் கட்சிக் குள்ளும் இது எதிரொலித்தது. சென்னை மாநில முன்னாள் முதல்வர் ந.பி. இராமசாமி ரெட்டியார், சென்னை மேயர் செங்கல்வராயன், பத்திரிகை யாளர் டி.எஸ்.சொக்கலிங்கம் போன்ற காங்கிரஸ் தலைவர்களும் ராஜாஜியின் குலக்கல்வியை திரும்பப் பெற வலியுறுத்தினார்கள்.

காந்திய அறிஞர் ஜே.சி. குமரப்பா, விஞ்ஞானி ஜி.டி. நாயுடு, டாக்டர் லட்சுமணசாமி முதலியார் போன்றோரும் எதிர்ப்பு தெரிவித்தனர்.

சட்டமன்றத்தில் குலக்கல்வித் திட்டத்தை நிறுத்தி வைத்து ஒரு நிபுணர் குழு அமைத்து பரிசீலனைக்கு அனுப்ப வேண்டுமென்று ஒரு தீர்மானம் கொண்டு வரப்பட்டது.

தீர்மானத்திற்கு ஆதரவாக 139 வாக்குகளும் எதிராக 137 வாக்குகளும் விழுந்தன. இரண்டு வாக்குகள் வித்தியாசத்தில் ராஜாஜி அரசு தோல்வி அடைந்தது. எனவே ராஜாஜி அரசு பதவி விலக வேண்டும் என்று சட்ட மன்றத்தில் எதிர்க்கட்சிகள் குரல் கொடுத்தன.

அந்த நேரத்தில் சட்டமன்றத்தில் எதிர்க்கட்சியாக இருந்த கம்யூனிஸ்ட் கட்சி சார்பில், புதிய கல்வித் திட்டத்தை அதாவது குலக்கல்வித் திட்டத்தை அரசு கைவிட வேண்டும் என்று பலரும் கம்யூனிஸ்ட் கட்சியை வலியுறுத்தினார்கள். ஆனால் கம்யூனிஸ்ட் கட்சி தனது தீர்மானத்தைக் கைவிட மறுத்துவிட்டது.

தீர்மானம் வாக்கெடுப்புக்கு விடப்பட்ட போது ஆதரவாக 138 வாக்கு களும் எதிராக 138 வாக்குகளும் விழுந்தன. இறுதியில் சட்டமன்ற தலைவர் தன்னுடைய வாக்கை அரசுக்கு ஆதரவாக அளித்து அரசை வெற்றி பெறச் செய்து கம்யூனிஸ்ட் தீர்மானத்தை தோற்கடித்தார்.

கம்யூனிஸ்ட் தீர்மானம் தோற்கடிக்கப்பட்டதால் ராஜாஜி அரசு பிழைத்து விட்டது. கம்யூனிஸ்ட் கட்சி தனது தீர்மானம் வெற்றி பெறுவதற்கு முயற்சி செய்யவில்லை.

கம்யூனிஸ்ட் கட்சி எம்.எல்.ஏ.க்கள் பலர் அன்று அவைக்கு வரவில்லை. சட்டமன்ற எதிர்க்கட்சித் தலைவரும் கம்யூனிஸ்ட் சட்டமன்ற கட்சித் தலைவருமான தோழர் பி. இராமமூர்த்தியும் சட்டமன்றம் செல்லவில்லை.

இந்த நிலையில்தான் கம்யூனிஸ்ட் கட்சி, ராஜாஜி அரசின் குலக்கல்வித் திட்டத்திற்கு எதிராகக் கொண்டு வந்த தீர்மானம் தோல்வி அடைந்தது. ராஜாஜி இதனால் உற்சாகம் அடைந்தார்.

கம்யூனிஸ்ட் கட்சியைக் கடுமையாக எதிர்த்து வந்த ஆச்சாரியார் அதன் பிறகு தனது எதிர்ப்பை குறைத்துவிட்டார். வரலாற்றில் கம்யூனிஸ்ட் கட்சி அப்போது செய்த தவறு இது. தந்தை பெரியாரை சமாளிக்க வேண்டும் என்பதற்கு ராஜாஜி திட்டம் தீட்டினார்.

குலக்கல்வி எதிர்ப்புக் கிளர்ச்சி நடத்திய திராவிடர் கழக தோழர்கள் மீது காங்கிரஸ்காரர்கள் தாக்குதல்கள் நடத்தினார்கள். காங்கிரஸ்காரர்கள் கலகம் செய்தால் காவல்துறை தலையிடாது என்று வெளிப்படையாகவே ராஜாஜி அறிவித்தார்.

ராஜாஜியின் அரசு காலித்தனத்திற்கு பச்சைக்கொடி காட்டியதால், பார்ப்பனர்களும் ஆச்சாரியார் அடிவருடிகளும் துணிவு பெற்றார்கள். இதன் உச்சகட்டமாக திருச்சி பெரியார் மாளிகைக்கு தீ வைத்திட துணிந்து விட்டனர்.

அங்கிருந்து கழகத் தோழர்கள் அந்தச் சமூக விரோதிகளை பெட்ரோல் தீ பந்தத்துடன் கையும் களவுமாகப் பிடித்து வைத்தனர்.

சுற்றுப்பயணத்தில் இருந்த தந்தை பெரியார் உடனடியாகத் திரும்பினார். காவல்துறையில் கொடுக்கப்பட்ட புகார் குப்பைக் கூடைக்குள் போனது.

ராஜாஜி கொக்கரித்தார். இப்போது நடப்பது தேவர் அசுரர் போராட்டம் என்று குலக்கல்வி எதிர்ப்பு போராட்டத்தை ராஜ கோபாலாச்சாரியார் வர்ணித்தார்.

தந்தை பெரியார் பதிலடி கொடுத்தார். ஆம்... இது ஆரிய திராவிடப் போராட்டம் தான் என்று விடுதலையில் எழுதினார்.

ராஜாஜி சர்க்கார் எல்லை மீறி போனபோது தான் 1953 நவம்பர் மாதத்தில் சேலம் மாவட்டம் ஆத்தூரில் நடந்த சுயமரியாதை இயக்க திராவிடர் கழக மாநாட்டில் திராவிடர் கழகத்தினர் கத்தி வைத்துக் கொள்ள வேண்டும் என்று தீர்மானம் நிறைவேற்றப்பட்டது.

அக்ரஹாரத்தைக் கொளுத்துவோம். அதன் பிறகும் ராஜாஜி அரசு அடக்குமுறையை நிறுத்தவில்லை. அப்போதுதான் தந்தை பெரியார் ஒரு அறிவிப்பை வெளியிட்டார்.

இதுவரை சட்டத்திற்கு உட்பட்டு போராடி வந்த நான் இனி சட்டத்தை மீறியாவது குலக்கல்வியை ஒழிக்க வேண்டிய கட்டாயத்தில் இருக்கிறேன்.

பெட்ரோலும் தீப்பந்தமும் கையில் வைத்துக் கொள்ளுங்கள். நான் அறிவிக்கும்போது அக்ரஹாரத்தைக் கொளுத்துங்கள் என்று பெரியார் ஆணையிட்டார்.

இது மாதிரியெல்லாம் அறிவிக்கின்ற துணிச்சல் இந்திய வரலாற்றில் தந்தை பெரியாரைத் தவிர வேறு எந்தத் தலைவரிடமும் காண முடியாது.

பெரியாரின் அறிவிப்பில பார்ப்பனர்கள் நடுங்குகிறார்கள். "திருப்பித் தாக்குங்கள்" என்று கல்கி கிருஷ்ணமூர்த்தி எழுதி பார்ப்பனர்களை தூண்டி விட்டார். இந்து பத்திரிக்கை துள்ளிக் குதித்தது. பெரியார் கூறியபடி ஆரிய திராவிடப் போர் உக்கிரமானது.

பெரியார் நடத்தியப் போராட்டங்களால் காங்கிரஸ் கட்சிக்கு உள்ளேயே ராஜாஜிக்கு எதிர்ப்பு தீவிரமானது. பெருந்தலைவர் காமராஜர் தந்தை பெரியாரின் போராட்டம் நியாயமானது என்பதை உணர்ந்தார்.

"குலக்கல்வித் திட்டம் உருப்படாது. பயனும் அளிக்காது" என்று பேசத் தொடங்கினார் காமராஜர். ஓமந்தூரார் "தற்போதுள்ள படிப்பும் இல்லாமல் போய்விடும்" என்று கூறினார்.

உழைப்பாளர் கட்சித் தலைவரும், பின்னாளில் திமுக வின் முக்கிய தளகர்த்தராக பேரறிஞர் அண்ணாவுக்கு துணையாக நின்றவருமான

ஏ.கோவிந்தசாமி, சட்டமன்றத்தில் புதிய கல்வித் திட்டத்தை புகுத்திய ராஜாஜியை கடுமையாக எதிர்த்தார்.

ராஜாஜிக்கு எதிராக காங்கிரஸ் சட்டமன்ற உறுப்பினர்களும், டாக்டர் வரதராஜுலு நாயுடுவும் பிரதமர் பண்டித நேருவிடம் புகார் அளித்தனர்.

ராஜாஜி அரசுக்கு பெரும் நெருக்கடி ஏற்பட்டது. பிரதமர் நேரு ராஜாஜியை முதல்வராக தொடர அனுமதி அளித்தாலும் நிலைமை இங்கு சரியில்லை.

குலக்கல்வித் திட்டத்தை அடியோடு ஒழித்துக்கட்ட தந்தை பெரியார் இறுதியாகப் போராட்டம் அறிவிக்க முடிவு செய்து, போராட்டத்தில் கலந்து கொள்ள திராவிடக் கழகத் தோழர்கள் இரத்தத்தில் கையெழுத் திட்டு அனுப்புங்கள் என்று ஆணை பிறப்பித்தார். திராவிடர் கழகத்தினர் இரத்தக் கையெழுத்து போட்டு அனுப்பிய கடிதங்கள் குவிந்தன.

இந்த நிலையில்தான் ஈரோட்டில் 1954 ஜனவரி 23, 24-ஆம் தேதிகளில் புத்தர் கொள்கை பிரச்சார மாநாடு - குலக்கல்வி எதிர்ப்பு மாநாட்டை பெரியார் நடத்தினார்.

அண்ணாமலைப் பல்கலைக்கழக முன்னாள் துணைவேந்தர் எஸ்.ஜி.மணவாள ராமானுஜர் தலைமையில் நடந்த அந்த மாநாட்டில் மூன்று மாதத்திற்குள் புதிய கல்வித் திட்டத்தை ராஜாஜி அரசு திரும்பப் பெற வேண்டும் என்று கெடு விதித்து தீர்மானம் நிறைவேற்றப்பட்டது.

1954 மார்ச் 27, 28-ஆம் தேதிகளில் நாகப்பட்டினம் அவுரிதிடலில் சென்னை மாநில விவசாய மாநாடு நடந்தது. மாநாடு முடிந்து மறுநாள் பெரியார் அறிவித்தவாறு குலக்கல்வி எதிர்ப்புப்படை தஞ்சை மாவட்ட திராவிடர் கழகத் தலைவர் நீடாமங்கலம் ஆறுமுகம் தலைமையில் புறப்பட்டது.

நாகையிலிருந்து சென்னை வரை சென்ற குலக்கல்வி எதிர்ப்புப் படை செல்லும் வழியெல்லாம் ராஜாஜியின் குடிகெடுக்கும் குலக்கல்வித் திட்டத்தின் தீய நோக்கத்தை மக்களிடம் பரப்புரை மேற்கொண்டது.

ராஜாஜியின் குலக்கல்வித் திட்டத்திற்கு எதிராக பெரியார் மூட்டிய தீ பற்றி எரிந்தது. வேறு வழியில்லாமல் ராஜாஜி முதல்வர் பதவியிலிருந்து

விலக வேண்டிய நிலை ஏற்பட்டு விட்டது. குலக்கல்வித் திட்டத்தை வடித்துக் கொடுத்த கல்வி ஆலோசகர் இராமச்சந்திரன் பதவி விலகினார்.

காங்கிரஸ் சட்டமன்ற புதிய தலைவரைத் தேர்வு செய்ய காங்கிரஸ் எம்.எல்.ஏ.க்கள் கூட்டம் கூடியது. முதல்வர் பதவிக்கு போட்டியிட்ட பெருந்தலைவர் காமராஜர் 93 வாக்குகள் பெற்று வெற்றி பெற்றார்.

அவரை எதிர்த்து ராஜாஜி ஆதரவுடன் போட்டியிட்ட சி. சுப்பிர மணியம் 41 வாக்குகள் மட்டுமே பெற்று தோல்வி அடைந்தார்.

பெருந்தலைவர் காமராஜர் முதல்வர் பதவி ஏற்ற நிலையில் நாகப்பட்டினத்திலிருந்து புறப்பட்ட குலக்கல்வி திட்ட எதிர்ப்புப் படை 600 மைல்கள் பிரச்சார பயணம் மேற்கொண்டு மக்களிடையே எழுச்சி ஏற்படுத்தி சென்னை வந்தடைந்தது.

முதல்வர் காமராஜர் அவர்களை சென்னை கோட்டையில் குலக்கல்வி எதிர்ப்புப் படையின் சார்பில் நீடாமங்கலம் அ. ஆறுமுகம், படைத்தளபதி டி.வி.டேவிஸ், க. ராஜாராம், எம்.கே. டி. சுப்பிரமணியம், டி.எஸ். சண்முகம் ஆகியோர் சந்தித்தனர்.

அவர்களை அன்போடு வரவேற்ற முதல்வர் காமராஜர் உங்கள் கோரிக்கையை இந்த அரசு நிறைவேற்றும் என்று தந்தை பெரியாரிடம் கூறுங்கள் என்றார்.

தந்தை பெரியாரின் போராட்டத்திற்கு வெற்றி பெறும் சூழலும் கனிந்தது. 1954 மே 18-ஆம் தேதி குலக்கல்வித் திட்டத்தை திரும்பப் பெறு வதாக முதலமைச்சர் காமராஜர் அறிவித்தார்.

ராஜாஜிக்கு ஆதரவாக ஓராண்டு காலமாக எந்த சி.சுப்பிரமணியம் குலக்கல்வித் திட்டத்தை ஆதரித்துப் பேசினாரோ அவரையே கல்வி அமைச்சராக்கி அவர் வாயாலேயே திரும்பப் பெறுகிறோம் என்று சட்டப் பேரவையில் அறிவிக்கச் செய்தார் காமராஜர்.

தி.மு.க.வின் முதல் சட்டமன்றப் பிரவேசம்

1957ம் ஆண்டு தேர்தல் நெருங்கியபோது சென்னை மாகாணத்தின் நிலப்பரப்பு பல வகைகளில் மாறியிருந்தது.

1953ல் ஆந்திரப் பிரதேசம் தனி மாநிலமாக உருவானபோது, சென்னை மாகாணத்தின் தெலுங்கு பேசும் மாவட்டங்கள் அதனுடன் சென்றன. பிறகு கன்னடம் பேசும் பகுதிகள் மைசூருடன் இணைந்தன.

1956ல் மாநில மறுசீரமைப்புச்சட்டம் அமலுக்கு வந்தபோது மலபார் கேரளாவுடன் இணைக்கப்பட்டது. கன்னியாகுமரி, செங்கோட்டை ஆகியவை தமிழ்நாட்டுடன் இணைக்கப்பட்டன.

இதனால் 375 இடங்களைக் கொண்டிருந்த சென்னை மாகாண சட்டப் பேரவை உறுப்பினர்களின் எண்ணிக்கை 205 ஆகக் குறைந்தது. அதாவது மொத்தம் 167 சட்டப்பேரவைத் தொகுதிகள். இவற்றில் 38 தொகுதிகள் இரட்டை உறுப்பினர் தொகுதிகள். ஆகவே மொத்தமாக 205 தொகுதிகள்.

முதலாவது சட்டமன்றத் தேர்தல் முடிந்தது. 1952ல் ராஜாஜி முதல்வராயிருந்தார். ஆனால் குலக்கல்வித் திட்டம் என்று எதிர்க்கட்சிகளால் விமர்சிக்கப்பட்ட "அரை நாள் பள்ளி... அரை நாள் வேலைத் திட்டம்"

அவருக்கு பெரும் எதிர்ப்பை கொண்டு வந்து சேர்த்திருந்தது. ஆட்சிக்கு வெளியில் மட்டுமில்லாமல் கட்சிக்குள்ளேயும் எதிர்ப்புகள் தீவிரமாகி யிருந்தன.

இதனையடுத்து 1954ல் அவர் பதவியைவிட்டு விலகிவிட கு.காமராஜர் முதலமைச்சராக பதவியேற்றார்.

தான் முதல்வராகப் பதவியேற்றவுடன் அரை நாள் கல்வித்திட்டத்தை நீக்கியதோடு சில இடங்களில் அமல்படுத்தப்பட்டிருந்த பள்ளிக் குழந்தைக்கான மதிய உணவுத்திட்டமும் அவருக்கு பெரும் செல்வாக்கை சேர்த்திருந்தன.

தவிர திராவிடர் கழகத் தலைவர் பெரியாரும் காமராஜரை ஆதரித்தார். அவரது நாளிதழ் வழியே பிரச்சாரமும் செய்தார்.

1949ல் கட்சியைத் துவங்கியிருந்த தி.மு.க. 1952-ஆம் ஆண்டுத் தேர்தலில் போட்டியிடவில்லை. அதற்கு அடுத்து வரவிருந்த பொதுத் தேர்தலில் போட்டியிட கட்சியில் பலரும் விரும்பினர்.

இதையடுத்து 1956-ஆம் ஆண்டு மே மாதம் திருச்சியில் நடந்த திமுக மாநாட்டில் தேர்தலில் போட்டியிடலாமா வேண்டாமா எனக் கேட்டு வாக்கெடுப்பு நடத்தியது அக்கட்சி. அந்த வாக்கெடுப்பில் அதிக உறுப்பினர் கள் போட்டியிடலாம் என வாக்களித்தனர். ஆகவே தேர்தல் களத்தில குதிக்க முடிவெடுத்தது தி.மு.க.

காங்கிரஸ், தி.மு.க. தவிர ராஜாஜியின் ஆதரவைப் பெற்ற காங்கிரஸ் சீர்திருத்தக் கமிட்டி இந்திய கம்யூனிஸ்ட் கட்சி, பார்வர்டு பிளாக் பிரஜா சோஷலிஸ்ட் கட்சி, சோஷலிஸ்ட் கட்சி உள்ளிட்ட கட்சிகள் இந்தத் தேர்தலில் களத்தில் இருந்தன.

இதில் காங்கிரஸ் சீர்திருத்தக் கமிட்டி, கம்யூனிஸ்ட் கட்சி, பார்வர்டு பிளாக் ஆகிய கட்சிகள் தங்களுக்குள் ஒரு புரிதலை ஏற்படுத்திக் கொண்டு வேட்பாளர்களை நிறுத்தின.

இந்தத் தேர்தலில் காங்கிரஸ் தனது சாதனைகளை முன்வைத்து வாக்குகளைக் கோரியது.

தி.மு.க.வின் திராவிட நாடு கோரிக்கையை காங்கிரஸ், கம்யூனிஸ்ட் ஆகிய இரு கட்சிகளும் கடுமையாக விமர்சித்தன.

காங்கிரஸ் இந்தத் தேர்தலில் வலுவாகக் காட்சியளிக்க, கடந்த தேர்தலில் எதிர்க்கட்சி நிலையில் இருந்த இந்திய கம்யூனிஸ்ட் கட்சி மிகவும் பலவீனமான நிலையில் இருந்தது.

இந்தத் தேர்தலில் காங்கிரஸ் 204 இடங்கள் போட்டியிட்டது. கம்யூனிஸ்ட் கட்சி 58 இடங்களில் வேட்பாளர்களை நிறுத்தியது. பிரஜா சோஷலிஸ்ட் கட்சி 23 இடங்களில் போட்டியிட்டது. திமுக.வின் சார்பில் 124 பேர் போட்டியிட்டனர்.

1957 மார்ச் மாதத்தில் மக்களவைத் தேர்தலோடு சேர்த்து சென்னை மாகாண சட்டப்பேரவைக்கும் வாக்குப் பதிவு நடைபெற்றது.

தேர்தல் முடிவுகள் வெளிவந்தபோது ஆசுவாசமும் ஆச்சர்யமும் காத்திருந்தன.

கடந்த தேர்தலில் பெரும்பான்மையைப் பெறாத காங்கிரஸ் கட்சி இந்தத் தேர்தலில் 151 இடங்களில் வெற்றி பெற்றது. அறுதிப் பெரும் பான்மை பெற்றிருந்தது. கடந்த தேர்தலில் 62 வெற்றி பெற்றிருந்தது இந்திய கம்யூனிஸ்ட் கட்சி.

ஆனால் அக்கட்சிக்கு ஆறுதலாக இருந்த பகுதிகள் ஆந்திராவோடு பிரிந்து சென்றுவிட, இந்த முறை வெறும் 4 இடங்களிலேயே அது வெற்றி பெற்றிருந்தது.

காங்கிரஸ் சீர்திருத்தக் கமிட்டி, பிரஜா சோஷலிஸ்ட் கட்சி, பார்வர்டு பிளாக், சோஷலிஸ்ட் கட்சி ஆகியவை இணைந்து 15க்கும் மேற்பட்ட இடங்களைப் பிடித்திருந்தன.

போட்டியிட்ட முதல் தேர்தலிலேயே திமுக வின் சார்பில் 15 உறுப்பினர்கள் வெற்றி பெற்றிருந்தனர்.

சி.என். அண்ணாதுரை, மு. கருணாநிதி, அன்பழகன் உள்ளிட்ட முக்கியத் தலைவர்கள் வெற்றிப் பட்டியலில் இருந்தனர்.

எல்லா வேட்பாளர்களுக்குமே பொதுவாக சின்னம் கிடைக்காத நிலை யிலும் கிடைத்த இந்த வெற்றி, அரசியல் களத்தில் பெரும் ஆச்சரியத்தை ஏற்படுத்தியிருந்தது.

முதலமைச்சரான காமராஜர் சாத்தூர் தொகுதியிலிருந்து வெற்றி

பெற்றிருந்தார். தி.மு.க. பொதுச்செயலாளர் சி.என். அண்ணாதுரை காஞ்சிபுரத்திலிருந்து வெற்றி பெற்றிருந்தார்கள்.

கம்யூனிஸ்ட் கட்சியைச் சேர்ந்த எம்.கல்யாணசுந்தரம் திருச்சி தொகுதியிலிருந்தும், எம். பக்தவச்சலம் திருப்பெரும்புதூரிலிருந்தும், சாத்தான்குளத்திலிருந்து சி.பா. ஆதித்தனாரும், மேலூரிலிருந்து பி.கக்கனும், முதுகுளத்தூரிலிருந்து பசும்பொன் முத்துராமலிங்கத் தேவரும் வெற்றி பெற்றிருந்தனர்.

வெற்றிக்குப் பின் காமராஜர் அமைத்த அமைச்சரவையில் அவரைத் தவிர ஏழு பேர் மட்டுமே இடம்பெற்றிருந்தனர். எம். பக்தவச்சலம் உள்துறைக்கும், சி.சுப்பிரமணியம் நிதித்துறைக்கும் பொறுப்பேற்றனர். கக்கன், பொதுப்பணித்துறை அமைச்சராகப் பதவியேற்றார்.

◻

காமராஜர் ஏன் தென்னாட்டு காந்தி?

காந்தியின் பிறந்த தினத்தன்று காமராஜர் இறந்தது எதிர்பாராமல் நிகழ்ந்ததாக இருந்தாலும் இதன் மூலம் வரலாறு அவர்கள் இருவரின் பிணைப்பை நமக்கு உணர்த்துகிறது.

காந்தியக் கொள்கைகளை தனது இறுதி மூச்சு வரை இறுகப் பிடித்து வாழ்ந்தவர் காமராஜர். எளிமையாகச் சொல்ல வேண்டுமானால் காந்தியத்தின் கடைசித் தூண்களுள் ஒன்று சாய்ந்துவிட்டது என காமராஜரின் மறைவை விவரிக்க முடியும்.

தமிழக அரசியலிலும் தேசிய அரசியலிலும் செல்வாக்கு மிக்க அரசியல் தலைவராக விளங்கிய காமராஜர் நேர்மை எளிமை தூய்மை ஆகிய வற்றைத் தாரக மந்திரமாகப் பின்பற்றினார். இவற்றையெல்லாம் வலியுறுத்திய காந்தியின் கொள்கைகளைப் பின்பற்றி அவர் பிறந்த நாளில் மறைந்து அவரோடு இரண்டறக் கலந்து விட்டார்.

காந்தி வழியில் வாழ்ந்து காந்தியத்தின் உன்னதத்தை உணர்ந்து வாழ்ந்த தால் அவர் தென்னாட்டு காந்தி என்று அழைக்கப்பட்டார்.

16 வயதில் தந்தையை இழந்த காந்தி தாய் புத்திலிபாயின் அரவணைப்பில் வளர்கிறார். வழக்கறிஞர் படிப்பிற்காக இங்கிலாந்திற்கு

சென்ற போதும்கூட தன் தாயாருக்கு அளித்த சத்தியத்தின்படி வாழ்நாள் முழுக்க தனிமனித ஒழுக்கத்தை கடைபிடித்தார். காமராஜர் தனது ஆறு வயதில் தந்தை குமாரசாமியை இழந்தார். தாயார் சிவகாமி அம்மை யாரின் அன்பில் வளர்ந்தார்.

பிரிட்டிஷ் அரசாங்கம் கொண்டு வந்த உப்பு சட்டத்தை எதிர்த்து 1930-ஆம் ஆண்டு உப்பு சத்தியாகிரகத்தை நடத்தினார் காந்தி. தமிழ் நாட்டில் திருச்சி முதல் வேதாரண்யம் வரை நடந்து சென்ற அந்த போராட்டத்தில் காமராஜரும் கலந்து கொண்டு கைதானார். இரண்டு வருட சிறை, காமராஜரின் முதல் சிறைவாசத்துக்கும் பொது வாழ்க்கைக் கும் தெரிந்தோ, தெரியாமலோ பிள்ளையார் சுழி போட்டவர் காந்தி.

அதிகப்படியான உணவு நோயைக் கொண்டு வரும் என்று நம்பிய காந்தி வாரம் ஒருநாள் உண்ணா நோன்பினை கடைப்படித்து வந்தார். காமராஜரும் அப்படித்தான். உணவில் பெரிய அளவில் ஆர்வம் காட்டாதவர். சைவ உணவுப் பிரியர்.

அப்போது சுதந்திர இந்தியா இயக்கத்தை முன்னெடுக்கும் வகையில் மதுரைக்கு காந்தி வருகை புரிந்தார். அப்போதுதான் காமராஜர் காந்தி இடையிலான முதல் சந்திப்பு நடைபெற்றது. அப்போது காமராஜர் காங்கிரஸில் சேர்ந்து இரண்டு ஆண்டுகளே ஆகியிருந்தன.

நேர்மையுடன் சத்திய நெறிகளை பிறழாமல் பொதுவாழ்க்கையில் ஒளிவு மறைவின்றி வாழ்ந்தவர் காந்தி. தனக்கென பெரிதாக எதையும் சேர்த்துக் கொள்ள விரும்பாதவர். காந்தியவாதியான காமராஜரும் அப்படித்தான்.

பொது வாழ்வில் நேர்மையாகவும் எளிய வாழ்க்கையும் சத்தியத்தையும் காத்து வாழ்ந்தவர் காமராஜர். இருவருக்குமே பதவி ஆசை என்பது இருந்ததில்லை. எந்த பதவியையும் தேடிச் சென்றதுமில்லை. அதனால்தான் காமராஜர் தென்னாட்டு காந்தி என அழைக்கப்படுகிறார்.

தன்னைத்தானே தூய்மைப்படுத்திக் கொள்பவனும் சுயமாகத் தியாகம் செய்யக் கூடியவனுமான இந்தியனே தான் பிறந்த நாட்டுக்கு உற்ற துணையாக இருக்க முடியும் என்ற காந்தியத் தத்துவத்திற்கே உதாரணமாக இருந்தவர் காமராஜர்.

மாற்றுமுகாமிலிருந்து மாலையிடப்பட்ட காமராஜ்

தமிழக வரலாற்றில் காமராஜர் தலைமையில் காங்கிரஸ் ஆண்ட பத்து ஆண்டுகள் ஒரு பொற்காலமாகவே பலராலும் போற்றப்படுகிறது. தமிழக வரலாறு புவியியல் ரீதியாக வலுப்பெற்ற காலகட்டம் காமராஜர் ஆட்சியில்தான்.

காங்கிரஸின் பரம எதிரியான திராவிட இயக்கங்கள், அரசியல் மேடைகளில் அவரை வரிந்து கட்டி தாக்கினாலும் தனிப்பட்ட முறையில் அவர் மீது நன்மதிப்பு கொண்டிருந்தனர்.

பெரியார், அண்ணா, கருணாநிதி, எம்.ஜி.ஆர் என வரிசைத் தலைவர்கள் காமராஜரை நேசித்ததும் அரசியல் கண்ணியத்திற்கு என்றும் அழியாத சாட்சிகள்.

காங்கிரசும், அண்ணா தலைமையிலான திமுக.வும் அரசியல் களத்தில் கனல் கிளப்பி வந்த 60களில் எம்.ஜி.ஆரை மையமாகக் கொண்டு தி.மு.க. வில் ஒரு புயல் கிளம்பியது.

அண்ணாவின் தலைமையிலான தி.மு.க.வில் முக்கிய தலைவர்கள் வரிசையில் கொண்டாடப்பட்ட எம்.ஜி.ஆர், எதிர் கூடாரத்திலிருந்த காமராஜர் மீது கொண்ட காதலுக்கு அந்த சம்பவம் சாட்சியானது.

கருத்தியல் ரீதியாக எம்.ஜி.ஆரை திமுக விடமிருந்து தனிமைப்படுத்திய அந்த சம்பவம் ஒரு வரலாற்று நிகழ்வும் கூட. திமுகவில் ஒரு பெரிய புயலை கிளப்பிய அந்த சம்பவம் நிகழ்ந்தது. 1965-ஆம் ஆண்டு காமராஜரின் 62வது பிறந்தநாள் விழாவின் போது.

சென்னை எழும்பூர் பெரியார் திடலில் நடந்த அந்த விழாவிற்கு சிறப்பு விருந்தாளியாக அழைக்கப்பட்டிருந்த எம்.ஜி.ஆர் மேடையில் சற்று உணர்ச்சி வசப்பட்ட பின்னாளில் அது பெரும் சலசலப்பை திமுகவில் உருவாக்கியது.

எம்.ஜி.ஆரின் சர்ச்சைக்குரிய உரை இதுதான்....

காமராஜரின் பிறந்த தின விழாவில் நானும் கலந்து கொண்டு அவரை வாழ்த்தி, அவர் நீடூழி வாழ வேண்டும் என்று வாழ்த்தும் வாய்ப்பு எனக்கு கிடைத்தமைக்குப் பெருமைப்படுகிறேன்.

தலைவர் காமராஜர், தோழர் காமராஜர், அய்யா காமராஜர் என்று பலர் அழைக்கும் நிலையை காமராஜர் அடைந்திருக்கிறார். எல்லோராலும் பாராட்டப்பட வேண்டியவர். பாராட்ட வேண்டும். நல்ல உள்ளம் கொண்டவர்களை எல்லோரும் பாராட்டித்தான் தீரவேண்டும். மனிதனை மனிதன் பாராட்ட வேண்டும். நல்லவனை நல்லவன் பாராட்ட வேண்டும்.

கொள்கைக்காக வாழ்கிறவனை கொள்கைக்காக வாழ்கிறவர்கள் பாராட்டியாக வேண்டும். பின் யாரை மதிக்கிறார்களோ அவர்களைப் பாராட்டியாக வேண்டும். இந்த நிலை மாறும்போது அருவருப்பான சூழ்நிலை ஏற்படுகிறது.

நண்பர் சிவாஜி கணேசன் ஒரு கட்சியில் (தி.மு.க.) இருந்து விட்டுப் போனார். அவருடைய கட்டபொம்மன் நாடகத்திற்கு எங்கள் தலைவர் அண்ணா போய் எங்கிருந்தாலும் வாழ்க என்று வாழ்த்தினார். சிவாஜி நம்மை விட்டுப் போய்விட்டாரே என்ற எண்ணத்திற்கே அங்கு இடமில்லை. அதுதான் நல்ல பண்பு.

காமராஜர் என்னை விட்டுப் போகவில்லை. நான் அவரை விட்டு வந்தவன் (எம்.ஜி.ஆர் ஆரம்பத்தில் காங்கிரசில் இருந்தவர்). நான் காமராஜரைப் பாராட்டி பேச வந்ததற்கு வேறு உள் காரணங்கள் தேடினாலும் கிடைக்காது.

காமராஜர் வாழ்ந்தால் யாருக்கு லாபம்? வாழாமல் இருந்தால் யாருக்கு லாபம்? காமராஜர் ஒரு ஏழையாக வளர்ந்திருக்கிறார். யாரும் மேடையில் ஏறி அவர் சொத்து சேர்த்திருக்கிறார் என்று சொல்ல முடியுமா?

தன்னை ஈன்றெடுத்த தாய் நோய்வாய்ப்பட்டிருந்தாலும் அவரை 10 நிமிடங்கள் 5 நிமிடங்களுக்கு மேல் இருந்து பார்ப்பதில்லை. தன் தாயை ஈன்ற இந்த நாட்டின் கடமைகளை விடாமல் செய்து வருகிறார்.

காமராஜரைப் புகழ்வதால் யாருக்கு நஷ்டம்? நான் ஒரு கலைஞன். திமுக பொதுக்குழு உறுப்பினர். அண்ணா வழியில் நடப்பவன். அவர் கொள்கை எனது உயிர். அப்படிப்பட்ட நான் காமராஜரையும் அய்யாவை யும் (பெரியார்) பாராட்டாமல் வேறு யாரைப் பாராட்ட முடியும்?

இதே மேடையில் தான் பெரியாரைப் பாராட்டிப் பேசினேன். நமது தலைவர் காமராஜரைப் பாராட்டிப் பேசுகிறேன். நமது தலைவர் என்று நான் சொல்வது மக்கள் ஏற்ற தலைவர் அவர். அதனால் நமது தலைவர் என்று சொல்கிறேன்.

காமராஜர் இரவு பகல் பாராமல் பாடுபடுகிறார். அவரை ஏன் பாராட்டக் கூடாது? பின் கொள்கையைக் கடைபிடிப்பதிலும் ஏன் இந்த இலக்கணத்தைப் பின்பற்றக்கூடாது? எங்கெங்கு நல்லது இருந்தாலும் அதனை சீர்தூக்கிப் பார்க்க வேண்டும்.

ஏழைகளுக்கும் பின்தங்கிய மக்களுக்கும் உயர்ந்த நிலையை உருவாக்கித் தந்தவர் காமராஜர். ஏழைகளை வாழ வைக்க வேண்டும் என்று காமராஜர் சொல்கிறார். நானும் அதைத்தான் சொல்கிறேன். என் கட்சியும் அதைத்தான் சொல்கிறது. அதனால் அவருக்கு மாலையிடுகிறேன்.

பண்புள்ளவன் பகுத்தறிவுள்ளவன் அண்ணா வழியில் நடப்பவன் மாலை இடுகிறான். காமராஜர் நேரில் இருந்திருந்தால் மாலைகளைக் குவித்திருப்பேன். ஏழைகளின் நல்வாழ்வுக்காக காமராஜர் தன்னையே தியாகம் செய்து கொண்டவர்.

அவருடைய லட்சியத்தில் யாருக்கும் கருத்து வேறுபாடு இருக்க முடியாது. அவர் மேற்கொண்டுள்ள லட்சியம் தான் நம்முடைய வழி.

நான் நாடோடி மன்னன் படத்தில் சொன்ன கருத்துக்கள் போட்ட

சட்டங்கள் அனைத்தையும் காமராஜர் அமல்படுத்தி வருகிறார். எல்லோருக்கும் இலவச கல்வி என்றேன். அது நடந்து வருகிறது.

உயர்ந்த குடும்பத்தைச் சேர்ந்தவர்களுக்குத்தான் எல்லா வசதியும் என்று இருந்த நிலைமையை மாற்றி தாழ்ந்த வகுப்பினரும் எல்லாவற்றிலும் எங்கும் முதலிடம் என்று அமைத்தவர் காமராஜர்.

இங்கு காமராஜரை சந்தனக் கட்டைக்கு ஒப்பிட்டுப் பேசினார்கள். நான் இதை ஏற்க விரும்பவில்லை. ஏனென்றால் சந்தனக்கட்டையை அரைக்க அரைக்க மணம் வீசுவது உண்மை. ஆனால் அது தேய்ந்து மறைந்து விடுகிறது.

ஆகவே சந்தனக்கட்டைக்கு ஒப்பிட்டுப் பேசுவது முறையல்ல. சரியல்ல. என்னைப் பொறுத்தவரை காமராஜரை நான் உதயசூரியனுக்கு ஒப்பிடுகிறேன். சூரியன் கிழக்கிலிருந்து உதித்து மேற்கில் மறைவது போல் தோன்றுகிறது. உண்மையில் அது மறையவில்லை. இருந்த இடத்தில்தான் இருக்கிறது. அதுபோல காமராஜரின் புகழ், தொண்டு உதயசூரியனைப் போல பிரகாசித்துக் கொண்டு இருக்கிறது.

நான் இதுவரை எந்தத் தியாகமும் செய்யவில்லை. அப்படிப்பட்ட சந்தர்ப்பமும் ஏற்படவில்லை. ஆனால் தியாகிகளின் கூட்டத்தில் கலந்து கொண்டு தியாகிகளைப் பாராட்டுவதை கேட்கும்போது எனக்கு பெருமையும் மகிழ்ச்சியும் ஏற்படுகிறது.

காமராஜர் அவர்கள் நூறு ஆண்டுகள் வாழ்ந்து நாட்டிற்கு சேவை செய்ய வேண்டும். மக்களின் கவலைகளைப் போக்கி நல்வாழ்வை கொடுக்க வேண்டும்.

கல்யாண வீடு போல நாம் இங்கே சிரித்துப் பேசிக் கொண்டிருக் கிறோம். அதோடு நாம் சிந்திக்க வேண்டும். அதற்கு நாம் காமராஜரை வணங்கித்தான் ஆகவேண்டும். மக்களை ஒற்றுமைப்படுத்தும் காமராஜர் நீடூழி வாழ வேண்டும்.

ஜனநாயக சோஷலிசம் என்று காமராஜர் சொல்கிறார். இது சரியா என்று சிலர் கேட்கிறார்கள்.

சர்வாதிகாரம் ஆட்சி வேறு, பரம்பரையாக நாட்டை ஆள்வது வேறு. ஜனநாயகத்தில் மக்கள் விருப்பத்துடன் அமல்படுத்துவது சோஷலிசம்.

பேதமற்ற சமுதாயம் காண்பதுதான் அதன் அடிப்படை.

ராஜாஜி இங்கே முதலமைச்சராக இருந்த போது குலக்கல்வி திட்டத்தைக் கொண்டு வந்தார். அதனை தி.மு.கழகம் எதிர்த்தது. காமராஜர் முதலமைச்சராக வந்தவுடனேயே அது மாற்றப்பட்டது. காங்கிரசின் திட்டத்தை அதே காங்கிரஸ்காரர் மாற்றினார். எப்படி மாறியது? ஒரு மனிதன் நல்லவனாக இருந்தால் கட்சிக் கொள்கையும் மாறுகிறது. அதற்கு எடுத்துக்காட்டு காமராஜர்.

இப்படிப்பட்டவரை போற்றாமல் தி.மு.கழகத்தில் எனக்கு வேறு என்ன வேலை இருக்க முடியும்? தி.மு.க.வின் இலட்சியங்களை காமராஜர் நிறை வேற்ற விரும்புகிறார். அதற்கு காலதாமதம் ஆகலாம்.

காமராஜர் என் தலைவர். அண்ணா என் வழிகாட்டி. என்னைவிடச் சிறந்தவர்களை என் தலைவர்களாக ஏற்கிறேன்.

இங்கே பேசிய என்.வி. நடராஜன் "காமராஜர் எதிர்க்கட்சித் தலைவ ராக இருக்க வேண்டும் என்று குறிப்பிட்டார். நல்ல ஒரு எதிர்க்கட்சி தேவைதான். காங்கிரசை தி.மு.க. எதிர்க்கிறது. தி.மு.க.வை காங்கிரஸ் எதிர்க்கிறது. இரண்டும் எதிர்க்கட்சிகள் தான். அதில் எது உயர்ந்த கட்சி என்பதை எதிர்காலம் தான் முடிவு செய்ய வேண்டும். மக்கள் மன மாற்றத்திற்கேற்ப மாறும் ஆட்சி தான் தேவை.

ஒரு சமயம் காமராஜரை நேரில் சந்தித்து எங்கள் குறைகளை அவரிடம் நான் ஒரு மணிநேரம் விளக்கிப் பேசினேன். அப்போது அவரது நல்ல எண்ணத்தைக் கண்டேன். எண்ணி எண்ணிப் பூரித்தேன்.

என்னை அவர் தன் பக்கம் இழுக்கவோ அவமானப்படுத்தவோ இல்லை. மாநகராட்சித் தேர்தலின்போது அவர் "வேட்டைக்காரன்" வருகிறான் ஏமாந்து விடாதீர்கள் என்று ஏதேதோ பேசினார். நானும் பதிலுக்கு ஏதேதோ பேசினேன்.

அது அரசியல். தனிப்பட்ட முறையில் அவர் நல்லவர். பெரிய முதலமைச்சர் பதவியை தூக்கி எறிந்தவர். தொண்டராய், தோழனாய் இருந்து மக்கள் சேவை செய்ய முடியும் என்று கருதி பதவியைத் துறந்தார்.

சாதாரணக் கட்சித் தலைவர்கள் ஒவ்வொருவரும் இதைப் பின்பற்ற வேண்டும்.

எம்.ஜி.ஆர் சிகப்பு, நான் கறுப்பு என்று முகவை ராஜமாணிக்கம் குறிப்பிட்டார்.

மனிதனுக்கு இந்த இரண்டு ரத்தமும் தேவை ஏதாவது ஒன்று அதிகமாகி விட்டால் வியாதி தான். கறுப்பு என்றால் அசிங்கம் அல்ல. இரண்டும் சேர்ந்தால் தான் ஜனநாயக சோஷலிசம் மலரும் என்று பேசினார் எம்.ஜி.ஆர்.

எம்.ஜி.ஆரின் இந்த பேச்சு தி.மு.க.வில் பெரும் சலசலப்பை ஏற்படுத்தியது. கட்சியின் முக்கியத் தலைவர் அந்தஸ்தில் இருப்பவன் எப்படி மாற்றுக் கட்சியின் தலைவரை இப்படி புகழலாம் என கட்சியில் கலகக்குரல் எழுந்தது. குறிப்பாக காமராஜரை தலைவர் எனக் குறிப் பிட்டது அண்ணாவை அவமதிக்கும் செயல் என்று பரபரப்பு கிளப்பினர் எம்.ஜி.ஆருக்கு எதிரான கோஷ்டியினர்.

இருப்பினும் எம்.ஜி.ஆர். தன் நிலைப்பாட்டில் உறுதியாக நின்றார். அண்ணாவிடம் தன் நிலைப்பாட்டை அவர் ஒரு சந்தர்ப்பத்தில் எடுத்துரைத்தார்.

எம்.ஜி.ஆரை நன்கு புரிந்தவரான அண்ணா மற்றவர்களின் பேச்சை பொருட்படுத்துவதில்லை. ஆனால் இந்த சந்தர்ப்பத்திற்கு பிறகு பொதுவாக அண்ணா பற்றாளர்களுக்கும் எம்ஜி.ஆருக்கும் இடையே ஒரு இடைவெளி ஏற்பட்டது உண்மை.

1969 தேர்தல் நிலவரம் வெளியாகிக் கொண்டிருந்தது. விருதுநகர் தொகுதியில் கல்லூரி மாணவரான பெ.ஸ்ரீனிவாசனிடம் காமராஜர் தோல்வியுற்ற தகவலைக் கேட்டு எம்.ஜி.ஆர். கண்ணீர் வடித்ததாகக் கூறுவார்கள்.

தி.மு.க. வெற்றியை மற்றவர்கள் கொண்டாடிக் கொண்டிருந்தபோது அண்ணா நுங்கம்பாக்கம் வீட்டில் சோகமாக இருந்தார்.

“காமராஜர் தோற்றிருக்கக் கூடாது”. எத்தனை அதிருப்தி இருந்திருந் தாலும் மக்கள் காமராஜரை தோற்கடித்திருக்கக் கூடாது என திரும்பத் திரும்ப சொல்லிக் கொண்டிருந்தார் அண்ணா.

“சட்டமன்றத்தில் நான் ஒரு வலுவான தலைவரின் அனுபவத்தை இழந்து விட்டோம்” என வேதனைப்பட்டார் அண்ணா. காமராஜரின்

வெற்றியை பாதிக்கக்கூடாது என்பதற்காகவே அந்தத் தொகுதியில் முன்பின் அறிமுகமாயிராத ஒரு கல்லூரி மாணவனை நிறுத்தியிருந்தார் அண்ணா என்பார்கள். ஆனால் அதிருப்தி அலையில் காமராஜரும் தப்பவில்லை.

தி.மு.க. அரியணைக்கு வந்த சில மாதங்கள் கடந்த நிலையில் தி.மு.க. ஆட்சி பற்றி அதுவரை காமராஜர் எந்த விமர்சனமும் வைக்காதது பற்றி சிலர் காமராஜரிடம் குறைப்பட்டுக் கொண்டனர்.

"அவங்க வந்தே 4 மாதங்கள்தான் ஆகிறது. கட்சி நிர்வாகம் வேறு. ஆட்சி நிர்வாகம் வேறு. இப்போதான் புதுசா வந்திருக்காங்க. ஆட்சியின் நிர்வாக விஷயங்களை தெரிந்து கொள்வதற்கே இன்னும் பல மாதங்கள் ஆகும். அதுக்குள்ளே விமர்சிக்கிறதுதான் ஜனநாயகமா?" என குறைப் பட்டவரை கடிந்து கொண்டார் காமராஜர்.

அக்டோபர் 2 காமராஜர் மறைந்த அன்று சோகமே உருவாக அப்போதைய முதல்வர் கருணாநிதியும் அவர் அமைச்சரவை சகாக்களும் அவரது உடலை சூழ்ந்து அமர்ந்திருந்தனர்.

அப்போது காங்கிரஸ் கட்சியின் தலைவர்கள், தேனாம்பேட்டை காங்கிரஸ் அலுவலகத்திலேயே காமராஜர் உடலை பொதுமக்கள் பார்வைக்கு வைத்து மற்ற சம்பிரதாயங்களையும் அங்கேயே நடத்த திட்ட மிட்டனர்.

முதல்வர் கருணாநிதியின் காதுகளுக்கு இந்தத் தகவல் போனது. கொதித்து விட்டார் அவர். காமராஜர் ஒரு கட்சியின் தலைவர் மட்டுமல்ல. இந்த தேசத்தின் சொத்து. அவரது உடலை காமராஜர் ஹாலில் வைத்து அரசமுறைப்படிதான் தகனம் செய்ய வேண்டும் என்றார்.

அப்போது குறுக்கிட்ட அதிகாரி ஒருவர், காமராஜர் அப்போது எந்த பொறுப்பிலும் இல்லாததை சுட்டிக்காட்டி, சில சட்ட சம்பிரதாயங்கள் தெரிவித்ததோடு, மத்திய அரசிடம் அனுமதி பெற வேண்டிய சட்ட விதியை எடுத்துச் சொன்னார்.

மீண்டும் கோபத்துடன் குறுக்கிட்ட கருணாநிதி, "நான் சொன்னதைச் செய்யுங்கள். மேலும் காமராஜரின் உடலை கிண்டியில் உள்ள அரசுக்கு சொந்தமான காமராஜர் நினைவகம் அருகில் தான் அடக்கம் செய்ய

வேண்டும். காமராஜருக்கு இறுதி மரியாதை செய்வதற்கு நாம் யாரிடமும் போய் அனுமதி கேட்க வேண்டிய அவசியமில்லை'' என கறாராகக் கூறிவிட்டார்.

காங்கிரஸ் என்ற பேரியக்கத்தின் தூணாக விளங்கிய கர்மவீரர் இப்படி மாற்றுக் கட்சியினராலும் போற்றக்கூடிய வகையில் உயரிய வாழ்க்கை வாழ்ந்த உத்தமர் என்றால் அது உண்மை தானே!

❒

காமராஜரின் ஆளுமைச் செய்திகள்

காமராஜருக்கு தினமும் புத்தகம் படிக்கிற பழக்கம் உண்டு. ஏதாவது ஒரு புத்தகத்தைப் படித்த பின்பே உறங்கச் செல்வார்.

பணியாளர்களை மதிக்கும் பண்பு இருந்தது. காமராஜரிடம் தம்முடைய கருணை மனம் காரணமாகவே ஏழைகள் மனதில் இன்றளவும் நிலையாய் நிற்கிறார் காமராஜர் .

காமராஜர் ஒன்பது ஆண்டுகள் ஆட்சி செய்தார். ஆனால் ஒருமுறை கூட அவர் ஆட்சி மீது ஊழல் புகார்கள் எழவில்லை. கறைபடாத கரங்களுக்கு சொந்தக்காரர் அவர்.

காமராஜ் மக்களுக்காகத் தீட்டிய ஒவ்வொரு திட்டமும் ஒரு மகத்தான குறிக்கோளாக இருந்தது.

சொல்லும் செயலும் ஒன்றாக இல்லாவிட்டால் அவருக்கு கோபம் வந்து விடும். உண்மை இல்லாதவர்களை பக்கத்தில் சேர்க்க மாட்டார்.

அரசுக் கோப்புகளை மிகவும் கவனமாக படிப்பார். தேவைப்பட்டால் அவற்றில் திருத்தங்கள் செய்யத் தயங்குவதில்லை.

மாநிலத்தில் எங்கே எந்த ஆறு ஓடுகிறது? எந்த ஊரில் எந்த தொழில்

நடக்கிறது? எந்த ஊரில் யார் முக்கியமானவர் என்பதெல்லாம் அவருக்குத் தெரியும்.

எல்லாத் தகவல்களையும் காமராஜர் விரல் நுனியில் வைத்திருந்தார். ஆனால் எல்லாம் எனக்குத் தெரியும் என்ற மனோபாவம் ஒருபோதும் அவரிடம் இருந்ததில்லை.

ஆடம்பரம், புகழ்ச்சி, விளம்பரம் எல்லாம் அறவே அவருக்கு பிடிக்காது.

சொற்களை வீணாகச் செலவழிக்க மாட்டார். ரொம்பச் சுருக்கமாகத் தான் எதையும் சொல்வார். அனாவசியப் பேச்சைப் போலவே அனாவசியச் செயலையும் அவர் அனுமதிக்க மாட்டார்.

சராசரிக் குடிமகனும் அவரை எந்த நேரத்திலும் சந்திக்க முடியும். யார் வேண்டுமானாலும் அவரிடம் நேரில் சென்று விண்ணப்பங்களைக் கொடுக்க முடிந்தது.

காமராஜர் எதிர்க்கட்சிகளின் கருத்துக்களுக்கு எப்போதும் மதிப்பளிப் பவர். அவர் எதையும் மேம்போக்காகப் பார்ப்பதில்லை.

அவர் ஆகட்டும் பார்க்கலாம் என்றாலே காரியம் முடிந்துவிட்டது என்று அர்த்தம். தன்னால் முடியாவிட்டால் முடியாது போ...என்று முகத்துக்கு நேராகவே சொல்லி அனுப்பி விடுவார்.

வெற்றியைப் போலவே தோல்வியையும் இயல்பாக எடுத்துக் கொள்கிற மனப்பக்குவம் கொண்டவர் காமராஜர்.

மக்களுக்கு நன்மை செய்யக்கூடிய திட்டங்களை சட்ட விசயங்களைக் காட்டி கிடப்பில் போடுவதையோ தவிர்ப்பதையோ அவரால் பொறுத்துக் கொள்ள முடியாது.

ஆட்சியில் இல்லாதவர்களின் குறுக்கீட்டை அவர் ஒருபோதும் அனுமதித்தது கிடையாது. சிபாரிசுகளை அவர் தூக்கி எறிந்து விடுவார்.

காமராஜரிடம் அனுபவம் இருந்தது. தீர்க்கமான அரசியல் நோக்கு தன்னலமற்ற தன்மை மக்களுக்கு சேவை செய்கிற ஆசை இருந்தது.

இரண்டுமுறை பிரதமர் ஆக வாய்ப்பு வந்தபோதும் அதை நிராகரித்தார் லால் பகதூர் சாஸ்திரி, இந்திரா காந்தி ஆகியோரை பிரதமர் ஆக்கினார்.

கிங் மேக்கர் என்ற பட்டத்தை மட்டும் தக்க வைத்துக் கொண்டார்.

பந்தாக்களை வெறுத்தவர். முதல் தடவை சைரன் ஒலியுடன் அவருக்கான பாதுகாப்புகள் புறப்பட்டபோது அவர் தடுத்தார். நான் உயிரோடு தானே இருக்கேன். அதுக்குள்ள ஏன் சங்கு ஊதுறீங்க" என்று கமெண்ட் அடித்தார்.

சுற்றுப் பயணத்தின்போது தொண்டர்கள் அன்பளிப்பு கொடுத்தால் கஷ்டப்படுகிற தியாகிக்கு கொடுங்க... என்று வாங்க மறுப்பார்.

மாதம் 30 நாளும் கத்திரிக்காய் சாம்பார் வைத்தாலும் மனம் கோணாமல் சாப்பிடுவார் என்றைக்காவது ஒரு முட்டை வைத்து சாப்பிட்டால் அது மாயா பஜார் விருந்து மாதிரி.

கட்சி சுற்றுப் பயணத்தின் போது எல்லோரும் சாப்பிட்ட பிறகுதான் காமராஜர் சாப்பிடுவார்.

காமராஜர் ஒரு தடவை ஒருவரை பார்த்துவிட்டால் போதும் எத்தனை ஆண்டுகள் கழித்துப் பார்த்தாலும் மிகச் சரியாக சொல்வார். அந்த அளவுக்கு அவரிடம் ஞாபக சக்தி மிகுந்திருந்தது.

காமராஜரின் ஆட்சி இந்தியாவின் மற்ற மாநிலங்களுக்கு முன்னோடியாய் இருக்கிறது என்று முன்னாள் குடியரசுத் தலைவர் பாபு ராஜேந்திர பிரசாத் சொல்லி இருக்கிறார்.

நேரு, சர்தார் படேல், சாஸ்திரி உள்ளிட்ட வடமாநில தலைவர்களுடன் பேசும்போது மிக மிக அழகான ஆங்கிலத்தில் காமராஜர் பேசுவதை கேட்டு பலரும் ஆச்சரியத்தில் வாயடைத்து போய் இருக்கிறார்கள்.

காமராஜருக்கு கோபம் வந்துவிட்டால் அவ்வளவுதான். திட்டித் தீர்த்து விடுவார். ஆனால் அந்த கோபம் மறு நிமிடமே பனிக்கட்டி போல கரைந்து மறைந்து விடும்.

காமராஜர் தன் ஆட்சிக் காலத்தில் உயர்கல்விகளுக்கு 175 கோடி செலவழித்தார். அது இந்தக் காலத்தில் மிகப் பெரிய தொகையாகும்.

தனது பாட்டி இறுதிச் சடங்கில் கலந்து கொண்ட காமராஜர் தோளில் துண்டு போடப்பட்டது. அன்று முதல் காமராஜர் தன் தோளில் துண்டை போட்டுக் கொள்ளும் பழக்கத்தை ஏற்படுத்திக் கொண்டார்.

காமராஜருக்கு மலர் மாலைகள் என்றால் அலர்ஜி. எனவே கழுத்தில் போட விடாமல கையிலேயே வாங்கிக் கொள்வார்.

கதர் துண்டுகள் அணிவித்தால் மிக மிக மகிழ்ச்சியுடன் காமராஜர் ஏற்றுக் கொள்வார். ஏனெனில் அந்த கதர் துண்டுகள் அனைத்தையும் பாலமந்திர் என்ற ஆதரவற்றோர் இல்லத்துக்கு கொடுத்து விடுவார்.

பிறந்த நாளன்று யாராவது அன்பு மிகுதியில் பெரிய கேக் கொண்டு வந்து வெட்டச் சொன்னால் என்னய்யா இது என்று கொஞ்சம் வெட்கத்துடன் கேக் வெட்டுவார்.

பெருந்தலைவரை எல்லோரும் காமராஜர் என்று அழைத்து வந்த நிலையில் தந்தை பெரியார் தான் மேடைகள் தோறும் காமராசர் என்று நல்ல தமிழில் அழைக்க வைத்தார்.

1966-ஆம் ஆண்டு ஜெய்ப்பூரில் நடந்த காங்கிரஸ் மாநாட்டில் பேசிய காமராஜர் "மக்களுக்கு குறைந்த விலையில் பொருட்களை வழங்கும் தொழில்களை நிறைய தொடங்க வேண்டும்" என்றார். இந்த உரைதான் இந்திய பொருளாதார துறையில் மாற்றங்களைக் கொண்டு வந்தது.

காமராஜருக்கு "பச்சைத் தமிழன்" என்ற பெயரைச் சூட்டியவர் ஈ.வே.ரா. பெரியார்.

காமராஜர் தன் டிரைவர் உதவியாளர்களிடம் எப்போதும் அதிக அக்கறை காட்டுவார். குறிப்பாக அவர்கள் சாப்பிட்டு விட்டார்களா என்று பார்த்து உறுதிப்படுத்திக் கொள்வார்.

காமராஜருக்கு ராமரை மிகவும் பிடிக்கும். எனவே அவர் ஓய்வு நேரங் களில் ராமாயணம் படிப்பதை வழக்கமாக வைத்திருந்தார்.

காமராஜர் ஒரு தடவை குற்றாலத்தில் சில தினங்கள் தங்கும் வாய்ப்பு கிடைத்தது. அப்போது அவர் சாமிதோப்பு அய்யா வைகுண்டரின் வரலாற்று காவியமான அகிலத்திரட்டு நூலை ஒருவரை வாசிக்கச் சொல்லி முழுமையாக கேட்டார்.

ஒரு தடவை 234 பஞ்சாயத்து விரிவாக்க அலுவலர்களை பணி நீக்கம் செய்யும் கோப்பு காமராஜரிடம் வந்தது. அதில் கையெழுத்திட மறுத்த காமராஜர் அந்த 234 பேரையும் வேறு துறைக்கு மாற்றி உத்தரவிட்டார்.

பிரதமர் நேரு, காமராஜரை பொதுக் கூட்டங்களில் பேசும் போதெல்லாம் "மக்கள் தலைவர்" என்றே கூறுவார்.

தமிழ்நாட்டில் காமராஜரின் காலடி தடம்படாத கிராமமே இல்லை என்று சொல்லும் அளவுக்கு அவர் எல்லா கிராமங்களுக்கும் சென்றுள்ளார். இதனால்தான் தமிழ்நாட்டின் பூகோளம் அவருக்கு அத்துப்படியாக இருந்தது.

காமராஜர் திட்டத்தின் கீழ் (K PLAN) காமராஜரே முதன் முதலாக தாமாக முன்வந்து 2-10-1963ல் முதல் அமைச்சர் பதவியை ராஜினாமா செய்தார்.

ஒன்பது ஆண்டுகள் முதன் மந்திரியாக இருந்த காமராஜர் சட்டசபை யில் 6 தடவைதான் நீண்ட பதில் உரை ஆற்றியுள்ளார்.

காங்கிரஸ் கட்சியை மிக மிக கடுமையாக எதிர்த்து வந்தவர் இராமசாமி படையாட்சி. அவரையும் காமராஜர் தன் மந்திரி சபையில் சேர்த்துக் கொண்டபோது எல்லோரும் ஆச்சரியப்பட்டனர்.

தவறு என்று தெரிந்தால் அதைத் தட்டிக் கேட்க காமராஜர் ஒருபோதும் தயங்கியதே இல்லை. மகாத்மா காந்தி, தீரர் சத்தியமூர்த்தி உள்பட பலர் காமராஜரின் இந்த துணிச்சலால் தங்கள் முடிவை மாற்றியது குறிப்பிடத் தக்கது.

காமராஜர் எப்போதும் முக்கால் கை வைத்த கதர்ச்சட்டையும் 4 முழ வேட்டியையும் அணிவதையே விரும்பினார்.

காமராஜர் மணிபர்சோ பேனாவோ ஒருபோதும் வைத்துக் கொண்ட தில்லை. ஏதாவது கோப்புகளில் கையெழுத்து போட வேண்டும் என்றால் அருகில் இருக்கும் அதிகாரியிடம் பேனா வாங்கி கையெழுத்திடுவார்.

காமராஜர் எப்போதும் ஒரு பீங்கான் தட்டில் தான் மதிய உணவு சாப்பிடுவார். கடைசி வரை அவர் அந்த தட்டையே பயன்படுத்தினார்.

காமராஜர் தினமும் இரண்டு அல்லது மூன்று தடவை குளிப்பார். அவருக்கு பச்சைத் தண்ணீரில் குளிப்பது என்றால் மிகவும் பிடிக்கும். குளித்து முடித்ததும் சலவை செய்த சட்டைகளையே போட்டுக் கொள்வார்.

காமராஜரின் எளிமை நேருவால் போற்றப்பட்டிருக்கிறது. "எனக்குத் தெரிந்து இவருடைய சட்டைப்பையில் பணம் இருந்ததில்லை" என்று நேரு குறிப்பிட்டதுண்டு.

காமராஜர் நாளிதழ்களை படிக்கும்போது எந்த ஊரில் என்ன பிரச்சினை உள்ளது என்பதை உன்னிப்பாக படிப்பார். பிறகு அந்த ஊர் களுக்குச் செல்ல நேரிடும்போது அந்த பிரச்சினை பற்றி மக்களுடன் விவாதிப்பார்.

காமராஜர் ஒரு தடவை தன் பிரத்யேக பெட்டிக்குள் இன்சைடு ஆப் பிரிச்சா, என்ட்ஸ் அண்ட் மீன்ஸ் டைம், நியூஸ் வீக் ஆகிய ஆங்கில இதழ்கள் வைத்திருப்பது கண்டு எழுத்தாளர் சாவி ஆச்சரியப்பட்டார்.

காமராஜருக்கு மக்களுடன் பேசுவது என்றால் கொள்ளைப் பிரியம் உண்டு. தன்னைத் தேடி எத்தனை பேர் வந்தாலும் அவர்கள் எல்லோரை யும் அழைத்து பேசிவிட்டுத்தான் தூங்கச் செல்வார்.

வட இந்திய மக்கள் காமராஜரை "காலா காந்தி" என்று அன்போடு அழைத்தார்கள். காலா காந்தி என்றால் கருப்பு காந்தி என்று அர்த்தம்.

சட்டசபையில் சமர்ப்பிக்கப்படும் வரவு செலவு திட்டத்தை முதன் முதலில் தமிழில் சமர்ப்பித்த பெருமை காமராஜரையே சேரும்.

காமராஜர் 1920-ஆம் ஆண்டு இந்திய தேசிய காங்கிரஸ் உறுப்பின ரானார்.

1953ல் நேருவிடம் தமக்கு இருந்த நட்பை பயன்படுத்தி நாடாளு மன்றத்தில் பிற்படுத்தப்பட்ட மக்களுக்காக முதல் சட்டத் திருத்தம் கொண்டு வந்தவர் பெருந்தலைவர் காமராஜர் என்பது குறிப்பிடத்தக்கது.

12 ஆண்டுகள் காமராஜர் தமிழ்நாடு காங்கிரஸ் கமிட்டித் தலைவராக இருந்து தமிழ்நாட்டில் காங்கிரஸ் வேரூன்றவும், காங்கிரஸ் ஆட்சி ஏற்படவும் பாடுபட்டார்.

காமராஜர் அகில இந்திய காங்கிரஸ் கமிட்டியின் தலைவராக சுமார் 2 ஆண்டு காலம் பதவி வகித்து இந்தியாவிலுள்ள எல்லா மாநிலங்களுக்கும் சுற்றுப்பயணம் செய்து காங்கிரஸ் ஆட்சி வளர்ச்சிக்கு அரும்பாடு பட்டவர்.

காமராஜர் புகழ் இந்தியா மட்டுமல்ல உலகமெங்கும் பரவியது.

அமெரிக்காவும் ரஷ்யாவும் அவரைத் தங்கள் நாடுகளுக்கு அரசின் விருந்தாளியாக வரவேண்டும் என்று வேண்டுகோள் விடுத்தன.

காமராஜர் 1966-ஆம் ஆண்டு சோவியத் நாட்டுக்குச் சென்றார். கிழக்கு ஜெர்மனி, ஹங்கேரி, செக்கோஸ்லோவாகியா, யூகோஸ்லோவாகியா, பல்கேரியா போன்ற ஐரோப்பிய நாடுகளுக்குச் சென்று வந்திருக்கிறார்.

1947க்கு முன்பு காமராஜர் சென்னைக்கு வந்தால் ரிப்பன் மாளிகைக்கு எதிரில் ரயில்வே பாதையை ஒட்டியுள்ள ஒட்டல் எவரெஸ்டில் தான் தங்குவது வழக்கம். ஒரு நாளைக்கு இரண்டு ரூபாய் தான் வாடகை.

காமராஜர் தனது ஆடைகளைத் தானே துவைத்துக் கொள்வார். பாரதி பக்தர் காமராஜர். எப்போதும் தன்னோடு பாரதியார் கவிதைகளை வைத்திருப்பார்.

காமராஜர் ரஷ்யப் பயணத்தின்போது மாஸ்கோ வரவேற்பில் காமராஜர், பாரதியின் “ஆகா வென்றெழுந்து பார் யுகப் புரட்சி” என்ற பாடலைப் பாடி ரஷ்ய மக்களின் பாராட்டைப் பெற்றார்.

பிரிட்டிஷ் இளவரசியும் அவரது கணவன் எடின்பரோ கோமகனும் சென்னைக்கு வந்திருந்தபோது காமராஜர் தமிழகத்தின் முதல் அமைச்சர் அவர்களோடு ஆங்கிலத்தில் பேசி ஆச்சர்யப்படுத்தினார்.

காமராஜர் ஆட்சியில் தமிழ்நாட்டில் சுமார் 33000 ஏரி குளங்களை சீர்படுத்த சுமார் ரூ.28 கோடி செலவிடப்பட்டது.

காமராஜரால் அறிமுகப்படுத்தப்பட்ட இலவச கல்வி முதன்முதலாக திருச்செந்தூரில் ஆரம்பிக்கப்பட்டது.

பயிற்சி டாக்டர்களுக்கு முதன் முதலாக உதவித்தொகை வழங்கியது காமராஜர் ஆட்சியில்தான்.

காமராஜர் என்றுமே பண்டிகை நாட்களை கொண்டாடியதும் இல்லை. அந்நாட்களில் ஊருக்குப் போவதுமில்லை.

காமராஜருக்கு சாதம், சாம்பார், ரசம், தயிர், ஒரு பொறியல் அல்லது கீரை இவ்வளவுதான் சாப்பாடு. காரமில்லாததாக இருக்க வேண்டும். இரவில் ஒரு கப் பால், இரண்டு இட்லி. காஞ்சிபுரம் இட்லி என்றால் விரும்பி சாப்பிடுவார்.

காமராஜரின் முக பாவத்தில் இருந்து எளிதில் யாரும் எதையும் ஊகித்து விட முடியாது. எந்தவொரு வேண்டுகோளுக்கும் ''யோசிக்கலாம்... ஆகட்டும் பார்க்கலாம்'' என்ற சிறு வார்த்தை தான் அவரிடமிருந்து வெளிப்படும்.

காமராஜர் விருதுநகரில் இருந்து சென்னைக்கு கொண்டு வந்த ஒரே சொத்து ஒரு சிறிய இரும்பு டிரங்க் பெட்டிதான்.

காமராஜரின் சகோதரி மகன் 1962ல் எம்.பி.பி.எஸ் சீட் கேட்டு சிபாரிசு செய்ய கூறினார். ஆனால் காமராஜர் மார்க் இருந்தா சீட் கொடுக் கிறாங்க.... எனத் திருப்பி அனுப்பி விட்டார். பிறகு அவர் 2 வருடம் கழித்தே எம்.பி.பி.எஸ் ஸில் சேர்ந்தார்.

1961-ஆம் வருடம் அக்டோபர் மாதம் 9-ஆம் தேதி காமராஜரின் உருவச் சிலையை நேரு திறந்து வைத்தார். இந்த விழாவில் காமராஜரும் கலந்து கொண்டார்.

பெருந்தலைவர் காமராஜர் எவரையும் மனம் நோகும்படி பேச மாட்டார். அரசியல் காழ்ப்புணர்ச்சி எதுவும் கருதாமல் நட்பு முறையுடன் மகிழ்ச்சியோடு பேசுவார்.

1947-ஆம் ஆண்டு அரசியல் சட்டத்தை தயாரித்த அரசியல் நிர்ணய சபையில் தலைவர் காமராஜர் அவர்களும் ஒருவராக இருந்தார் என்ற செய்தி பலருக்கும் தெரியாது.

பெருந்தலைவர் காமராஜரின் கல்விப் புரட்சியால்1954ல் 18 லட்சம் சிறுவர்கள் மட்டுமே படித்துக் கொண்டிருந்த நிலை மாறி 1961ல் 34 லட்சம் சிறுவர்கள் படிக்கும் நிலை ஏற்பட்டது.

1960-ஆம் ஆண்டு முதல் 11வது வகுப்பு வரை ஏழைப் பிள்ளைகள் அனைவருக்கும் இலவசக் கல்வி அளிக்க உத்தரவு இட்டு அதை செயல் படுத்திக் காட்டி இந்தியாவை தமிழ்நாட்டு பக்கம் திரும்பிப் பார்க்க வைத்தார்.

கஷ்டப்பட்ட மாணவர்களுக்கும் படிக்கும் மாணவ மாணவிகளுக்கும் இலவச ஸ்காலர்ஷிப் பணம் பெருந்தலைவர் காமராஜர் ஆட்சியில்தான் ஏற்படுத்தப்பட்டது.

காமராஜர் தனது ஆட்சியில் ஒவ்வொரு பெரிய கிராமத்திலும் பிரசவ

விடுதிகள் ஆஸ்பத்திரிகள் திறந்து வைத்து சாதனை படைத்தார்.

காமராஜர் ஆட்சியில்தான் 60 வயது முதியவர்களுக்கும் பென்ஷன் திட்டம் கொண்டுவரப்பட்டது.

கேரள மாநிலத்துடன் இணைக்கப்பட்டிருந்த நாகர்கோயில், செங் கோட்டை சென்னையில் ஒரு பகுதியையும் தமிழ்நாட்டுடன் இணைத்த பெருமை காமராஜரையே சாரும்.

காமராஜரின் மறைவு கேட்டு பிரிட்டிஷ் அரசாங்கமே இரங்கல் செய்தியை பிரதமர் இந்திரா காந்திக்கு அனுப்பி வைத்திருந்தது. அதில் காமராஜரின் தியாகமும் தேசத் தொண்டும், ஏழை மக்களின் வாழ்க்கைத் தரத்தை உயர்த்த அவர் பாடுபட்டு வந்ததும் நினைவுகூறப்பட்டிருக்கிறது.

காமராஜர் ஆட்சிக் காலத்தில் மின்சாரம் வழங்குவதில் இந்தியாவி லேயே தமிழகமே முதலிடம் வகித்தது. விவசாயத்திற்கு மின்சாரத்தை பயன்படுத்துவதில் தமிழகமே முதல் மாநிலமாக காமராஜர் ஆட்சியில் திகழ்ந்தது.

இந்திய மொழிகளிலேயே முதன் முதலாக தமிழ் மொழியில்தான் கலைக் களஞ்சியம் காமராஜர் ஆட்சிக்காலத்தில்தான் உருவாக்கப்பட்டது.

பெருந்தலைவர் காமராஜருக்கு பாரத ரத்னா எனும் பட்டத்தை இந்திய அரசு அளித்துப் பெருமைப்படுத்தியது.

காமராஜர் பொதுக் கூட்டங்களில் பேசுவதற்காக எதிலும் குறிப்புகள் எடுத்துக் கொள்வதில்லை. எதையும் நினைவில் வைத்துக் கொண்டு அவற்றை மிக இனிமையாக பேசுவார்.

காமராஜர் வெளிநாடு சுற்றுப்பயணம் செய்தபோது அனைவரது பார்வையும் காமராஜர் பக்கம்தான் இருந்தது. காரணம் நாலு முழம் கதர் வேட்டி முக்கால் கை கதர் சட்டை, தோளில் கதர் துண்டு இதுதான்.

ஆழியாறு திட்டம் முடியாதென்று பலர் கூறியபோதிலும் முடித்துக் காட்டினார் பெருந்தலைவர் காமராஜர்.

காமராஜர் விரும்பிப் படித்த ஆங்கில புத்தகம் பேராசிரியர் ஹெரால்டு லாஸ்கி என்பவர் எழுதிய அரசியலுக்கு இலக்கணம் (Grammar of Politics) பிடித்து அனைவரையும் வியக்க வைத்தார்.

முதல்வர் ஜெயலலிதா தமிழ்நாடு அரசு சார்பில் காமராஜர் நூற்றாண்டு விழா எடுத்து சிறப்பித்தார்.

பெருந்தலைவர் காமராஜரின் முதலாம் ஆண்டு நினைவு நாளன்று 15-7-1976ல் இந்திய அரசு 25 காசு தபால் தலையை வெளியிட்டது.

தமிழ்நாடு சட்டப்பேரவையில் பெருந்தலைவர் காமராஜரின் திருவுருவப் படம் அப்போதைய குடியரசு தலைவர் என்.சஞ்சீவ ரெட்டியால் 1977-ஆம் ஆண்டு திறந்து வைக்கப்பட்டது.

டெல்லியில் காமராஜரின் திருஉருவச் சிலை அமைக்கப்பட்டது. சென்னையில் பிரசித்திப் பெற்ற மெரினா கடற்கரைச் சாலை காமராஜர் சாலை என்று தமிழக அரசால் பெயர் மாற்றம் செய்யப்பட்டது.

தமிழக அரசு வாங்கிய கப்பலுக்கு தமிழ் காமராஜ் என்று பெயரிடப் பட்டுள்ளது. சென்னை கிண்டியில் காமராஜர் நினைவாலயம் அமைக்கப் பட்டுள்ளது.

மதுரைப் பல்கலைக்கழகத்திற்கு மதுரை காமராஜர் பல்கலைக்கழகம் என்று பெயரிடப்பட்டு விருதுநகரில் காமராஜர் பிறந்த இல்லத்தை அவரது நினைவுச் சின்னமாக தமிழக அரசு மாற்றியது.

தன்னைப் பாராட்டி யாராவது அதிகம் பேசினால் "கொஞ்சம் நிறுத்துன்னேன்..." என்று சட்டையைப் பிடித்து இழுப்பார். அடுத்த கட்சியை மோசமாக பேசினால் "அதுக்கா இந்தக் கூட்டம்னேன்..." என்றும் தடுப்பார்.

காமராஜரைக் கொல்ல சதி

அண்ணல் காந்தியடிகள் பிறந்த நாளில் தான் தென்னாட்டு காந்தியடி களான பெருந்தலைவர் காமராஜர் மறைந்தார்.

அதுமட்டுமா அண்ணல் காந்தியடிகள் உயிரைக் குடித்த இந்துத்துவ வெறிக் கும்பல் தான் பெருந்தலைவர் காமராஜரையும் டெல்லியில் உயிரோடு தீ வைத்து எரித்து படுகொலை செய்ய முயன்ற வரலாறு கூறுகிறது.

1966-ஆம் ஆண்டு இந்தியாவில் பசு வதைத் தடைச்சட்டத்தை அமல் படுத்த வேண்டும் என்று சாமியாரிகள் கோஷ்டி தீவிரமாக வலியுறுத்திய தருணம்...இதற்காக டெல்லியில் பல்லாயிரக்கணக்கான சாமியார்கள் ஆதரவுடன் பூரி சங்கராச்சாரியார் உண்ணாவிரதம் என அறிவிக்கப் பட்டது.

நாடு கொந்தளித்துக் கொண்டிருந்தது. அப்போது பசுவதை தடைச் சட்டத்தை முன்வைத்து ஜனசங்கம் ஆர்.எஸ்.எஸ். இயக்கங்கள் மத அரசியல் செய்வதை வன்மையாகக் கண்டித்து பேசிக் கொண்டிருந்தார் காமராஜர்.

அதில் உச்சமாக காமராஜர் சொன்னது நம்மை காட்டுமிராண்டி காலத்துக்கு இழுத்துட்டுப் போறாங்க... என்பதுதான். இதனை காங்கிரஸ் காரியக் கமிட்டியில் பகிரங்கமாகவே பேசினார் காமராஜர்.

அவ்வளவுதான். காமராஜர் சொன்னதை செயலில் காட்டுகிறோம் என்பதைப் போல வன்முறை கூத்தடித்தது. பசு வதைத் தடைச் சட்டம் கோரிய கும்பல். அந்த நாளும் வந்தது.

1966-ஆம் ஆண்டு நவம்பர் மாதம் 7-ஆம் தேதி டெல்லி வீதிகளில் பசு வதைத் தடை கோரிய கும்பல் வன்முறை வெறியாட்டம் போட்டது. டெல்லி இர்வின் மருத்துவமனையில் வன்முறையை துவங்கி இந்தக் கும்பல் நாடாளுமன்றத்தைத் தாக்கும் நோக்கத்துடன் மெல்ல மெல்ல நகர்ந்து போனது.

அப்போது நாடாளுமன்றத்தைச் சுற்றி வளைத்து தாக்குதல் நடத்துங்கள் என அறைகூவல் விடுத்த எம்.பிக்களையும் பார்த்து நாடு அதிர்ச்சியில் உறைந்தது. இதுதான் இந்தியாவில் நாடாளுமன்றம் மீதான முதல் தாக்குதல் என்பது சரித்திரம்.

டெல்லி வீதிகளில் ஈட்டிகள், திரிசூலங்கள் சகிதமாக நிர்வாண சாதுக் கள் தலைமையில் தான் இந்த வன்முறை போராட்டம் நடந்தேறியது.

கண்ணில் பட்ட இடங்களை எல்லாம் தீயிலிட்டு எரித்தது இந்தக் கும்பல். வானொலி நிலையம், PTI அலுவலகம் என எதுவும் தப்பவில்லை.

இப்போது அந்த கும்பல் பார்வை அகில இந்திய காங்கிரஸ் கமிட்டி அலுவலகம், டெல்லியில் காமராஜர் இல்லம் ஆகியவற்றை இலக்கு வைத்தது. இந்த இரு இடங்களிலுமே திட்டமிட்டு ஏற்கனவே குண்டர் கும்பலை நிறுத்தி வைத்திருந்தது பசுவதை தடை கோரிய சாதுக்கள் கோஷ்டி.

டெல்லி இல்லத்தில் பகல் உணவை முடித்துவிட்டு ஓய்வெடுத்துக் கொண்டிருந்தார் காமராஜர். அப்போது பெரும் கூச்சலுடன் சாதுக்கள் கும்பல் ஒன்று காமராஜர் பங்களாவுக்குள் நுழைந்தது. பாதுகாவலர்கள் தடுத்தார்கள். துப்பாக்கியால் வானத்தை நோக்கிச் சுட்டனர்.

அடங்குமா அந்த கூட்டம்? காமராஜர் உள்ளே இருப்பதை உறுதி செய்து கொண்டு வெறிகொண்டு பாய்ந்தது. சரமாரி கற்களை வீசின.

காமராஜரின் உதவியாளர் தம்பி எனும் வரதராஜன் தாக்கப்பட்டு குற்றுயிராக வீசப்படுகிறார்.

காமராஜரின் பங்களாவுக்கு தீ வைக்கிறது அந்தக் கும்பல். அவர்களது நோக்கம் காமராஜரை உயிரோடு தீ வைத்து எரித்துக் கொல்ல வேண்டும் என்பதுதான். ஆனால் காமராஜர் அங்கிருந்து தப்பிச் சென்று விடுகிறார்.

இதுதான் காமராஜரை உயிரோடு எரித்துக் கொல்ல முயன்ற வரலாறு. அன்று இந்தியாவை இச்சம்பவம் பதறவைத்தது.

தந்தை பெரியார் வெகுண்டு எழுந்து கடும் கண்டனங்களைத் தெரிவித்தார். அதே காலகட்டத்தில் காமராஜர் கொலை முயற்சி சரித்திரம் என்ற நூலையும் பெரியார் வெளியிட்டு மக்களிடம் உண்மையைக் கொண்டு சேர்த்தார்.

◻

காமராஜரும் கக்கனும்

காமராஜரும் கக்கனும ஏழையாக வந்தார்கள். ஏழையாகவே இருந்தார்கள். ஏழையாகவே இறந்தார்கள். பதவியையும் அதிகாரத்தையும் தம் சுயநலத்துக்காக பயன்படுத்தாமல் மக்களுக்காகவே வாழ்ந்து மறைந்தார்கள்.

கக்கன் அவர்களுக்கு அவருடைய சாதி இனம் என்று பாராமல் மிகப் பெரும் பொறுப்புகளையெல்லாம் காமராஜர் அளித்து இருந்தார்.

கக்கனுக்குப் பிறகு அவரது இனத்தை சேர்ந்தவர்களுக்கெல்லாம் நிதி, உள்துறை, பொதுப்பணித் துறை, மக்கள் நல்வாழ்வுத் துறை, தொழில் துறை போன்ற முக்கியத் துறைகள் எந்த முதலமைச்சரின் அமைச்சரவை யிலும் வழங்கப்படவில்லை.

கக்கன் காமராஜரின் நம்பிக்கைக்கு உரியவராக இருந்தார். இன்னொரு காமராஜராகவே திகழ்ந்தார்.

திரு. கக்கன் நாடாளுமன்ற உறுப்பினராக இருந்தபோதும் தன் மனைவி சொர்ணம் தொடக்கப்பள்ளி ஆசிரியையாகத் தொடர்ந்து பணியாற்று வதையே விரும்பினார். வலிமைமிக்க அமைச்சராக அவர் வலம்

வந்தபோது தன் மகள் கஸ்தூரி பாயை மாநகராட்சிப் பள்ளியில் தான் படிக்கச் செய்தார்.

தன் தம்பி விஸ்வநாதனுக்கு தாழ்த்தப்பட்டோர் நலத்துறை இயக்குநர், லயோலா கல்லூரிக்கு அருகில் உள்ள ஒரு கிரவுண்ட் மனையை ஒதுக்கீடு செய்து அரசாணையை அளித்த செய்தியறிந்த கக்கன் அந்த ஆணையை வாங்கி கிழித்தெறிந்தார்.

காமராஜரும் கக்கனும் ராமன் இலக்குவன் போல இதிகாச கதா பாத்திரங்களாக வாழ்ந்துள்ளார்கள்.

காமராஜரைப் பற்றிய நினைவலைகளை ஒருமுறை கக்கன் எழுதி யிருந்த கட்டுரையில் :

மதுரையில் ராணிமங்கம்மாள் சத்திரத்தின் முன்பாகத்தான் நான் முதன் முதலில் பெரியவரைப் பார்த்தேன். திரு. வெங்கடாஜலபதி என்பவரைப் பார்ப்பதற்காக நானும் எனது நண்பரும் அந்தப் பக்கமாக நடந்து போய்க் கொண்டு இருந்தபோது எதிரில் சற்றுத் தள்ளி பெரியவரும் அவரோடு இரண்டு மூன்று பேரும் வந்து கொண்டிருந்தனர்.

“இவர் தான் காமராஜ்” என்று கூறினார் என் நண்பர். காங்கிரஸ் ஊழியர்கள் எல்லாம் பெரியவரைப் பற்றி மிகவும் உணர்ச்சி வயப்பட்டு புகழ்ந்து பேசுவார்கள். ஊழியர்களுக்கு எல்லாம் அவர் ஒரு முன்மாதிரி யாக இருப்பதாகச் சொல்வார்கள்.

ஆகையால் அவரைச் சந்தித்துப் பேசவேண்டும் என்ற ஆசையோடு இருந்தேன். ஆனால் அதற்கு வாய்ப்பு கிட்டாமல் இருந்தது. இப்போது பெரியவரே எதிரில் நடந்து வந்து கொண்டு இருக்கிறார்.

அவரிடம் வலியச் சென்று பேச எனக்குத் தயக்கமாக இருந்தது.

மேலும் அவரோ தன் சகாக்களுடன் எதையோ தீவிரமாக விவாதித்துக் கொண்டு வந்தார். “அறிமுகத்துக்கு இது ஏற்ற தருணம் அல்ல” என்று எண்ணி பெரியவரை வைத்த கண் வாங்காமலேயே பார்த்தபடி நடந்து சென்று விட்டேன்.

இது நடந்தபோது எனக்கு 27 வயது இருக்கும். 1936 என்று நினைக் கிறேன். மதுரையில் சேவாலயம் ஹாஸ்டலில் அப்போது நான்

வாடகைக்கு இருக்கிறேன். ஹரிஜன மாணவர்களுக்காக ஹரிஜன சேவா சங்கம் இந்த ஹாஸ்டலை நடத்தி வருகிறது.

பள்ளிக்கூடத்தில் படிக்கும் போதே நான் காங்கிரஸ் கட்சியில் நாலணா மெம்பர். ஆனால் கட்சி வேலைகளில் ஈடுபட்டது இல்லை. எஸ்.எஸ்.எல்.சி. வரைக்கும் படித்தேன். மேற்கொண்டு படிக்க வசதி இல்லாததால் இந்த ஹாஸ்டலுக்கு வார்டனாக வந்து சேர்ந்தேன்.

1942 போராட்டத்தில் கலந்து கொண்டு சிறைக்கு போய் ஒன்றரை வருடம் ஜெயில் வாசம் முடித்துவிட்டு மறுபடியும் மேலூருக்கு வந்து ஹாஸ்டல் பொறுப்பை ஏற்றுக்கொண்டேன்.

இந்தச் சமயத்தில் தான் பெரியவருக்கும் ராஜாஜி அவர்களுக்கும் கருத்து வேறுபாடுகள் ஏற்பட்டு இருந்தன.

பெரியவரோ ஊழியர்கள் மத்தியில் செல்வாக்கு பெற்ற ஊழியராக இருந்தார். காங்கிரஸ் கட்சியில் நானும் ஒரு ஊழியன். அதனால் ஒரு ஊழியன் ஆதரவு மற்றோர் ஊழியருக்குத்தான் இருக்க வேண்டும் என்ற எண்ணம் எனக்கு அசைக்க முடியாமல் ஏற்பட்டுவிட்டது.

பெரியவரை 1945ல் திருப்பரங்குன்றத்தில் காங்கிரஸ் ஊழியர்கள் மாநாட்டில் தான் முதன் முதலில் சந்தித்துப் பேசினேன். முதல் சந்திப்பிலேயே பெரியவர் எனக்கு ஓர் ஊழியராகத்தான் தோன்றினார்.

மகாத்மா காந்தி 1934ல் மதுரை வந்தபோது அவருக்கு தொண்டாற்றும் வாய்ப்பு கக்கனுக்கு வந்து சேர்ந்தது. காங்கிரஸ் நடத்திய போராட்டங்களில் தீவிரமாக பங்கேற்ற கக்கன் 1942 ஆகஸ்ட் புரட்சியின் போது மேலூர் காவல் நிலையத்தில் சிறை வைக்கப்பட்டார்.

அவர் மனைவி முன்னிலையில் 5 நாட்கள் கசையடி கொடுத்து சக தோழர்களை காட்டிக் கொடுக்கச் சொன்னபோது கடைசி அடி வரை அடி வாங்கினாரே தவிர காட்டிக் கொடுக்கவில்லை.

சுய நினைவு இழந்தவரை குதிரை வண்டியில் பாதம் வைக்கும் இடத்தில் கிடத்தி தலையும் கால்களும் தொங்கிய நிலையில் இழுத்துச் சென்றனர்.

தமிழக அரசியல் களத்தில் 10 ஆண்டுகள் தொடர்ந்து அமைச்சராக இருந்த கக்கன் பொதுப்பணி, உள்துறை, விவசாயம், உணவு, மதுவிலக்கு,

அரசின் நலம், அறநிலையத்துறை போன்ற பல்வேறு இலாக்காக்களை நிர்வகித்தார்.

கக்கன் அமைச்சராகப் பொறுப்பேற்ற காலத்தில் மேட்டூர், வைகை அணைகள் கட்டப்பட்டன. மதுரை வேளாண்மைக் கல்லூரியை கொண்டு வந்தார்.

மதுரை மருத்துவமனையில் சேர்க்கப்பட்டு சாதாரண வகுப்பில் அவர் சிகிச்சை பெற்றபோது மதுரை முத்துவை நலம் விசாரிக்க வந்த முதல்வர் எம்.ஜி.ஆர்., காளிமுத்து மூலம் செய்தியறிந்தார்.

◻

சட்டமன்றத் தேர்தல் 1962ல் நடந்தது என்ன?

*1962*ம் வருடம் நடந்த சட்டமன்றத் தேர்தலில் காமராஜர் தலைமையில் காங்கிரஸ் கட்சி பெரும் வெற்றி பெற்றாலும், தமிழ்நாடு எதிர்கொள்ளவிருந்த மாற்றங்களை முன்னறிவிக்கும் தேர்தலாக அந்தத் தேர்தல் அமைந்தது.

சீனாவுடனான யுத்த மேகங்கள் இந்தியாவைச் சூழ்ந்திருந்த நேரத்தில் இந்தியாவின் மூன்றாவது பொதுத் தேர்தல் அறிவிக்கப்பட்டது.

தமிழ்நாட்டில் 1962 பிப்ரவரி 21-ஆம் தேதி சட்டமன்றத் தேர்தலுக்கான வாக்குப்பதிவு நடக்குமென தேர்தல் ஆணையம் அறிவித்தது.

கடந்த 1957 தேர்தலோடு ஒப்பிட்டால் தமிழ்நாட்டில் பல சம்பவங்கள் நடந்திருந்தன. சென்னை மாகாணத்தில் செல்வாக்குப் பெற்றிருந்த ராஜாஜி சுதந்திர கட்சியை உருவாக்கி காமராஜரைத் தோற்கடிக்கக் காத்திருந்தார்.

கடந்த சட்டமன்றத் தேர்தலில் 15 இடங்களில் மட்டும் வென்றிருந்த தி.மு.க. 1959ல் நடந்த உள்ளாட்சித் தேர்தலில் சென்னை சட்ட மன்றத்தைக் கைப்பற்றியிருந்தது.

ஆனால் அதே நேரத்தில் கட்சி அப்போது தான் முதல் பிளவைச் சந்தித்திருந்தது. 1961ல் ஈ.வெ.கி. சம்பத் தி.மு.க.வை உடைத்து வெளியேறி இருந்தார். அவருடன் கண்ணதாசன், எம்.பி. சுப்பிரமணியன் உள்ளிட்டோரும் சென்றனர். புதிதாக தமிழ் தேசியக் கட்சி என்ற கட்சியைத் துவங்கியிருந்தார்.

இந்தத் தேர்தலின்போது சென்னை மாகாணச் சட்டப்பேரவை உறுப்பினர்களின் எண்ணிக்கை 206ஆக இருந்தது. இதில் 168 தொகுதிகளை பொதுத் தொகுதியாக அறிவித்தனர். 38 தொகுதிகள் தனித் தொகுதிகள்.

இந்தத் தேர்தலில் இந்திய தேசிய காங்கிரஸ் தனித்தே போட்டி யிட்டது. காங்கிரசுக்கு ஆதரவாக திராவிடர் கழகத் தலைவர் பெரியாரும் அவரது இதழான விடுதலையும் களமிறங்கியிருந்தன.

தமிழ் தேசியத்தின் முகமாக காமராஜரை முன்னிறுத்தினார் பெரியார். 206 தொகுதிகளிலும் வேட்பாளர்களை நிறுத்தியது காங்கிரஸ்.

தி.மு.க.வைப் பொறுத்தமட்டில் கம்யூனிஸ்டுகளும் சுதந்திரா கட்சி யுடனும் கூட்டணி அமைக்க விரும்பியது. ஆனால் அது நடக்கவில்லை. முடிவில் தி.மு.க. முஸ்லீம் லீக்குடன் மட்டும் வெளிப்படையாகக் கூட்டணி அமைத்தது.

சில இடங்களில் கம்யூனிஸ்ட் கட்சிக்கும் சில இடங்களில் சுதந்திரா கட்சிக்கும் ஆதரவளித்தது. முடிவாக 142 சட்டமன்றத் தொகுதிகளில் மட்டுமே போட்டியிட்டது அக்கட்சி. சுதந்திரா கட்சி 94 இடங்களிலும் இந்திய கம்யூனிஸ்ட் கட்சி 68 இடங்களிலும் போட்டியிட்டன.

தி.மு.க.விலிருந்து மனம் கசந்து வெளியேறியிருந்த ஈ.வி.கே. சம்பத்தின் தமிழ் தேசியக் கட்சி 9 சட்டமன்றத் தொகுதிகளில் போட்டியிட்டது. முத்துராமலிங்கத் தேவரின் பார்வர்டு பிளாக் 6 சட்டமன்றத் தொகுதிகளில் போட்டியிட்டது.

ராஜாஜியின் சுதந்திரா கட்சியும் முத்துராமலிங்கத் தேவரின் பார்வர்டு பிளாக் கட்சியும் கூட்டணி அமைத்திருந்தன.

ராஜாஜிக்கும் காமராஜரைப் பிடிக்காது. முத்துராமலிங்கத் தேவருக்கும் அவரைப் பிடிக்காது. அதன் அடிப்படையில் சேர்ந்த கூட்டணி அது.

தேர்தல் பிரச்சாரத்தின் போது ராஜாஜியும் முத்துராமலிங்கத் தேவரும் இணைந்து கூட்ட மேடைகளில் பங்கேற்றனர். சி.பா. ஆதித்தனாரின் நாம் தமிழர் கட்சியும் களத்தில் இறங்கியது.

இந்தத் தேர்தலில் வெற்றி பெறுவோம் என்ற நம்பிக்கை காமராஜருக்கு இருந்தாலும் ஒரு விசயத்தில் மிக்க கவனமாக இருந்தார் காமராஜர். திராவிட நாடு கோரிக்கையைத் தொடர்ந்து எழுப்பி வந்த திமுக வளர்ந்து வருவதை எச்சரிக்கையுடன் கவனித்து வந்தார் அவர்.

ஆகவே கடந்த முறை தி.மு.க. வென்றிருந்த 15 தொகுதிகளிலும் அதனைத் தோற்கடிக்க விரும்பினார். பண பலமும் செல்வாக்கும் மிக்க நபர்கள் இந்த பதினைந்து பேரை எதிர்த்து நிறுத்தப்பட்டனர். கட்சியின் பொதுச் செயலாளர் சி.என்.அண்ணாதுரைக்கு எதிராக மிகப்பெரிய பேருந்து கம்பெனி ஒன்றின் உரிமையாளரான எஸ்.வி. நடேச முதலியார் நிறுத்தப்பட்டார்.

தி.மு.க. வெளியிட்டிருந்த தேர்தல் அறிக்கையில், வரி குறைப்பு, சீர்திருத்த திருமணத்தை செல்லுபடியாக்கும் சட்டம், பேருந்து போக்கு வரத்தை நாட்டுடைமையாக்குவது, தமிழை ஆட்சி மொழி ஆக்குவது, விருப்பப் பாடம் என்ற பெயரில் கட்டாயமாக இந்தி திணிக்கப்படுவதை எதிர்ப்பது, தூத்துக்குடி துறைமுகத் திட்டம், கடல் நீரைக் குடிநீராக்கும திட்டம்,கட்டாய இலவசக் கல்வி, எல்லா நகரங்களிலும் பாதாளச் சாக்கடை போன்றவற்றை முன்னிறுத்தியது.

காங்கிரசைப் பொறுத்தவரையில் தனது பிரச்சாரத்தில், நெய்வேலி அனல் மின் நிலையத்தைக் கொண்டு வந்தது.

பெரம்பூர் ரயில் பெட்டி தொழிற்சாலைகளைக் கொண்டு வந்தது ஆகியவற்றை சாதனைகளாகச் சொன்னது காங்கிரஸ்.

பெரியாரின் விடுதலை,தி.மு.க.வைக் கண்ணீர்த் துளிகளாக வர்ணித்து, கடுமையாக விமர்சித்தது. எனக்கு வயதாகிவிட்டது. நான் அதிக நாள் இருக்க மாட்டேன். நான் போன பிறகு காமராஜர் தமிழர்களின் நலனைப் பாதுகாப்பார். அவர்தான் என் வாரிசு என்றார் பெரியார்.

இதற்கு பதிலடி கொடுத்த திமுக “வட நாட்டு ஆதிக்கம் வளர்ந்திருக் கிறது. அதனைக் கண்டிக்க காமராசரால் முடியவில்லை. விருப்பமும்

இல்லை. தென்னாடு தேய்கிறது. வளரவைக்க காமராசரால் முடியவில்லை. அப்படி இருக்கும்போது காங்கிரசை ஆதரிக்கலாமா? பெரியாரை கேட்க வேண்டாம்...நீங்களே சிந்தித்துப் பாருங்கள்'' என்றது தி.மு.க.

இந்தத் தேர்தல் பிரச்சாரத்தில் சினிமா நட்சத்திரங்கள் பெரும் பங்கு வகித்தனர்.எம்.ஜி.ஆரும், எஸ்.எஸ்.ஆரும் தி.மு.க.விற்கு ஆதரவாக களமிறங்க, சிவாஜி கணேசன் தமிழ் தேசியக் கட்சிக்காகப் பிரச்சாரம் செய்தார்.

தேர்தல் முடிவுகள் வெளிவந்தபோது ஆச்சர்யம் காத்திருந்தது. மொத்த முள்ள 206 இடங்களில் 139 இடங்களைப் பிடித்திருந்தது காங்கிரஸ்.

கடந்த தேர்தலோடு ஒப்பிட்டால் 12 இடங்கள் குறைவு. அதிர்ச்சிக்கு காரணம் அதுவல்ல. கடந்த தேர்தலில் 15 இடங்களையே பிடித்திருந்த தி.மு.க. இந்தத் தேர்தலில் 50 இடங்களைப் பிடித்திருந்தது. சுதந்திரா கட்சி 6 இடங்களிலும், பார்வர்டு பிளாக் மூன்று இடங்களிலும் கம்யூனிஸ்ட் கட்சி இரண்டு இடங்களிலும் சோஷலிஸ்ட் கட்சி ஒரு இடத்திலும் சுயேட்சைகள் 5 இடங்களிலும் வெற்றி பெற்றனர்.

பல இடங்களில் காங்கிரசின் வாக்குகளை சுதந்திரா கட்சி பிளந்திருந்தது.

தி.மு.க.வின் சார்பில் 1957ல் வெற்றி பெற்றிருந்த 15 பேரில் சி.என். அண்ணாதுரை உட்பட 14 பேர் தோல்வியைத் தழுவினர். கடந்த முறை வெற்றி பெற்றவர்களில் மு.கருணாநிதி மட்டுமே இந்த முறையும் வெற்றி பெற்றிருந்தார்.

கடந்த தேர்தலில் வெற்றி பெற்ற தி.மு.க.வினர் இந்த முறை வெற்றி பெறக் கூடாது என்ற காமராஜர் திட்டம் கிட்டத்தட்ட வெற்றியைப் பெற்றிருந்தது.

தனக்கு தோல்வி ஏற்படப் போவதை முன்பே உணர்ந்திருந்தார் அண்ணா. வாக்கு எண்ணும் தினத்தன்று எம்.ஜி.ஆரின் மனைவி சதானந்தவதி உயிரிழந்தார். எம்.ஜி.ஆருக்கு ஆறுதல் சொல்ல வந்த அண்ணா அங்கேயே நீண்ட நேரம் இருந்தார். ஓட்டு எண்ணும் நேரத்தில் நீங்க இங்க இருக்கீங்களே ஏதாவது தப்பு நடந்துட்டா? என்று எம்.ஜி.ஆர். கேட்க இனிமே தப்பு நடப்பதற்கு ஒன்றுமே இல்லை என்றார் அண்ணா.

தி.மு.க.பிரதான எதிர்க்கட்சியாக அந்தஸ்தைப் பெற்றிருந்தாலும் கட்சியின் பொதுச்செயலாளர் அண்ணாவின் தோல்வி அவர்களை நிலைகுலைய வைத்தது. ஆனால் அண்ணா உற்சாகமாகப் பேசினார்.

"எப்படி எங்கள் 15 பேரையும் ஒழிப்போம் என்று கூறி 50 இடங்களை கோட்டை விட்டார்களோ, அதுபோல அடுத்த தேர்தலில் இன்னொரு 75 இடங்களை கோட்டை விடுவார்கள் என்றார் அண்ணா. மக்களை மிரட்டியும் மயக்கியும் வாக்குகள் பறிக்கப்பட்டன. பணம் விளையாடியது..." எனக் குற்றம் சாட்டினார் அண்ணா.

வெற்றி பெற்ற காமராஜர் அமைத்த அமைச்சரவையில் அவரையும் சேர்த்து ஒன்பது பேர் இடம் பெற்றிருந்தனர்.

நிதி அமைச்சராக பக்தவச்சலமும், வருவாய்த்துறை அமைச்சராக ஆர்.வெங்கட்ராமனும், விவசாயத் துறை அமைச்சராக பூவராகனும் நியமிக்கப்பட்டனர்.

ஆனால் "கே" பிளான் திட்டப்படி விரைவிலேயே காமராஜர் பதவி விலகிக் கொள்ள பக்தவச்சலம் முதல்வரானார். சட்டமன்றத் தேர்தலில் தோல்வியடைந்திருந்த அண்ணா மாநிலங்களவைக்குத் தேர்வானார்.

◻

காங்கிரஸ் கோட்டையை முறியடித்த தி.மு.க. எனும் அரசியல் சூறாவளி!

13

இந்திய சுதந்திரத்திற்குப் பின்னர் காங்கிரஸ் எனும் பிரம்மாண்டக் கட்டமைப்பை 15 ஆண்டுகளில் தி.மு.க. முறியடித்த பின்னணி, அரசியல் சூழல், கையிலெடுத்த பிரச்சினைகள், அண்ணாவே தோற்ற வரலாறு ஆகிய வற்றை உள்ளடக்கிய மூன்று சட்டப்பேரவை தேர்தல் குறித்த வரலாறு மிகவும் சுவராஸ்யமிக்கவையாகும்.

1952ல் முதல் சட்டப்பேரவைத் தேர்தல். திராவிட நாடு என்று சொல்லும் நான்கு மாநில மொழி பேசும் மக்களும் வாக்களித்த முதல் தேர்தலாக இது அமைந்தது.

இந்தத் தேர்தலில் பலமான இந்திய தேசிய காங்கிரஸும், ஆந்திரா, தமிழக, கேரளப் பகுதிகளில் பலம் வாய்ந்த கம்யூனிஸ்ட்டுகளும் கேரளப் பகுதிகளில் பலம் வாய்ந்த முஸ்லீம் லீக் கட்சியும் முக்கிய கட்சிகளாக களத்தில் நின்றன.

1949ல் தொடங்கப்பட்டு மூன்றே வயதான திமுக இத்தேர்தலில் போட்டியிடவில்லை. இந்த தேர்தலில் மொத்தமுள்ள 375 தொகுதிகளில் காங்கிரஸ் கட்சி 152 இடத்திலும் இந்திய கம்யூனிஸ்ட் கட்சி 62 இடங்களிலும் மற்ற சிறு சிறு கட்சிகள் மொத்தமாக 161 இடங்களிலும்

வென்றன. ராஜாஜி முதல்வர் ஆனார். கோஷ்டி பூசலால் 1954ல் காமராஜ் முதல்வரானார்.

ஒன்றுபட்ட மாகாணத்தில் தேர்தல் நடந்ததும் ஒன்றுபட்ட இந்திய கம்யூனிஸ்ட் கட்சி எதிர்க்கட்சியாக இருந்ததும் இத்தேர்தலின் சிறப்பு.

அடுத்த 2வது தேர்தல் வருமுன் சென்னை மாகாணத்தில் பல மாற்றங்கள் நிகழ்ந்தன. மொழிவாரி மாகாணங்கள் பிரிக்கப்படும் பணி 1953லிருந்து ஆரம்பித்து 1956-ஆம் ஆண்டு நவம்பர் முதல் நாளிலிருந்து மாநிலங்கள் சீரமைப்புச் சட்டம் நடைமுறைக்கு வந்தது.

ஆந்திரா, மைசூர், கேரளாவிற்கான பகுதிகள் அம்மாநிலத்துடன் இணைக்கப்பட்ட பின் சென்னை மாநில சட்டப்பேரவை உறுப்பினர் களின் எண்ணிக்கை 190 ஆகக் குறைந்தது.

பின்னர் கன்னியாகுமரி மாவட்டம், நெல்லையில் செங்கோட்டை வட்டமும் சென்னை மாநிலத்துடன் இணைந்ததால் எண்ணிக்கை 205ஆக உயர்ந்தது.

இந்த முறை 1957-ஆம் ஆண்டு இரண்டாவது சட்டப்பேரவை தேர்தல் நெருங்கியது. இம்முறை தி.முக தேர்தலில் போட்டியிடலாமா என 1956-ஆம் ஆண்டு மாநாட்டில் பொதுமக்கள் கருத்தைக் கேட்டார் அண்ணா.

அதன் அடிப்படையில் தேர்தலில் தி.மு.க. போட்டியிடலாம் என முடிவெடுத்தார். இம்முறை மும்முனைப் போட்டி.

காமராஜர் ஆட்சியில் இரண்டாவது முறை தேர்தலைச் சந்தித்தது காங்கிரஸ். பெரியாரின் ஆதரவு வேறு.

இந்தத் தேர்தலில் வலுவான இந்தியக் கம்யூனிஸ்ட் கட்சியின் மார்க்சிய சித்தாந்தம் திமுகவின் தமிழ் தேசியவாதம், வடக்கு வாழ்கிறது எதற்கு தேய்கிறது என்கிற வாதத்தின் முன் திமுகவே பிரதான எதிர்க்கட்சியாக காங்கிரஸ் முன் நின்றது.

அண்ணா காஞ்சியிலும், தன்னுடைய 33வது வயதில் தி.மு.க. தலைவர் கருணாநிதி குளித்தலை தொகுதியிலும் முதன் முதலில் போட்டியிட்டதும் இந்தத் தேர்தலில் தான்.

திருக்கோஷ்டியூரில் கவிஞர் கண்ணதாசன், சேலத்தில் நாவலர் நெடுஞ் செழியன், தேனியில் நடிகர் எஸ்.எஸ்.ஆர்., எழும்பூரில் க.அன்பழகன், அன்பில் தர்மலிங்கம் ஆகியோரும் போட்டியிட்டனர்.

தேர்தல் முடிவில் காங்கிரஸ் பெருவெற்றி பெற்றது. காமராஜர் மீண்டும் முதல்வர் ஆனார். முதன்முதலில் தேர்தலில் 112 இடங்களில் போட்டி யிட்ட தி.மு.க. 15 இடங்களில் வெற்றி பெற்றது.

அண்ணா, கருணாநிதி, அன்பழகன், ஆசைத்தம்பி, சத்தியவாணி முத்து, ப.உ. சண்முகம் போன்றோர் வெற்றி பெற்றனர்.

என்.எஸ். கிருஷ்ணன் போன்றோர் பிரச்சாரம் செய்தும் இந்தத் தேர்தலில் தி.மு.க.வின் முக்கியத் தலைவர்களான நாவலர் நெடுஞ் செழியன், கண்ணதாசன், அன்பில் தர்மலிங்கம், எஸ்.எஸ்.ஆர் உள்ளிட்ட நூற்றுக்கணக்கானோர் தோல்வி அடைந்தனர். புதிய கட்சியான தி.மு.க. வுக்கு பொதுச் சின்னம் கிடைக்காதது இதற்கான காரணமாக இருந்தது.

1957-ஆம் ஆண்டுக்கும் 1962-ஆம் ஆண்டுக்கும் இடையே தமிழக அரசியலில் எத்தனை மாற்றங்கள். திரையுலகின் முடிசூடா மன்னன் பின்னர் அ.தி.மு.க.வை ஆரம்பித்த எம்.ஜி.ஆர். கருணாநிதியுடன் ஏற்பட்ட நட்பு வலுப்பெற தி.மு.க.வில் இணைந்தார்.

ஆனால் 1962-ஆம் ஆண்டு பொதுத் தேர்தலுக்கு இடையில் பெரியாரின் அண்ணன் மகன் திமுகவில் அண்ணாவுக்கு இணையாக விளங்கிய ஈ.வி.கே. சம்பத் 1961 ஏப்ரலில் வெளியேறினார். அவருடன் கண்ணதாசனும் வெளி யேறினார்.

அவர்கள் தமிழ் தேசியக் கட்சியைத் தொடங்கினார். இந்தத் தேர்தலில் வலுவான காங்கிரசை எதிர்த்து தி.மு.க. போட்டியிட்டது. இந்தக் கால கட்டத்தில் இலங்கை தமிழர் பிரச்சனையை தி.மு.க. கையிலெடுத்திருந்தது.

தமிழருக்கான தனி நாடு, திராவிட நாடு கோரிக்கைகளும், சென்னை மாநிலத்துக்கு தமிழ்நாடு எனப் பெயரிட வேண்டும் போன்ற மொழி சார்ந்த பிரச்சனைகளும் திமுகவால் கையிலெடுக்கப்பட்டன.

இந்திய கம்யூனிஸ்ட் கட்சியில் இந்தியா முழுவதும் பெரிய அளவில் உள்கட்சி போராட்டம் வெடித்திருந்த நேரம். இந்தியாவுக்கு ஏற்ற பாதை தேசிய ஜனநாயகப் புரட்சியா? மக்கள் ஜனநாயகப் புரட்சியா? என்கிற

போராட்டம் உட்கட்சி போராட்டமாக வலுவாக இருந்த நேரம்.

விவசாயிகளின் பிரச்சனை, தாழ்த்தப்பட்ட மக்களுக்கான உரிமைப் போராட்டம், நிலப்பிரபுத்துவ எதிர்ப்பு போர், நிலச் சீர்திருத்தம் போன்ற வற்றை தி.மு.க.வும் கையிலெடுத்தால் கம்யூனிஸ்ட்டுகள் இடத்தை திமுகவின் திராவிட கொள்கைகள் எளிதாகப் பின்னுக்குத் தள்ளின.

இந்தக் காலகட்டத்தில் எம்.ஜி.ஆர்., கே.ஆர்.ராமசாமி போன்றோரின் திரையுலக கவர்ச்சியிலும் பேச்சாற்றல், எழுத்தாற்றல் மிக்க தலைவர்களும் மக்களை எளிதாக அணுகினர். இதன் காரணமாக காங்கிரஸின் பலமான கோட்டையில் தி.மு.க. பெரிய தாக்குதலைக் கொடுத்தது.

1957 தேர்தலுக்குப் பின் தி.மு.க. பெரும் அளவில் வளர்ந்திருந்தது. இதற் கிடையே மூன்றாவது தேர்தலில் 15 என்கிற எண்ணிக்கையை 50 ஆக தி.மு.க. உயர்த்தியது. காங்கிரஸ் 12 இடங்களை இழந்தது. ஆனாலும் ஆட்சியை தக்க வைத்துக் கொண்டது.

அண்ணாவை குறி வைத்து நடத்திய தேர்தலில் அவர் தோற்றுப் போனார். ஆனால் நெடுஞ்செழியன், எஸ்.எஸ்.ஆர். போன்றோர் வென்றனர்.

அண்ணா இடத்தில் சட்டப் பேரவைத் தலைவராக நெடுஞ்செழியனும் துணைத் தலைவராக கருணாநிதியும் பொறுப்பேற்றனர். அண்ணா பின்னர் மாநிலங்களவை உறுப்பினர் ஆனார்.

இந்தத் தேர்தலில் எம்.ஜி.ஆரின் பிரச்சாரம் பெரும் துணையாக தி.மு.க.வுக்கு அமைந்தது. இம்முறை கருணாநிதி தஞ்சாவூரில் காங்கிரஸ் கட்சியின் வேட்பாளர் மிகப் பெரும் பஸ் முதலாளியை எதிர்த்துப் போட்டியிட்டார்.

வெல்லவே முடியாது என்று தமிழகமே எதிர்பார்த்த நிலையில் தனது நண்பர் கருணாநிதிக்காக அங்கேயே பல நாள் பிரச்சாரம் செய்த எம்.ஜி.ஆரின் பிரச்சாரமும் பெரும் வெற்றி பெற உதவியது. 1962 வெற்றிக்கும் 4வது பொதுத் தேர்தலான 1967-ஆம் ஆண்டுக்குமிடையே எத்தனை மாற்றங்கள்.

1962ல் சீனப் போரில் இந்தியா தோல்வி, திராவிட நாடு கொள்கையை தி.மு.க. கைவிட்ட சம்பவம், 1964ல் பிரதமர் நேருவின் திடீர் மரணம்

அதனைத் தொடர்ந்து பிரதமரான லால் பகதூர் சாஸ்திரியின் மரணம், இந்திராகாந்தி பிரதமரானது எனப் பல சம்பவங்கள்.

1964-ஆம் ஆண்டு அகில இந்திய அளவில் இந்திய கம்யூனிஸ்ட் கட்சிக் இரண்டாக உடைந்தது. மாக்சிஸ்ட் கம்யூனிஸ்ட் கட்சி உதயமானது. இந்தக் காலகட்டத்தில்தான் திமுகவால் மொழிப் போர் கையிலெடுக்கப் பட்டது. இந்தித் திணிப்புக்கு எதிராக மொழிப் பிரச்சனையைத் திமுக கையிலெடுத்தது. மிகப் பெரிய அளவில் இளைஞர்கள் இக்காலகட்டத்தில் தி.மு.க.வின் பின்னால் வந்தனர்.

காமராஜர் முதல்வர் பதவியை விட்டு விலகி பக்தவச்சலத்தை முதல்வராக்கினார். மொழிப் பிரச்சனையுடன் உணவுப் பஞ்சம் உள்ளிட்டவை சேர, எலிக்கறி சாப்பிடச் சொன்னதாக காங்கிரஸுக்கு எதிரான தி.மு.க.வின் போராட்டம் வெடித்தது. அண்ணாவின் படி அரிசித்திட்டம் பெரிதாக எடுபட்டது.

இதற்குள் 1965-ஆம் ஆண்டின் தொகுதி சீரமைப்பு நடவடிக்கைகளின் விளைவாக சென்னை சட்டப்பேரவையின் உறுப்பினர் எண்ணிக்கையும் 234 ஆக உயர்த்தப்பட்டது. இவற்றில் 44 இடங்கள் தனித்தொகுதியாக அறிவிக்கப்பட்டன.

1967-ஆம் ஆண்டு 4வது பொதுத் தேர்தலில் தி.மு.க. தலைமையில் ராஜாஜியின் சுதந்திராக் கட்சி மார்க்சிஸ்ட் கம்யூனிஸ்ட் கட்சி, முஸ்லீம் லீக் உள்ளிட்டவை இணைந்து போட்டியிட்டன.

காங்கிரஸ் கட்சி தனித்துப் போட்டியிட்டது. தி.மு.க. கூட்டணி பெரிய அளவில் வெற்றி பெற்றது. 179 இடங்களில் வென்ற கூட்டணியில் தி.மு.க. மட்டுமே 137 இடங்களை வென்றது. காங்கிரஸ் கட்சி 232 இடங்களில் போட்டியிட்டு 51 இடங்களை மட்டுமே பெற்று 88 இடங்களை இழந்தது.

அண்ணா முதல்வர் ஆனார். ஆனால் அந்தத் தேர்தலில் அண்ணா சட்டசபைக்கு போட்டியிடவில்லை. மக்களவைக்கு போட்டியிட்டு தென்சென்னை எம்.பி. ஆனார்.

அதற்குப் பிறகு எம்.பி. பதவியை ராஜினாமா செய்து சட்ட மேலவைக்குள் நுழைந்ததன் மூலம் முதல்வர் ஆனார்.

◻

கலைஞரின் முதல் சட்டமன்ற பிரவேசம்

மு. கருணாநிதி முதன் முதலில் போட்டியிட்டது கரூர் மாவட்டத்தில் உள்ள குளித்தலை தொகுதியில்.

அச்சு ஊடகம் மட்டுமே இருந்த காலகட்டம் அது. அதுவும் பெரிய அளவில் நாடு வளர்ந்திராத 1957-ஆம் ஆண்டு நடந்த பொதுத் தேர்வில் தான் தி.மு.க. முதன்முதலில் தேர்தல் களம் கண்டது.

1957-ஆம் ஆண்டில் நடைபெற்ற தேர்தலில், கலைஞர் கருணாநிதி நாகப்பட்டினம் தொகுதியில் போட்டியிட விரும்பினார். ஏனெனில் அவர் பிறந்த திருக்குவளை அந்தத் தொகுதியில் தான் இருந்தது. ஆனால் அண்ணா, கலைஞரை குளித்தலை தொகுதியில் போட்டியிடும்படி கேட்டுக் கொண்டார். அதனை ஏற்று கலைஞர் முதன்முதலில் குளித்தலை தொகுதியில் போட்டியிட்டார்.

அப்போது கலைஞரை எதிர்த்து காங்கிரஸ் கட்சி சார்பில் காட்டுப் புத்தூர் தர்மலிங்கம் என்பவரும் கம்யூனிஸ்ட் கட்சி சார்பில் வக்கீல் சண்முகம் போட்டியிட்டனர்.

அக்காலத்தில் குளித்தலைத் தொகுதி ஒன்றுபட்ட திருச்சி மாவட்டத் தில் இருந்தது. திருச்சி, புதுக்கோட்டை, கரூர், பெரம்பலூர், அரியலூர்

உள்ளிட்ட மாவட்டங்கள் ஒன்றுபட்ட திருச்சி மாவட்டம் ஆக இருந்தன.

குளித்தலை தொகுதி திருச்சி மாவட்டத்தில் உள்ள அந்த நல்லூரில் தொடங்கி நந்தவரம் , நச்சலூர், மருதூர், பொட்டவாய்த்தலை, குளித்தலை, லாலாபேட்டை, கரூர் நகர பகுதியிலுள்ள திருமாநிலையூர் என்ற இடம் வரை விரிவடைந்திருந்தது.

அந்த தொகுதியின் ஒருபுறம் காவிரிக்கரை அமைந்திருந்தாலும் அதன் மறுபுறம் வானம் பார்த்த பூமி பிரச்சாரத்தின்போது மதிய நேரத்தில் எங்காவது உணவருந்தலாம் என்றாலும் இப்போது இருப்பது போல உணவு விடுதிகள் அந்த காலத்தில் கிடையாது.

தேர்தல் பிரச்சாரத்தின் போது சுவர்களில் விளம்பரம் செய்யும் முறையை தொடங்கி வைத்தவர் கருணாநிதிதான். இதற்காகத்தான் பிறந்த ஊரான திருவாரூரிலிருந்து ராஜன் என்ற ஓவியரை தொகுதிக்கு வரவழைத் திருந்தார் கலைஞர்.

இதேபோல லாலாபேட்டையில் இருந்த ராமலிங்கம் என்ற ஓவிய ஆசிரியர். இவர்கள் இருவரின் கைவண்ணத்தில்தான் தி.மு.க.வின் சின்ன மான உதயசூரியன் சுவர்களில் மிளிர்ந்தன.

சுவர் விளம்பரங்களால் பொதுமக்களைக் கவரும் வகையில்,

நாட்டு வாட்டம் போக்கிட சர்க்கார் நோட்டு அடித்தால் போதாது.

காகிதப் பூ மணக்காது.

காங்கிரஸ் ஆட்சி இனிக்காது

டாட்டா பிர்லா கூட்டணி

பாட்டாளிக்கு பகையாளி

போன்ற கலைஞரின் வசனங்கள் பெரிய தாக்கத்தை ஏற்படுத்தி யிருந்தன. மற்றொரு புதிய முறையையும் கருணாநிதி புகுத்தினார். அதுதான் ''டோர் சிலிப்'' எனப்படும் வீடு வீடாகச் சென்று வாக்கு சேகரிக்கும் முறை.

அதாவது ஒரு வீட்டில் வாக்கு சேகரிக்கும்போது அந்த வீட்டின் கதவில் ''எங்கள் ஓட்டு எங்க வீட்டுப்பிள்ளை கருணாநிதிக்கே'' என்ற வாசகமும் உதயசூரியன் படமும் பொறிக்கப்பட்ட துண்டு பிரசுரங்களை ஒட்டி விடுவார்கள்.

இதற்காகவே கலைஞர் பிரச்சாரத்துக்கு செல்லும்போது, கூடவே பசை வாளி மற்றும் துண்டு பிரசுரங்களுடன் தொண்டர்கள் சுற்றிச் சுற்றி வருவார்கள். அதேபோல எங்கள் வீட்டுப் பிள்ளை எங்கள் வாக்கு கருணாநிதிக்கு என்று பொறிக்கப்பட்ட மாத காலண்டர்களையும் வீடு தோறும் வழங்கியவர் கருணாநிதி.

கலைஞரின் பிரச்சாரத்திற்காக அண்ணா, எம்.ஜி.ஆர்., என்.எஸ். கிருஷ்ணன் ஆகியோர் வந்திருந்தனர். அண்ணா, எம்.ஜி.ஆர். ஆகியோர் தங்களது பேச்சுத் திறமையில் வாக்கு சேகரித்தனர். என்.எஸ்.கிருஷ்ணன் வில்லுப்பாட்டு நடத்தி வாக்கு சேகரித்தார்.

அப்போது கலைஞரிடம் ஒரு ஃபியட் கார் இருந்தது. அந்த காரின் முன்புறம் மூன்று பேரும் பின்புறம் மூன்று பேர் ஆறு பேர் பயணித்துத் தான் தொகுதி முழுவதும் பிரச்சாரத்தை மேற்கொண்டார் கலைஞர்.

பிரச்சாரத்தின் போது ஆங்காங்கே தொண்டர்களின் வீடுகளில் தங்கிக் கொள்வார் கலைஞர். லாலா பேட்டையில் முத்து நாயுடு என்ற தி.மு.க. தொண்டர் வீட்டில் தங்கிக் கொள்வார். அதேபோல கரூர் பகுதிக்கு பிரச்சாரத்திற்கு வரும்போது அங்குள்ள வேலுப்பிள்ளை என்பவன் வீட்டில் தங்கிக் கொள்வார்.

பிரச்சாரம் முடிந்து இரவு 12 மணிக்கு அல்லது அதிகாலை இரண்டு மணிக்கு வருவார். அந்த நேரத்தில் இரவு உணவு விடுதிகள் எங்கேயும் திறந்திருக்காது.

கலைஞர் கரூர் மார்க்சிஸ்ட் ரோட்டில் என்.வி.சாமியப்பன் என்ற லாரி உரிமையாளரின் லாரி ஷெட் இருந்தது. அந்த ஷெட்டில் தான் தி.மு.க. காரியாலயம் இயங்கி வந்தது. அதில் போய் கருணாநிதி தங்கிக் கொள்வார்.

கலைஞர் சாமியப்பனிடம் இரண்டு ரூபாய் கொடுப்பார். அதில் பிட்டு பொட்டலங்களில் இட்லி வாங்கி வருவார். அதனை எல்லோரும் சாப்பிடுவார்கள்.

அந்த காலகட்டத்தில் தொலைபேசி அவ்வளவாக எளிதாக கிடைக்காத காலகட்டம். தற்போது கரூர் காவல்நிலையம் எதிரே உள்ள அஞ்சல் அலுவலகத்தில்தான் அப்போது டெலிபோன் இருந்தது.

அப்போது கரூரில் உள்ள நபர்கள் யாருக்காவது டிரங்க்கால் போட வேண்டுமென்றால் இந்த இணைப்பக வாசலில் வந்து காத்திருப்பார்கள்.

கலைஞர் பிரச்சாரத்திற்கு வந்துள்ளது தெரிந்தும் அந்த இணைப்பகத்தில் வேலை பார்த்த சிவராமன் என்பவர் வரிசையாக காத்திருப்பவர்களுக்கு இடையே கலைஞருக்கு சென்னைக்கு டிரங்க் கால் போட்டுக் கொடுப்பார்.

கலைஞர் டிரங்க்கால் போட்டு சென்னையில் இருக்கும் மாறனிடம் பேசுவார். பிரச்சாரத்துக்கு பணம், பிரசுரங்களை அனுப்புவது குறித்து பேசுவார்.

இரவில் இரண்டு மணிக்கு படுத்தாலும் அதிகாலை நாலரை மணிக்கெல்லாம் கலைஞர் எழுந்து கொள்வது வழக்கம். குளித்து முடித்து விட்டு தூங்கும் மற்ற தொண்டர்களையும் எழுப்பி விடுவார்.

அதேபோல அதிகாலையிலேயே கிளம்பி விடுவார் கலைஞர். அப்போது தி.மு.க. கட்சிக்காரர்களை பார்க்க மாட்டார். எதிர்க்கட்சியினை அவர்கள் வீட்டிலேயே சந்தித்து தி.மு.க.விற்கு வாக்கு கேட்பார்.

கலைஞரின் கார் ஓட்டுனரான பர்வீன்கனி டோர் ஸ்லிப்பை அந்த எதிர்க்கட்சியினர் வீட்டு கதவில் ஒட்டி விடுவார்.

பிறகு கதவில் ஒட்டியிருந்த டோர் ஸ்லிப்பை பார்த்து காங்கிரஸ் உள்ளிட்டவர்கள் "கருணாநிதி வந்தாரா? உங்களிடம் ஓட்டு கேட்டாரா? தி.மு.க.வை ஆதரிக்கப் போறிங்களா?" என்றெல்லாம் கேட்க ஆரம்பித்து விடுவார்கள்.

தேர்தல் பிரச்சாரத்தின்போது வெள்ளியணை, உப்பிடமங்கலம், காணியாளாம்பட்டி உள்ளிட்ட பகுதிகளில் நீர் ஆதாரமான குடகனாறு நீர்த்தேக்கத்தை அமைக்க பாடுபடுவேன் என்றும் நங்கவரம் விவசாயிகள் பிரச்சனை, குளித்தலை, முசிறி இடையே காவிரியாற்றின் குறுக்கே போக்குவரத்துக்கான வசதி உள்பட பல்வேறு விசயங்கள் தேர்தல் பிரச்சாரத்தில் முக்கிய இடம் பிடித்தன.

கருணாநிதி வெற்றி பெற்ற பிறகு குளித்தலை தொகுதியில் தேர்தல் நேரத்தில் வாக்குறுதி கொடுத்தபடி குளித்தலை முசிறி இடையே காவிரி ஆற்றில் போக்குவரத்து பாலத்தையும், கரூர் பகுதியில் பாசனத்துக்காக குடகனாறு திட்டத்தையும் உருவாக்க நடவடிக்கை எடுக்கப்பட்டது.

❑

இளமைப் பலி

அண்ணாவின் திராவிட நாடு இதழில் கலைஞர் கருணாநிதி தான் பள்ளியில் படித்த காலத்திலேயே ஒரு கட்டுரை எழுதினார். அதன் தலைப்பு "இளமைப் பலி" என்பதாகும்.

கலைஞரின் கட்டுரையைப் படித்த அண்ணா கட்டுரையாளர் மிகப் பெரியவராக இருக்க வேண்டும் என்று எண்ணிக் கொண்டார். ஒரு சமயம் அண்ணா திருவாரூரில் நடைபெற்ற கூட்டத்திற்கு பேசவந்தார்.

"இளமைப் பலி" கட்டுரையாளர் மு. கருணாநிதி நினைவு வரவே அவரைப் பார்க்க விரும்பினார். அண்ணா அழைக்கிறார் என்றதும் எண்ணங்களினால் எழுச்சி கொண்டார். யாரைக் காணவேண்டும், கண்டு ஆசை தீர பேசவேண்டும் என்று பல நாட்களாக ஆர்வத்துடிப்புடன் காத்துக் கிடந்தாரோ அவரே தன்னை அழைப்பதைக் கேட்டதும் பூரிப் படைந்தார்.

உடனே துள்ளிக் கிளம்பினார். அண்ணாவைக் கண்டதும் கருணா நிதிக்கு கைகட்டி நிற்கத் தோன்றியதே தவிர பேச வாய் வரவில்லை. மகிழ்ச்சிப் பெருக்கு.

"கருணாநிதியை அழைத்து வா என்றால் யாரோ ஒரு சிறுவனை முன்னால் கொண்டு வந்து நிறுத்தியிருக்கிறீர்களே" என்று அண்ணாவுக்கு வியப்பு! "யார் இந்தச் சிறுவன்" என்று பார்வையினால் கேட்டார். அவரது வியப்பைப் புரிந்து கொண்டு "இவர்தான் நீங்கள் பார்க்க விரும்பிய கருணாநிதி" என்று தெரிவித்தார்கள்.

அண்ணாவுக்கு ஏற்பட்ட வியப்பு மேலும் மிகுந்தது!

"இந்தச் சிறுவனா கருணாநிதி? இவனா அந்தக் கட்டுரையை அத்தனைச் சிறப்பாக எழுதினான்" என்று ஆச்சர்யமும் சேர்ந்து கொண்டது. இரண்டும் இந்தச் சிறுவன் தான் என்பது உறுதியானதும் அண்ணா கருணாநிதியைக் கட்டித் தழுவிக் கொண்டார். அந்த வயதில் பள்ளி மாணவனாகிய கருணாநிதிக்கு ஏற்பட்டிருந்த எழுத்தாற்றலை அவர் பாராட்டினார்.

பாராட்டியது மட்டுமல்ல. மற்றொன்றும் சொன்னார் அண்ணா. "இது பள்ளியில் படிக்கும் வயது உனக்கு. கட்டுரை எழுதுவதிலேயே கவனம் செலுத்தாமல் நன்றாகப் படி".

◻

எதிர்க்கட்சி சட்டமன்ற உறுப்பினர் அண்ணாவின் சட்டமன்ற உரை சுவாரசியங்கள்

நாங்கள் குறை கூறுவதைப் பற்றி ஆளுங்கட்சியில் உள்ள பலர் குறை கூறினார்கள். முடிவில் எங்களைக் குறை கூறினவர்களும் நிர்வாகத்திலுள்ள குறைகளையே எடுத்துச் சொன்னார்கள்.

இதை அவர்கள் எவ்வாறு நிறைவேற்றினார்கள் என்றால் "பிச்சைக் காரனுக்கும் பிச்சையில்லை போ....." என்று சொல்லி வர நாட்டுப் பெண்ணைப் பார்த்து "அப்படிச் சொல்ல உனக்கு என்ன அதிகாரம்" எனக் கேட்ட கொடுமைக்கார மாமியார், பிச்சைக்காரனைத் திரும்ப அழைத்து "நான் சொல்லுகிறேன் பிச்சை இல்லை போ..." என்று சொல்லித் துரத்தினதைப் போல இருந்தது.

பெரும்பாலும் ஆட்சியாளரின் கட்சியில் இருந்து பேசிய உறுப்பினர் கள் எல்லாம் எங்களைப் பார்த்து "குறைகளையே அடுக்கிக் கொண்டிருக் கிறார்களே, குறை சொல்ல நீங்கள் யார்? என்று கேட்டுவிட்டு "அந்த உரிமை எங்களுக்கு தான் உண்டு" என்பது போல கவர்னர் பெருமகனாரின் உரையில் குறைகளையே பொறுக்கினார்கள்.

அவர்களுடைய ஜனநாயகப் பண்பு உண்மையிலேயே வளர வேண்டும் என்று நான் பெரிதும் விரும்புகிறேன். அப்படி வளருமானால் எங்கள்

வேலைகளும் தொல்லைகளும் பெரும்பாலும் குறைந்துவிடும் என்று கருதுகிறேன்.

- (6-5-1957 அன்று சட்டமன்றத்தில் ஆளுநர் உரை மீதான விவாதத்தில் அண்ணாதுரை)

நிர்வாகத் திறமையும், நல்ல நம்பிக்கையும் பெற்றவர்களையும், திறமை படைத்த அமைச்சர்களையும் பொது வாழ்விற்கென்று தன்னை ஒப்படைத்து விட்டு அதைத் தன் கட்சி தவிர வேறு எந்தக் கட்சியிலும் சாதிக்க முடியாது என்று நம்பிக் கொண்டிருக்கிற தங்கள் கட்சியை எதிர்க் கின்றவர்கள் சிலரை அணைத்து அழித்துச் சிலரை ஒழித்துக் கட்ட திட்ட மிடும் திரு. காமராஜரின் தலைமையில் இன்றைய மந்திரிசபை இருக்கிறது.

அது மாத்திரமல்ல. இந்தியத் துணைக்கண்டம் முழுவதும் பார்த்துப் பாடம் பெறக் கூடிய வகையில் நல்ல திறமை வாய்ந்த அதிகார இயந்திரம் நமக்கு ஒப்படைக்கப்பட்டிருக்கிறது.

ஆனால் இவ்வளவு நல்ல சூழ்நிலைக்கு பிறகும் விலைவாசிகள் ஏறியிருக்கிறது. வேலையில்லாத் திண்டாட்டம் தலை விரித்து ஆடுகிறது. நம் நாட்டில் பற்றாக்குறை நம் நாட்டில் எல்லாம் திக்கிலும் துரத்திக் கொண்டு இருக்கிறது.

சர்க்கார் அலுவலகங்களில் பணியாற்றுகிறவர்கள் அத்தனை பேரும் இன்றைய தினம் மனக்குறையோடு தான் இருக்கிறார்கள். அதைப் போக்க நல்ல சூழ்நிலை நம்மிடம் உருவாக்கப்படுவதில்லை.

எதிர்க்கட்சியில் உள்ளவர்கள் அத்தனை காரணங்களையும் காட்டி முறைப்படி குற்றம்சாட்டுகிறார்கள் காரணம் ஒரு கொள்கையை கடைப் பிடித்து அதன்படி நின்று தக்க ஆதாரங்களுடன், கட்டுப்பாட்டுடன், கண்ணியத்துடன் எடுத்துரைப்பதற்குள்ள தகுதி எதிர்க்கட்சிக்காரர் களிடம் குறிப்பாக திராவிட முன்னேற்றக் கழகத்தாரிடம் இருக்கிறது.

இந்தியத் துணைக் கண்டம் தன் மற்ற சட்ட அலைகளில் எல்லாம் என்ன நடந்து கொண்டிருக்கின்றன என்பதை நான் இந்த மன்றத்திற்கு கவன மூட்ட விரும்புகிறேன். சில நாட்களுக்கு முன்னால் பத்திரிகையில் பார்த் தேன். தேர்தலில் தோற்றுப் போன ஒருவர் கவர்னராக பதவி ஏற்று சட்ட சபையில் வந்து ஆற்றிய உரையை எதிர்த்து பெரிய அமளி நடந்திருக்கிறது.

பேசுகின்ற உரிமை உங்களுக்குத் தந்ததாலே இப்படியெல்லாம் பேசுகின்றீர்கள் என்று எடுத்துச் சொன்னார்கள். அப்போது என் மனக் கண்முன் ஸ்ரீ சத்தியமூர்த்தி தோன்றுகிறார். பிரிட்டிஷாரின் ஆட்சி நடந்த காலத்தில் தன்னந்தனியாக நின்று போராடிய நேரத்திலே இதே கோட்டையில் இருந்துதான் "உங்களுக்குப் பேச்சு சுதந்திரம் கொடுத்திருக் கிறோம். அப்படிப் பேசினீர்கள்" என்று அவர்கள் சொன்னார்கள். அதே கோட்டை இன்று ஆளுங்கட்சியாக இருக்கின்ற காங்கிரஸ் காரர்களுக்கு வந்திருக்கிறது.

"பேச்சு சுதந்திரம் கொடுத்தோம். நீங்கள் எங்கள் சுதந்திரத்தைப் பறித்து விட்டீர்கள்" என்று அன்றைக்கு சொன்ன பிரிட்டிஷ்காரர்கள் தேம்ஸ் நதிக்கரையில் நிற்கிறார்கள். இங்கு கூவம் நதிக்கரையில் நின்று கொண்டு அதே பழைய தத்துவத்தில் நீங்கள் உழன்று கொண்டிருக்க வேண்டாம்" என்று சொல்லிக் கொண்டு முடித்துக் கொள்கிறேன்.

- (6-5-1957 அண்ணாவின் சட்டமன்ற உரையாடலிலிருந்து)

உணவு தானியங்கள் என்பதை உணவுப் பொருள்கள் என்று மாற்றி அவைகள் மீது விற்பனை வரியை நீக்கினால் அதனால் சில லட்ச ரூபாய் தான் வருமானம் குறையும். ஆனால் மக்கள் சாப்பிடுகின்றபொழுது சர்க்காரை மனதார வாழ்த்துவார்கள். உணவு சாப்பிடுகின்ற நேரத்திலே "நல்ல சர்க்கார் நாட்டிலே நிலவுகிறது. நல்ல மந்திரிசபை நாட்டிலே ஆள்கிறது. உணவுப் பொருள்கள் மீது வரியை எடுத்துவிட்டார்கள்" என்று மனமாற வாழ்த்துவார்கள். சட்டசபையிலே பல பேர்கள் வந்து போகிறார்கள். ஜனநாயகத்தின் பரிசாக இதை மதிப்பார்கள். முதல் கவனத்தில் முதலமைச்சரை வாழ்த்துவார்கள். இரண்டாவது கவனத்தில் நிதி அமைச்சரை வாழ்த்துவார்கள்.

உயர்திரு சி. சுப்பிரமணியம் மூன்றாவது கவனத்தில் இதை எடுத்துச் சொன்னவரை வாழ்த்துவார்கள். உயர்திரு சி.என். அண்ணாதுரை : சாப்பிடுகின்ற நேரத்திலே சாப்பாட்டுப் பொருள்கள் மீது வரியில்லை என்று பொது மக்கள் ஒருமுகமாக வாழ்த்துவார்கள். சாப்பிடும்போது வாழ்த்துவது நல்லது என்று வைதீகர்கள் கூறுவார்கள். மற்ற விசயத்தில் வைதீகத்தில் வேறுபட்ட கருத்தைக் கொண்ட நான் இந்த விசயத்தில் வேண்டுமானால் ஒத்துக் கொள்கிறேன்.

என் தொகுதியில் இருக்கும் ஒரு வறண்ட ஆற்றைப் பற்றி முதல் அமைச்சர் அவர்களின் ஈரமான நெஞ்சகத்திற்கு எடுத்துச் சொல்ல விரும்புகிறேன். நான் சிறுவனாக பள்ளியில் படித்த காலத்திலேயே படித்துக் கொண்டிருக்கும்போது அங்கே இருந்த ஒரு ஆசிரியர் மணியை அடித்து பிள்ளைகள் வீட்டிற்குப் போகலாம். பாலாற்றிலே தண்ணீர் வருகிறது என்றார்.

எங்கள் பகுதியில் பாலாற்றில் தண்ணீர் வந்ததென்றால் பள்ளிக்கூடத்திற்கு விடுமுறை விட்டுக் கொண்டாட வேண்டிய ஒரு காட்சியாகும்.

ஆனால் அது ஒரு நல்ல ஆறு. பெரிய ஆறு. ஆண்டுக்கொரு தடவை சபா நாயகருக்கு எடுத்து சொல்லிக் கொள்கிறேன். நாலு நாள் மூன்று நாள் பெய் கின்ற மழையில் தண்ணீர் வெள்ளமாக வருகிறது.

அந்தத் தண்ணீரை ஆங்காங்கு சிறு சிறு தேக்கங்களாக நிரப்பி செங்கல்பட்டில் நீர்ப்பாசனம் நடந்து வருகிறது. இரண்டு குறைபாடுகளை நான் சொல்ல வேண்டியிருக்கிறது.

ஆற்று வெள்ளம் ஏரியில் தேக்கப்படுவதால் அந்த வெள்ளத்தில் அடித்து வரும் வண்டல் மண் அந்த ஏரியில் படிந்து ஆழம் குறைவது. அது நாளா வட்டத்தில் வடிகால்களை உடைத்துக்கொண்டு வெள்ளம் வந்தாலும் தண்ணீர் தங்காமல் கக்கிக் கொண்டு வெளியில் போகிறது.

எப்படி சில விசயங்களைப் படித்தாலும் உண்மைப் பொருளை தெரிந்து கொள்ள முடியாமல் தவறாமல் வெளியே கக்கி விடுகிறோமோ அதைப் போல பொங்கிவரும் நீரை வெளியே கக்கிவிடுகிறது.

பல தடவைகளில் சென்னை சர்க்காரும் மைசூர் சர்க்காரும் நடத்திய பல்வேறு மாதிரியான பேச்சுவார்த்தைகள் எந்த கட்டத்தில் இருக்கிறது என்று அறிய விரும்பினால் அது முடிந்து விட்டதென்று சொல்லுகிறார்கள்.

நம்முடைய ஊர்வாசப் பிரச்சினை எதனையும் முடிந்து விட்டது என்று கருதாமல் நமது மாநில முதலமைச்சர் அவர்கள் பாலாற்றைப் பற்றி மைசூர் ராஜ்ய முதலமைச்சரோடு மறுபடியும் கலந்து பேசி முன்னாலே நிபுணர்கள் எல்லாம் கலந்து பேசினார்கள். நமது முதலமைச்சர் காமராஜர் அவர்கள் நிபுணர் அல்ல. நிபுணர் அல்லாத ஒரு காரணத்தால் நாட்டு மக்கள் அவர்களிடத்தில் இன்றைய தினம் நிறைந்த நம்பிக்கை வைத்திருக்கிறார்கள்.

நிபுணர்கள் புள்ளி விபரங்களை நம்புவார்கள். நிபுணர் அல்லாத இவர்

நாட்டு மக்களுடைய பசித்த வயிற்றினையும் காய்ந்த தலையினையும் கவலை படிந்த தி.மு.கழகத்தினையும் பார்த்துத்தான் நாட்டின் நிலைமையைத் தெரிந்து கொள்கிறார். ஆகையால் பாலாற்றுக்கு தண்ணீர் வருவதற்கு மைசூர் சர்க்காரிடம் உடனடியாக மறுபடியும் பேச்சு வார்த்தைகள் துவக்க வேண்டும்.

அதுவும் இல்லை என்றால் இன்றைக்கு ரஷ்ய நாட்டிலே இது போன்ற நிலைமையில் ஆற்றிற்கு மேலே தண்ணீர் இல்லாமல் போனாலும் சப் சாயில் வாட்டர் அதாவது பூமிக்கு அடியிலே இருக்கும் தண்ணீரை மின்சாரத் திட்டம் மூலமாக ஆங்காங்கு வெளியே கொண்டு வந்து அதன் மூலம் நீர்ப்பாசனம் நடத்துகிறார்கள். இதை நமது என்ஜீனியரிங் டிபார்ட்மெண்ட் எடுத்துச் சொல்லக்கூடும்.

அந்த முறையிலே பாலாற்றிற்கு தண்ணீர் கொண்டுவர வேண்டுமென்று எடுத்துச் சொல்ல விரும்புகிறேன். அப்படி பாலாற்றிற்கு தண்ணீர் கொண்டு வந்து விட்டு எங்கள் கழகத்தைப் பற்றி செங்கல்பட்டு மாவட்டத் திலே எந்த மூலை முடுக்கிலே போய் திட்டினாலும் மாலை போடுவார்கள்.

எவ்வளவு வேண்டுமானாலும் திட்டட்டும். மன்னர் தண்ணீர் கொண்டு வந்தாரே என்று பாராட்டுவார்கள். அதிலே இரண்டு லாபம் இருக்கிறது. ஒன்று மக்களுடைய ஆதரவு இருக்கிறது.இரண்டு எங்களை அடக்குவதற்கு ஒரு வசதி கிடைக்கிறது. இன்றைக்கு பாலாற்றுக்கு தண்ணீர் கொண்டு வந்தால் போதும். அதற்கு ஆவன செய்ய வேண்டும்.

- (24-7-1957 அண்ணாவின் சட்டமன்ற உரையிலிருந்து....)

இன்றைய ஆட்சியாளர்களின் பெரிய செல்வத்தை நான் மதிக் கின்றேன். தேசிய விடுதலைப் போராட்டத்தில் மக்கள் அளித்த நல்லெண்ணத்தை ஆட்சியாளர்கள் தேசிய பாங்கில் போட்டு வைத்திருக் கிறார்கள். அந்த பாங்கில் அவர்கள் பத்து வருச காலத்தில் லட்சக் கணக்கான ரூபாய்களைப் பெற்று விட்டார்கள். இனியும் அவர்கள் அவ்வளவு தொகையைப் பெற முடியாது. ஸ்ரீ நேரு பண்டிதர் தேடித்தரும் புகழும் கூட பாங்கில் பணத்தைச் சேர்க்காது. ஆகவே நல்ல திட்டங்களை வெற்றிகரமாக நிறைவேற்ற வேண்டிய நடவடிக்கைகளை ஆட்சியாளர் கள் எடுக்க வேண்டும்.

- (26-7-1957ல் அண்ணாவின் சட்டமன்ற உரையிலிருந்து)

மக்கள் ஆளுகின்றவர்களிடம் நம்பிக்கையைத் தெரிவித்துக் கொள்வது ஐந்து ஆண்டு காலத்திற்கு ஒருமுறைதான் இடையே அவர்களுக்கு ஏற்படு கின்ற நம்பிக்கை இல்லாத மனக்கசப்பை, மனக்குறையை ஆளுகின்றவர் களுக்கு எடுத்துக்காட்டுவது எதிர்க்கட்சியின் பொறுப்பு.

இப்போது கொண்டு வரப்பட்டிருக்கிற நம்பிக்கை இல்லாத் தீர்மானமும் கூட உங்களைப் பதவியில் இருந்து இதன்மூலம் விலக்கி விட முடியும் என்கிற நம்பிக்கையில் எதிர்க்கட்சியால் கொண்டு வரப்பட வில்லை. அப்படி எதுவும் நடந்துவிடாது என்கிற உங்களுக்கும் இருக்கின்ற படியினால் தான் இங்கே உட்கார்ந்து சிறப்பான வாதங்களை எல்லாம் செய்து கொண்டிருக்கிறீர்கள் இல்லாவிடில் இங்கே உட்கார்ந்து வாதங்கள் புரிந்து கொண்டிருக்க மாட்டீர்கள். தனித்தனியாக தங்களுக்கு ஆள் சேர்க்க முயன்று கொண்டிருப்பீர்கள்.

ஆகையால் இந்த நம்பிக்கையில்லாத் தீர்மானத்தில் மகத்தான ஆபத்து அவர்களுக்கு வந்துவிடும் என்று நாங்கள் மனப்பால் குடிக்கவில்லை. அமைச்சர் அவையை தள்ளிவிட இந்தத் தீர்மானத்தால் முடியாது என்கிற ஒரு காரணமும் இருக்கலாம் நான் இந்தத் தீர்மானத்தை ஆதரிப்பதற்கு.

ஆளுகின்ற அமைச்சர் அவை பிரம்மாண்ட உருவில் இருக்கிறது. மிகச் சிறிய எண்ணிக்கையில் உள்ள எங்களால் அவர்களுக்கு பாடம் கற்பிக்க முடியும் என்று நாங்கள் நினைக்கவில்லை. காலம் ஒன்றுதான் அவர்களுக்கு படம் காட்ட முடியும். அவர்கள் ஆளும் கட்சி. நாங்கள் எதிர்க்கட்சிகள் .

எதிர்க்கட்சிகளில் இருக்கின்றவர்கள் ஒவ்வொரு கோணத்தில் இருந்து இந்த நம்பிக்கை இல்லாத் தீர்மானத்தை ஆதரிப்பதற்கு காரணம் எதிர்கால அமைதியாவது பாதுகாக்கப்பட வேண்டும் என்கிற ஒரு எண்ணம்தான்.

திரு.இமானுவேல் படுகொலை செய்யப்பட்டதைப் பற்றி இங்கு பேசினார்கள். உண்மையில் அவர் தாழ்த்தப்பட்ட ஆதி திராவிட மக்க ளுக்கு மட்டுமல்ல, தமிழ்நாட்டிற்கே ஒரு பெரிய தியாகம் செய்திருக்கிறார்.

இமானுவேல் ராமநாதபுரத்து மண்ணிலே மறைந்த மாவீரன் மட்டுமே அல்ல. உலகமே புகழும். ஒரு வீரனாகவே அவரைக் கருதவேண்டும்.

நாட்டில் ஒற்றுமைக்காக பாடுபட்டு தன்னையே பலியாக்கிக் கொண்ட ஒரு தியாகியை இழந்தோம். அவர் பெயர் இந்நாட்டு சரித்திரத்திலே பொறிக்கப்பட வேண்டியது. திரு.முத்துராமலிங்கத் தேவர் மறவர்களுக்கு

தலைவராக இருந்தார். அதேபோல் ஆதிதிராவிட மக்களின் தலைவராக விளங்கினார். திரு. இமானுவேல் என்பதே அமைச்சரவை அறியும். இந்நாடும் அறியும்.

முதுகுளத்தூர் இமானுவேல் படுகொலை செய்யப்பட்ட பிறகு அங்குள்ள மக்கள் தங்கள் தலைவரை இழந்ததற்காக ஆத்திரம் கொள்வதும் ஆத்திரத்தில் பழிக்குப் பழி வாங்க முயல்வதும் இயல்பு.

அவர்களின் வீரிட்டெழும் உணர்ச்சியை ஆட்சியாளர் உணர்ந்திருப்பாரேயானால் அங்கே போலீஸ் படையை உடனே அனுப்பி இருப்பார்கள். அந்த வட்டாரம் பூராவுமே போலீஸ் பாதுகாப்பில் வைக்கப்பட்டிருக்கும் அல்லது போலீஸ் நிர்வாகத்தில் வைக்கப்பட்டிருக்கும்.

சம்பவம் நடந்த நான்கு நாட்களில் மேலும் கலவரம் வளராது தடுப்பதற் கான நடவடிக்கைகளை எடுக்காது அவசர அவசரமாக துப்பாக்கி பிரயோகம் நடத்தப்பட்ட பிறகு வெங்கடேஸ்வரனை வைத்து விசாரணை நடத்தினார்கள். அவர்களின் நிர்வாகத் திறமையைப் பற்றி கனம் அமைச்சர் அவர்களே சொன்னார்கள்.

அதிகாரிகளின் நிர்வாகத் திறமையை அறிந்து கொள்ளக்கூடிய அளவிற்கு எனக்கு அரசியல் அறிவும் இல்லை. அனுபவமும் இல்லை. 10ம் தேதியன்று இமானுவேல் படுகொலை செய்யப்பட்டிருக்கிறார். நான்கு நாட்கள் கழித்து போலீஸ் படை வந்து துப்பாக்கிப் பிரயோகம் நடத்தி இருக்கிறது.

தாழ்த்தப்பட்ட மக்களின் தலைவர் போய்விட்டாரே என்று அந்த மக்கள் கொதித்தெழுவதில் என்ன ஆச்சர்யம்? திரு. சிதம்பர பாரதி அவர்கள் சொன்னார்கள் யாராவது இந்த தென்பாண்டிய மண்டலத்தில் திரு. முத்துராமலிங்கத் தேவருக்கு எதிராக பேசுவார்களேயானால் அவர்கள் தலை உருளும் என்று சொல்லுவதாகச் சொன்னார்கள். என்னை விட அவர் தைரியசாலி. இல்லாவிட்டால் இவ்வளவு தைரியமாக பேசு வாரா?

கலகம் நடந்த இடத்தில் விசாரணை நடத்துவதற்கு திரு. வெங்கடேஸ் வரன் அவர்களை விசாரணை நடத்துவதற்கு அனுப்பியிருக்கிறார்கள். தேனி தியாகராஜன் கூட இவரை புகழ்ந்திருக்கிறார்.

அப்பொழுது இருந்த சூழ்நிலையில் சாட்சிகள் எப்படி வருவார்கள்? ஒரு பக்கம் விசாரணை நடக்கிறது. மற்றொரு பக்கம் தீ வைத்துக் கொண்டே போகிறார்கள். கனம் போலீஸ் அமைச்சர் கூறுகிறார், அவர்களுக்கு வேண்டிய பாதுகாப்பு அளிக்கப்பட்டது என்று.

அங்கே இருக்கும் வீடுகள் ஏராளமாக தீக்கிரையாகிக் கொண்டிருக்கும் போது தீயை அணைப்பதற்கு தீ அணைப்புப் படையை அனுப்பவில்லை. தீ அணைப்புப் படை அரசாங்கத்திடம் இருந்தும் பயன்பட வேண்டிய சமயத்தில் உபயோகப் படுவதில்லை. அங்கு தீ பரவாமல் தடுப்பதற்கும் நடவடிக்கை எடுக்கப்படவில்லை. அங்குள்ள ஆட்சி தீ பரவாமல் தடுப்பதற்கும் தவறிவிட்டது.

இந்த 10 ஆண்டுகாலமாக நான் கேட்கிறேன். நீங்கள் இந்த துப்பாக்கி பிரயோகத்தை பயன்படுத்தும் அளவிற்கு எந்த ஜனநாயக சர்க்காராவது பயன்படுத்தி இருக்கிறதா? நீங்கள் வணங்கும் ஆண்டவன் பெயரில் கேட்கிறேன். நீங்கள் கடைப்பிடிக்கும் காந்திய நெறியின் பெயராலும் கேட்கிறேன். இத்தனை ஆண்டு காலமாக நம் நாட்டில் நடந்து துப்பாக்கி பிரயோகம் உலகத்திலே எந்த நாட்டிலாவது இந்த அளவுக்கு நடந்த துண்டா?

நீங்கள் இந்தத் துப்பாக்கிப் பிரயோகம் நடத்துவதை நாங்கள் கண்டித்தால் உடனே போலீஸ் அமைச்சர், "நாங்கள் இங்கு மட்டுமா துப்பாக்கி பிரயோகம் நடத்தினோம். இதற்கு முன்னேயே தூத்துக்குடி யிலே நடத்தினோம். டால்மியாபுரத்தில் நடத்தினோம். வால்பாறையிலே நடத்தினோம். பையித்தியக்கார மக்களே இதுதானே எங்கள் வேலை. இப்போது முதுகுளத்தூரிலே சுட்டதற்கு நீங்கள் இந்த நம்பிக்கையில்லாத் தீர்மானம் கொண்டு வந்தீர்களே" என்று சொல்லுவார்கள்.

ஆம்...இன்னும் இந்த ஐந்தாண்டு ஆட்சிக் காலத்தில் இன்னும் எத்தனை முறை இந்தத் துப்பாக்கியின் தோட்டாக்களை பயன்படுத்தப் போகிறீர்களோ? யார் யார் பலியாக இருக்கிறார்களோ? என்று எண்ணி வேதனைப்படுகிறேன். அதனால்தான் உங்கள்மீது எங்களுக்கு நம்பிக்கை இல்லை என்று சொல்கிறேன்.

- *(31-10-1957ல் சட்டமன்றத்தில் நம்பிக்கை இல்லாத் தீர்மான விவாதத்தின்போது அண்ணா பேசியது)*

மு. கருணாநிதியின் அரசியல் போர்க்களம்

 மூச்சுள்ளவரை கலைஞரின் அனைத்து செயல்பாடுகளுக்கும் வெற்றி களுக்கும் அவரது சமூக நீதிக் கொள்கையே ஆணிவேராக அமைந்திருந் ததை அரசியல் வரலாறு அறிந்த எவரும் மறுக்க முடியாது.

இரண்டு ஆயுதங்களோடு தான் கருணாநிதி அரசியல் போர்க்களத்தில் நுழைந்தார். ஒன்று அவரது நாவன்மை. மற்றொன்று அவரது எழுதுகோல் வன்மை.

பிரிட்டிஷ் இந்தியாவில் பிறந்து, தமிழ் நாட்டை 5 முறை ஆட்சி செய்த கருணாநிதி தாம் போட்டியிட்ட 13 சட்டமன்றத் தேர்தல்களில் ஒன்றில் கூட தோல்வியடைந்ததில்லை.

ஏழு தசாப்தங்கள் பொதுவாழ்வில் பங்களித்த மிகச் சில அரசியல் தலைவர்களில் கருணாநிதிக்கு மிக முக்கியமான இடம் உண்டு.

கருணாநிதிக்கு முன்பு தி.மு.க முன்னணித் தலைவர்களாக இருந்த அண்ணாதுரை, மதியழகன் உள்ளிட்டோர் அப்போதே முதுகலை பட்டம் பெற்றவர்களாக இருந்தனர். ஆனால் பள்ளிப்படிப்பை பாதியில் நிறுத்திய கருணாநிதி அவர்களைவிட அதிக நூல்களை எழுதினார். எழுத்து மீதான அவரது தீராக் காதல் அவரை பல உயரங்களுக்கு அழைத்துச் சென்றது.

பதினேழு வயதிலேயே இந்தித் திணிப்புக்கு எதிராக மாணவர்களை ஒன்று திரட்டிய கருணாநிதி தமிழ்நாடு மாணவர் மன்றம் என்ற மாணவர் அமைப்பைத் தொடங்கினார்.

கருணாநிதி தனது அரசியல் ஆசானான அண்ணாவை 1940களில் சந்தித்தார். பெரியார் உடன் உண்டான கருத்து வேறுபாட்டால் தி.மு.க. எனும் புதிய அரசியல் கட்சியைத் தொடங்கியபோது அண்ணாவுக்கு நெருக்கமான நம்பிக்கைக்கு உரிய தளபதியானார்.

கட்சியின் பிரச்சாரக் குழுவின் உறுப்பினராக மட்டுமல்லாது கட்சியின் முக்கிய சக்தியாகவும் திகழ்ந்தார்.

சுதந்திர இந்தியாவில் நடைபெற்ற முதல் தேர்தல் 1952ல் நடைபெற்ற போது, அதில் தி.மு.க. பங்கேற்கவில்லை என்றாலும் தவிர்க்க முடியாத தலைவராகவே கருணாநிதி இருந்தார்.

1967 தேர்தலில் வென்று திமுக ஆட்சியமைத்தபோது கருணாநிதி ஏற்கனவே 10 ஆண்டு கால சட்டமன்ற அனுபவம் உள்ளவராக திகழ்ந்தார். 1969ல் அண்ணா மறைவுக்குப் பிறகு முதலமைச்சராக பொறுப்பேற்ற கருணாநிதி சந்தை மற்றும் சமூக நலன் ஆகியவற்றை ஒருங்கிணைத்த தொலைநோக்கைக் கொண்டிருந்தார்.

தமிழ்நாடு தொழில் துறையில் முன்னேற வேண்டும் என்று அவர் விரும்பினார். ஆனால் அதற்கு சாமானியர்களின் நலனை விலையாக கொடுக்கவில்லை.

தேசிய அரசியலுக்கு கணிசமான பங்களிப்பை வழங்கியிருந்தாலும், தேசிய அரசியலில் தமக்கென ஓர் இடத்தைப் பிடிக்க அவர் எப்போதுமே முயன்றதில்லை.

தமக்கு பிரதமர் ஆவதற்கான சூழல் வந்தபோதும் அப்பதவிக்கு பிறரையே அவர் தேர்வு செய்தார். பிரதமர் பதவிகுறித்து கேள்வி எழுப்பப் பட்ட போதெல்லாம் "என் உயரம் எனக்குத் தெரியும்" என்று அவரே பல தருணங்களில் வெளிப்படையாகக் கூறியுள்ளார்.

1969ல் காங்கிரஸ் கட்சி, ஸ்தாபன காங்கிரஸ், இந்திரா காங்கிரஸ் என பிளவுபட்டபோது, தன் வசம் 25 நாடாளுமன்ற உறுப்பினர்களைக் கொண்டிருந்த அவர் இந்திரா காந்தியின் பக்கம் நின்றார்.

அதே ஆண்டு சில மாதங்களுக்கு முன்பு அண்ணாதுரை மறைவுக்குப் பிறகு முதலமைச்சராகப் பதவி ஏற்றுக் கொண்ட கருணாநிதி குறித்து பேசிய இந்திரா, ”அவர் ஒரு மோதல் போக்கு உடையவர் என்று கேள்விப் பட்டேன்” என்று கூறி இருந்தார். அந்த மோதல் போக்கை உடையவர் தான் இந்திராவைக் காப்பாற்ற முன் வந்தார்.

ஆட்சியின் அதிகாரப் பார்வை வேட்பாளருக்கு எதிராக தமது சொந்த வேட்பாளரை 1969 குடியரசுத் தலைவர் தேர்தலில் இந்திரா களமிறங்கி னார். அப்போதும் கருணாநிதி இந்திரா காந்திக்கு ஆதரவளித்தார்.

மத்திய அரசு நிலையாக இருக்க வேண்டும் என வலியுறுத்தினாலும், ஒரே இடத்தில் அதிகாரம் குவிக்கப்படுவதை கடுமையாக எதிர்த்தார்.

ராஜீவ் காந்தியிடமிருந்து விலகி வந்தபின் தேசிய முன்னணி அரசை வி.பி.சிங் அமைத்த போது ஆட்சயமைப்பதில் கருணாநிதி முக்கியப் பங்காற்றினார். தமிழக நலன்களுக்கு மிகவும் முக்கியமானதாக இருந்த காவிரி நடுவர் மன்றம் இலங்கையில் இருந்து இந்திய அமைதிப்படையை திரும்ப அமைத்தல் மற்றும் பிற்படுத்தப்பட்ட பிரிவினருக்கு இட ஒதுக்கீடு வழங்கிய மண்டல கமிஷன் பரிந்துரைகளை அமல்படுத்துதல் ஆகியவற்றை அப்போது கருணாநிதி உறுதி செய்தார்.

வி.பி. சிங் விலகிய பின்னும் தேவகௌடா மற்றும் ஐ.கே.குஜ்ரால் ஆகியோரை பிரதமராக தேர்வு செய்வதில் முக்கிய பங்காற்றினார்.

மதவாத சக்திகளுக்கு எதிராக போரிடுபவராக மட்டுமே அறியப்பட்ட கருணாநிதி 1999ல் பாரதிய ஜனதாவுடன் கூட்டணி அமைத்து நாட்டையே அதிர்ச்சிக்குள்ளாக்கினார்.

ஆனால் ராமர் கோயில விவகாரத்தை கையில் எடுக்க மாட்டேன் எனும் உத்தரவாதத்தை பாரதிய ஜனதாவிடம் வாங்கிக் கொண்டார்.

தங்கள் அரசியலின் முக்கிய நோக்கமாக இருக்கும் ஒன்றைச் செய்ய மாட்டோம் என்று ஒரு தேசிய கட்சி மாநில கட்சி ஒன்றிடம் உத்தரவாதம் அளிப்பது வழக்கத்துக்கு மாறான ஒன்றாகும்.

ராமர் எனும் கடவுள் இருந்ததே இல்லை. அது ஒரு புராணக்கதை மட்டுமே என்று கூறி கருணாநிதி பாரதிய ஜனதா மற்றும் அதை ஆதரிக்கும் வலதுசாரி அமைப்பினரின் கோபத்துக்கு ஆளானார்.

முதலமைச்சர் போன்ற ஓர் உயரிய அரசியல் சாசனப் பொறுப்பில் அமர்ந்து கொண்டு ராமர் குறித்து அவர் அவ்வாறு கூறியிருக்கக்கூடாது என்று எல்.கே. அத்வானி கண்டித்தார். ஆனால் கருணாநிதி தன் கூற்றுக்கு ஆதரவாக நேரு கூறியதைச் சுட்டிக் காட்டினார்.

"திராவிடர்கள் மீது தங்கள் மேலாதிக்கத்தை செலுத்துவதற்காக இட்டுக் கட்டப்பட்ட கதையே ராமாயணம் என்று கூறிய ஜவஹர்லால் நேருவை யும் விட, ராமரைக் காக்க வருபவர்கள் ஒன்றும் பெரியவர்கள் அல்ல" என்று கருணாநிதி அப்போது கூறினார்.

2001-ஆம் ஆண்டு தேசிய ஜனநாயகக் கூட்டணியின் ஒருங்கிணைப்புக் குழு கூட்டத்தில் இருந்து பேசிய போது, தாம் ஏன் அக்கூட்டணியில் சேர்ந்தேன் என்று கருணாநிதி கூறினார்.

"வாஜ்பாய் உடனான நட்பில் வெல்வதற்காக இந்திய கம்யூனிஸ்ட் மாக்சிஸ்ட் கம்யூனிஸ்ட், திரிணாமுல் காங்கிரஸ் போன்ற கட்சிகளில் இருக்கும் நண்பர்களை நான் இழக்க வேண்டி உள்ளது என்றால், அதற்கு காரணம் ஜனநாயகத்தை மீண்டும் நிலைநாட்ட நாங்கள் 1975ல் நன்றாகப் போராடிய அவசர நிலை நாட்கள் இருந்தே நாங்கள் நட்பில் உள்ளோம்" என்றார் கருணாநிதி.

"எனக்கு பாரதிய ஜனதா கட்சியைவிட அதன் தலைமைப் பொறுப்பில் யார் உள்ளார்கள் என்பதே முக்கியம்".

பள்ளிப்படிப்பை பாதியில் நிறுத்தியவராக இருந்தாலும் தம் திறமைகள் குறித்து எப்போதுமே அவர் குறைவாக நினைத்ததில்லை. இந்தி மற்றும் ஆங்கிலம் ஆகிய மொழிகளில் அவர் சரளமாக இல்லாத போதும் தேசியத் தலைவர்களுடன் மிகவும் மிடுக்குடன் நடந்து கொண்டார்.

அவர்கள் அரசியலில் தாக்குப்பிடிக்க தாம் மிகவும முக்கியம் என்பதை அவர்களுக்கு உணர்த்தினார்.

பா.ஜ.க.வுடன் இருந்து விலகியதும் காங்கிரஸ் கட்சியுடன் இணக்கத் துடன் நெருங்கி காங்கிரஸ் தலைமையில் ஐக்கிய முற்போக்கு கூட்டணி அமைவதில் முக்கிய பங்காற்றினார்.

சோனியா காந்தி மற்றும் மன்மோகன் சிங் ஆகியோர் தேசிய முக்கியத்துவம் வாய்ந்த விவகாரங்களில் அறிவுரை வேண்டி அடிக்கடி

கருணாநிதியை நாடியுள்ளதாக பலமுறை வெளிப்படையாகத் தெரிவித்துள்ளனர்.

அவர் அரை நூற்றாண்டுகாலமாக பொதுவாழ்வில் உள்ளார். "அவரது அனுபவமும் அறிவும் நாட்டை நிர்வகிப்பதில் உதவுவது எங்களுக்கு மிகவும் அதிர்ஷ்டவசமானது" என்று மன்மோகன்சிங் கூறியுள்ளார்.

உலகத் தமிழர்களின் தலைவராக போற்றப்பட்டாலும் இலங்கைத் தமிழர்களுக்கு துரோகம் செய்ததாக கருணாநிதி குற்றச்சாட்டுக்கு உள்ளானார்.

2009ல் இலங்கை உள்நாட்டுப் போரின் இறுதி நாட்களில் அப்பாவி தமிழர்கள் கொல்லப்படுவதைத் தடுக்க கருணாநிதி எதையும் செய்ய வில்லை என்று கருணாநிதி விமர்சிக்கப்பட்டார்.

உண்மையில் போர் நிற்காதபோதும் போர் நின்றதாக காங்கிரஸ் தலைவர்கள் தம்மை ஏமாற்றியதாக கருணாநிதி உணர்ந்ததாக திமுக செய்தித் தொடர்பாளர் கூறியதை பலரும் நம்ப மறுத்தனர் என்பது உண்மை.

1996 முதல் 2014 வரை அதிமுக தேசிய ஜனநாயகக் கூட்டணியில் அங்கம் வகித்த 13 மாதங்கள் நீங்கலாக திமுக மத்திய அரசில் அங்கம் வகிக்க கருணாநிதியின் அரசியல் நுட்பம் காரணமாக அமைந்தது.

மாநில அரசுகள் அதிக தன்னாட்சி அதிகாரம் பெறுவதிலும் மத்திய மாநில அரசுகளின் உறவை வரையறுப்பதிலும் கருணாநிதி முக்கியப் பங்காற்றினார். 1969ல் ராஜமன்னார் கமிட்டி அமைத்தது அதில் முக்கியமான ஒன்று.

மாநிலங்களுக்கு இடையேயான கவுன்சில் ஒன்றை அமைக்கவும், மத்திய அரசு மாநில அரசைக் கலைக்க அதிகாரம் வழங்கும் இந்திய அரசியல் அமைப்பின் பிரிவு 365ஐ ஒழிக்கவும் அந்தக் கமிட்டி பரிந்துரை செய்தது. மத்திய அரசு அந்த பரிந்துரைகளை ஏற்றுக் கொள்ளாவிட்டாலும் மாநில சுயாட்சியை விட்டுக் கொடுக்காதவராகவே கருணாநிதி விளங்கினார்.

கழகப் பிரச்சார மேடையும் கவர்மெண்டு சிறைச்சாலையும்

பிரச்சார மேடையில் அண்ணா இருந்தார். எம்.ஜி.ஆர். இருந்தார். அண்ணாவை ஒரு கணம் பார்த்தபடியே எம்.ஜி.ஆர் பேசினார்.

"மகாபாரதத்தில் யுத்தம் தொடங்குவதற்கு முன் யாரேனும் ஒருவர் பலியாக வேண்டும் என்று சொன்னார்கள். அர்ச்சுனன், பீமனைக் காட்டிலும் பலசாலியான அரவானைப் பலி கொடுத்தார்கள். பாண்டவர் கட்சி வெற்றி பெற அரவான் பலியானதைப் போல நான் பலியாகத் தயார்".

அண்ணா மட்டுமல்ல அந்த பிரச்சார மேடையில் வீற்றிருந்தவர்களும் மக்கள் கூட்டமும் ஒரு வெடிகுண்டுத் தாக்குதல் ஏற்பட்டது போல அதிர்ச்சியாயினர்.

அப்போதுதான் அண்ணா எழுந்து "உயிரைத் தரவேண்டாம். உன் முகத்தைக் காட்டினால் போதும்..." என்றார்.

எம்.ஜி.ஆர் என்ற மூன்றெழுத்து மந்திரமும் பிரச்சார மேடைகளில் பவனி வந்தபோது தி.மு.க. என்ற மூன்றெழுத்து விஸ்வரூபமாக எழுந்து நின்றது.

சூரியனை ஆட்சிக்கட்டிலில் மலர வைத்த சந்திரன்

எம்.ஜி.ராமசந்திரன். பலர் என்னுடைய கையெழுத்தை விரும்பி வாங்கிக் கொண்டிருந்தார்கள்.

''வாழ்க திராவிடம்'' என்று எழுதி என்னுடைய கையெழுத்தை போட்டுக் கொண்டே இருந்தேன்.

எண்ணிக்கை அதிகமாகவே எனது பெயரை மட்டும் எழுத ஆரம்பித் தேன். அப்போது ஒரு ரசிகர் ''வாழ்க திராவிடம்'' என்று போட்டுக் கொடுங்கள் என்று சொன்னார்.

நான் அதிர்ச்சியும் மகிழ்ச்சியும் அடைந்தேன். நான் சார்ந்திருக்கும் திராவிட முன்னேற்ற கழகம் இனி பிரச்சாரமின்றியே வளரும். இனி அதற்கு இவ்வளவு பிரச்சாரம் கூடத் தேவையில்லை என்று நினைத்துக் கொண்டேன்.

குறிப்பாக டெல்லி வட்டாரத்திலும் ஏனைய சில பகுதிகளிலும் தி.மு.க. சினிமா நடிகர்கள் கொண்ட கழகம் என்ற தப்பான எண்ணமே பலமாக உருவாகியிருக்கிறது.

அந்தப் பகுதிகளில் தென்னகத்தில் தி.மு.க. ஒரு வலிமை வாய்ந்த கழகம் சினிமாக்காரர்கள் நடத்தும் இயக்கமல்ல என்பதை வலியுறுத்த நான் முடிவுக்கு வந்திருக்கிறேன்.

இதுவரை நான் தி.மு.க வில் தீவிரமாக ஈடுபட்டுப் பணியாற்றியது கிடையாது. சமீபத்திய சென்னை நகராட்சி தேர்தலின்போது தான் எந்த உறுப்பினருக்காகவும் மேடையேறிப் பேசியதில்லை.

ஒரே ஒரு பகுதிக்கு மட்டும் ஒரு இரவு சுற்றிப் பார்த்துவிட்டு வந்தேன்.

இந்நிலையில் என்னைப் போன்ற சினிமா நடிகர்கள்தான் தி.மு.க. வையே நடத்துகிறார்கள் என்பதே. தாங்குகிறார்கள் என்றோ சொல்வது தவறானது.

சென்னை அசெம்பிளி தேர்தலுக்கு நாங்கள் பிரச்சாரம் செய்தோம். கிடைத்தது 15 இடங்கள். நகராட்சி தேர்தலில் நாங்கள் பிரச்சாரம் செய்யவில்லை.

அதனால் அதைவிட எண்ணிக்கையில் இரண்டு மடங்குக்கு மேல் இடம் கிடைத்தது. இது எதைக் குறிக்கிறது?

எனவே நடிகர்கள் இல்லாமலேயே தி.மு.க. இயங்கும். முன்னேறும் என்பதைக் காட்டுகிறது.

எனவே இன்னும் சிறிது காலத்திற்கு நான் தீவிர அரசியலில் இருந்து விலகி இருக்க முடிவு செய்திருக்கிறேன்.

ஏற்கனவே நான் இருந்ததில்லை. ஆனால் அப்படி இருப்பதாக கற்பனை செய்யப்பட்டிருக்கிறது.

இதனால் நான் தி.மு.க.வை விட்டு விலகி விட்டதாக அர்த்தம் அல்ல. நான் தி.மு.க.வின் அங்கத்தினன் தான். சாகும்வரையில் நான் அக்கட்சியில் தான் இருப்பேன். "வாழ்க திராவிடம்" என்று சொல்லிக் கொண்டே தான் நான் இறப்பேன்.

அண்ணாதுரைக்கும் எம்.ஜி.ஆருக்கும் இடையில் இருந்த நெருக்கமும் அன்பும் வார்த்தைகளில் வர்ணிக்க முடியாத ஒன்றாகும்.

எம்.ஜி.ஆர். ஆரம்பத்தில் காங்கிரஸ் கட்சியில் தான் இருந்தார். எப்போதும் நெற்றியில் விபூதியும் கழுத்தில் ருத்திராட்ச மாலையும் அணிந்திருப்பார்.

அண்ணாதுரையின் கவர்ச்சிகரமான பேச்சால் ஈர்க்கப்பட்டும் 'சந்திரோதயம்', 'பணத்தோட்டம்' போன்ற அண்ணாவின் நூல்களை வாசித்தபோது ஏற்பட்ட ஈர்ப்பு காரணமாகவே தி.மு.க.வில் சேர்ந்தார் எம்.ஜி.ஆர்.

பொதுவாக எம்.ஜி.ஆர். எந்தக் கூட்டத்தில் பேசினாலும் அவர் பேசிமுடித்ததும் உடனே கூட்டம் கலைந்துவிடும். எனவே தேர்தல் பொதுக் கூட்டங்களில் தமிழகத்தில் எங்கு பேசினாலும் மற்ற எல்லா பேச்சாளர்களும் பேசி முடித்த பின்னரே எம்.ஜி.ஆரைப் பேச அழைப்பார்கள்.

ஆனால் அண்ணாதுரை மட்டும் விதிவிலக்கு. அண்ணாதுரை பங்கேற்கும் கூட்டங்களில் எம்.ஜி.ஆர். கூட இருந்தால் எம்.ஜி.ஆர். தான் முதலில் பேசுவார். அவருக்குப் பிறகு கடைசியாகத்தான் அண்ணாதுரை பேசுவார்.

அண்ணாதுரை பேசும் கூட்டங்களில் எம்.ஜி.ஆர். பேசி முடிந்ததும் கூட்டம் கலைந்து போகாது. கூட்டம் தொடர்ந்து அப்படியே இருக்கும். அண்ணாதுரை பேசி முடித்தபிறகே அந்தக் கூட்டம் கலையும்.

அந்த அளவுக்கு அண்ணாவின் பேச்சாற்றலுக்கு பொதுமக்களிடம் ஒரு மயக்கம் எப்போதும் இருக்கும்.

அண்ணாதுரை எம்.ஜி.ஆரிடம் ஒரு முறை பேசிக் கொண்டிருக்கும் போது பெருந்தன்மையாகக் கூறினார்.

"தேர்தல் சமயத்திலே கிராமப்புறங்களுக்கு பிரச்சாரத்துக்கு போன போது என்னை அவங்களுக்குத் தெரியலே. உங்க பேர் தான் தெரியுது" என்று கூறியபோதிலும் எம்.ஜி.ஆர். அதை ஏற்கவில்லை.

"அப்படிச் சொல்லாதீங்க அண்ணா... உங்களைத் தெரியாமல் உங்க பேச்சை ரசிக்காமல் யாராவது தமிழகத்தில் இருக்க முடியுமா?" என்றார்.

1967-ஆம் ஆண்டு பிப்ரவரி மாதம் மீண்டும் தமிழகத்தில் சட்டசபைத் தேர்தல் நடைபெறவிருந்தது.

நூற்றுக்கணக்கான பேச்சாளர்கள், தலைவர்கள் தி.மு.க.வுக்கு இரவு பகல் பாராமல் பிரச்சாரம் செய்து கொண்டிருந்தார்கள்.

எம்.ஜி.ஆர். சுமார் ஒருமாத காலம் சினிமா படப்பிடிப்புகளை ரத்து செய்துவிட்டு தீவிர பிரச்சாரத்தில் ஈடுபட்டிருந்தார்.

எம்.ஜி.ஆர் பரங்கிமலைத் தொகுதி தி.மு.க. வேட்பாளராக அறிவிக்கப் பட்டு இருந்தார்.

நடிகவேள் எம்.ஆர். ராதா அச்சமயம் திராவிடர் கழகத்தில் இருந்தார்.

திராவிடர் கழகத் தலைவர் பெரியார் அச்சமயம் காங்கிரசை ஆதரித்து வந்தார்.

எம்.ஜி.ஆரும் எம்.ஆர்.ராதாவும் நண்பர்கள் என்றபோதும் அரசியலில் அன்று எதிரும் புதிருமாக பணியாற்றி வந்தனர் என்பது குறிப்பிடத்தக்கது.

ஜனவரி மாதம் 12-ஆம் தேதி மதிய நேரம். இராமாவரம் தோட்டத்தி லுள்ள அவரது இல்லத்துக்கு மக்கள் திலகம் எம்.ஜி.ஆர். சென்றிருந்தார்.

அங்கே சிறிது நேரத்தில் திடீரென்று நிஜமான துப்பாக்கிக் குண்டு அடுத்தடுத்து வெடிக்கும் சத்தம் கேட்டது.

எம்.ஜி.ஆர். எம்.ஆர். ராதா இருவர் கையிலும் துப்பாக்கி.

எம்.ஜி.ஆரின் இடதுபுற காது வழியாகப் பாய்ந்த குண்டு கன்னத்தில் பாய்ந்திருந்தது.

எம்.ஆர்.ராதாவின் நெற்றியிலிருந்தும் ரத்தம் பாய்ந்தது.

எதிர்பாராது நடிகவேள் எம்.ஆர்.ராதா திடீரென துப்பாக்கியை எடுத்து எம்.ஜி.ஆரை சுட்டு விட்டு தானும் சுட்டுக் கொண்டார்.

இருவரும் ராயப்பேட்டை மருத்துவமனைக்கு எடுத்துச் செல்லப் பட்டார்கள். அந்த மருத்துவமனையில் தனக்கு சிகிச்சை அளிக்க வந்த டாக்டரிடம் எம்.ஜி.ஆர். கேட்ட முதல் கேள்வி என்ன தெரியுமா?

"ராதா அண்ணன் எப்படி இருக்கிறார்? அவரை உடனடியாகப் போய் கவனியுங்கள்" என்பதுதான்.

மக்கள் திலகம் எம்.ஜி.ஆர். சுடப்பட்ட செய்தி அறிந்த தமிழக மக்கள் துடிதுடித்துப் போய் விட்டனர்.

மக்கள் திலகம் உயிருக்கு ஆபத்து இல்லையென்று செய்திகள் வெளி வந்த பின்பும் கோடானு கோடி தமிழ் மக்களின் பிரார்த்தனை இறை வனிடம் தொடர்ந்தவண்ணம் இருந்தது.

"ரெண்டு பேருமே சாகலை. என்னடா துப்பாக்கி கண்டு பிடிக்கிறாங்க... யூஸ்லெஸ் ஃபெல்லோஸ்" என்று சாதாரணமாக கிண்டலடித்தார் எம்.ஆர். ராதா.

"சிலர் கையில கம்பு வெச்சி சண்டை போடுவாங்க. நாங்க துப்பாக்கி வச்சிருந்தோம்..." என்று புருவத்தை உயர்த்தியபடி கூறினார் நடிகவேள்.

அரசியலில் இது முழுக்க முழுக்க காங்கிரசின் சதி என்று தேர்தல் பிரச்சார மேடையில் தி.மு.க.வினர் முழங்கினர். ஏனென்றால் எம்.ஆர். ராதா காங்கிரசை ஆதரிக்கும் எதிர் அணியில் இருந்ததுதான் காரணம்.

தேர்தல் பிரச்சாரம் செய்ய வேண்டிய நிலையில் தனக்கு இப்படி ஏற்பட்டு விட்டதே என்று மருத்துவமனையில் இருந்த எம்.ஜி.ஆர். வருந்தினார்.

கழுத்தில் குண்டு பாய்ந்ததால் தோளைச் சுற்றிலும் பேண்டேஜ் போடப்பட்டு உடம்பில் சட்டையில்லாமல் எங்க வீட்டுப் பிள்ளை எம்.ஜி.ஆர். உட்கார்ந்து இருந்ததை சுவரொட்டிகளில் பார்த்து பார்த்து

கண்ணீர் வடித்த வாக்காளப் பெருமக்கள், மக்கள் திலகத்தை அமோக வெற்றியடையச் செய்ததுடன் தமிழக சட்டமன்றத்துக்கு 140 எம்.எல்.ஏ.க்கள் தேர்ந்தெடுத்து அனுப்பினார்கள்.

பிரச்சாரம் போகாமலேயே மருத்துவமனையில் இருந்தபடியே வாக்குகளை வாங்கிக் கொடுத்தது எம்.ஜி.ஆரின் சுவரொட்டிகள்.

சினிமாக்காரர்களை நம்பி ஓட்டுப் போடாதீர்கள் என்று காமராஜர் சொல்லிப் பார்த்தார். சினிமா டிக்கெட் கொடுத்து ஓட்டு வாங்கப் பார்க்கிறார்கள் என்று கக்கன் சொல்லிப் பார்த்தார்.

எல்லாவற்றையும் கூவம் ஆற்றில் போட்டுவிட்டனர் மக்கள் திலகம் ரசிகர்கள்.

1958-ஆம் ஆண்டு ஜனவரியில் தந்தை பெரியார் மற்றும் தமிழ் நாட்டுத் தலைவர்களை பிரதமர் நேரு "நான்சென்ஸ்" என்று சொன்னதைக் கண்டித்து கடும் எதிர்ப்பு நிலவியது.

அவர் சென்னைக்கு வரும்போது அந்த உணர்வை தெரிவிக்கும் வகையில் கறுப்புக் கொடி காட்ட வேண்டும் என கழகத்தின் முடிவை அண்ணா தெரிவித்தார்.

நேரு வரும் விமானம் சென்னையில் இறங்கும்போது அவர் கண்களுக்கு எங்கு நோக்கினும் கறுப்புக் கொடி தெரிய வேண்டும் எனவும் கழகத் தோழர்கள் அணிதிரள வேண்டும் எனவும் அண்ணா கேட்டுக் கொண்டார்.

கழகத்திற்கு அப்போதெல்லாம் அதிக நிதி வசதி கிடையாது என்பதால் இதுபோன்ற நிலைமைகளை இலட்சிய நடிகர் எஸ்.எஸ்.ராஜேந்திரனும் புரட்சி நடிகர் எம்.ஜி.ராமச்சந்திரனும் தான். அதற்கான முக்கிய பொறுப்புகளை ஏற்றுக் கொள்ளுவது வழக்கம்.

எம்.ஜி.ஆர். பிக்சர்ஸ், எஸ்.எஸ். ஆர். பிக்சர்ஸ் ஆகிய சினிமா கம்பெனிகளுக்கும் சொந்தமாக தையல் மிஷின்கள் இருந்தன.

ஆகவே இரவு பகலாக கறுப்புக்கொடி தயாரிக்கும் பணி நடந்தது. அப்போது அண்ணாவும் முன்னணி தலைவர்களும் முன்கூட்டியே கைது செய்யப்பட்டனர்.

போலீஸ் எஸ்.எஸ்.ஆரையும், எம்.ஜி.ஆரையும் கண்காணித்தது.

அடுத்த நாள் அதிகாலை நான்கு மணிக்கு எஸ்.எஸ். ராஜேந்திரனுக்கு சென்னை நகர போலீஸ் கமிஷனர் தொலைபேசியில் தொடர்பு கொண்டார்.

இன்னும் சிறிது நேரத்தில் அவரை கைது செய்ய வரப் போவதாகவும் அதற்காக தயாராக இருக்கும்படி கூறினார்.

எஸ்.எஸ். ஆர் உடனே தனது வீட்டில் இருபத்தைந்து போலீஸ்காரர்களுக்கு காலை உணவு தயாரிக்கும்படி கூறினார்.

இரவெல்லாம் சுற்றியலைந்து பசியோடு வந்த போலீஸ்காரர்கள் உணவைச் சாப்பிட்டார்கள்.

பின்னர் எஸ்.எஸ். ஆரை அழைத்துக் கொண்டு மைலாப்பூர் காவல் நிலையத்துக்கு அழைத்துச் சென்றார்கள்.

அதற்கு முன்னதாக எம்.ஜி.ஆரை கைது செய்து சைதாப்பேட்டை காவல் நிலையத்தில் வைத்துள்ள தகவல் அங்கு சென்ற பின் தான் எஸ்.எஸ்.ஆருக்கு தெரிய வந்தது.

தன்னையும் எம்.ஜி.ஆருடன் கூடவே இருக்கும்படி சைதாப்பேட்டை காவல் நிலையத்திற்கு அனுப்பி வைக்க எஸ்.எஸ்.ஆர் கேட்டுக் கொண்டார்.

ஆனால் அதற்கு காவல்துறையினர் ஒத்துக் கொள்ள மறுத்தனர்.

ஏனெனில் இரண்டு பிரபல நடிகர்கள் ஒரே இடத்தில் கொண்டு சென்றால் மக்கள் கூட்டத்தை சமாளிக்க முடியாது என்று காரணம் கூறினர்.

நிலைமை மோசமாகும் என்று கூறியதால் எஸ்.எஸ்.ஆர். வற்புறுத்த வில்லை.

அன்று இரவு முழுவதும் இருவரையும் வெவ்வேறு காவல் நிலையத்திலேயே வைத்திருந்தனர்.

மறுநாள் காலை எஸ்.எஸ்.ஆரை மத்திய சிறைக்கு அழைத்துச் சென்றார்கள்.

அங்கே முதல் மாடியில் முதல் அறையில் கொண்டு போய் விட்டார்கள்.

அங்கே அவருக்கு ஆச்சர்யம் காத்திருந்தது. அவருக்கு முன்பாகவே

எம்.ஜி.ஆர். இருந்தார்.

இருவருக்கும் ஒரே அறை என்றதும் அந்த சிறைச்சாலை உணர்வே எஸ்.எஸ்.ஆருக்கு மறந்து போனது.

அந்த சிறைச்சாலை அறை பெயருக்குத்தான் முதல் வகுப்பே தவிர மிகச் சிறிய அறையாக காணப்பட்டது.

திண்ணை போல ஒரு மேடை அங்கு அமைக்கப்பட்டிருந்தது. அதன் மேல் அழுக்கடைந்த ஒரு மெத்தை. மூட்டைப்பூச்சிகளின் மொத்த ஆக்கிரமிப்பில் இருந்தது.

அதில் படுப்பதும் தூக்குமேடையில் தொங்குவதும் ஒன்றுதான் என்று முடிவு செய்து அதைக் கீழே தூக்கிப் போட்டார்கள்.

இரண்டு பேருக்கும் கைகள் தான் தலையணை. வெறுந்தரையில் படுத்துக் கொண்டார்கள் இருவரும். அந்த நேரத்தில் எம். ஜி. ஆர். தன்னுடைய இளமைப் பருவத்து நினைவுகளை பகிர்ந்து கொண்டார்.

எத்தனை இன்னல்களை எம்.ஜி.ஆர். இளம் வயதில் சந்தித்தார் என்பதை அறிந்து எஸ்.எஸ்.ஆர். கண் கலங்கினார்.

எம்.ஜி.ஆர். கூறிய செய்தி இதுதான்.

"என்னுடைய அம்மா வீட்டு வேலை செய்பவர். அங்கிருந்து தான் சோறும் குழம்பும் பொறியல் எல்லாம் கொண்டு வருவார்.

எனக்கு அதுவரை பசி தாங்காது இடுப்பில் ஈரத்துணியைக் கட்டிக் கொண்டு வயிற்றைப் பிடித்தபடி படுத்திருப்பேன்..."

எஸ்.எஸ்.ஆர். கண்ணீர் வழியக் கேட்டுக் கொண்டிருந்தார்.

சிறைச்சாலையில் மறுநாள் பகல் 12 மணிக்கு அவர்களுக்கு உணவு வழங்கப்பட்டது.

வட்ட அலுமினியத் தட்டில் சிகப்பு அரிசி சோறு சிரமப்பட்டு சாப்பிட்டபடியே எம்.ஜி.ஆரை பார்த்தார் எஸ்.எஸ்.ஆர். அவர் எவ்வித சலனமும் இல்லாமல் சாப்பிட்டுக் கொண்டிருந்தார்.

எஸ்.எஸ்.ஆரைப் பொறுத்தமட்டில் அதுபோன்ற உணவை சாப்பிட்டது கிடையாது. ஆனால் எம்.ஜி.ஆரோ சிறுவயதிலேயே சாப்பிட்டு

பழகிவிட்டேன். அதனால் எனக்கு இது புதிது கிடையாது" என்றார்.

அங்கே ஒரு மண்பானை இருந்தது. அதில் ஒரு தகர டப்பா. அதில் தண்ணீர் எடுத்து குடித்துக் கொள்ள வேண்டும்.

அந்தப் பானைக்கு அருகில் இரு மண் சட்டிகள் இருக்கும். அவை எதற்கு என்று எம்.ஜி.ஆரிடம் கேட்டார் எஸ்.எஸ்.ஆர்.

அவை இரவு கழிப்பிட வசதிக்காக என்று எம்.ஜி.ஆர். தெரிவித்தார். அதனை எப்படி பயன்படுத்துவது என்று தர்மசங்கடத்துடன் எஸ்.எஸ்.ஆர். கேட்டார்.

வேறு வழி இல்லையே. இதுமாதிரி சிறையில் ஐந்து பேர் ஆறுபேர் கைதிகளாக இருந்து வருகிறார்கள். அவர்கள் நிலைமையை நினைத்துப் பாருங்கள் என்று எம்.ஜி.ஆர். அவரை சமாதானப்படுத்தினார்.

◻

எம்.ஜி.ஆரின் அரசியல் பயணப் படிக்கட்டுகள்

தி.மு.க.வில் இயங்கிய போதும் சரி, தி.மு.க.விலிருந்து விலக்கப்பட்டு தனிக்கட்சி தொடங்கி அரசியல் செய்த போதும் சரி, எம்.ஜி.ஆர். என்ற ஆளுமை தேர்தல் காலத்தில் தன்னை எதிர்த்து நின்றவர்களுக்கு சிம்ம சொப்பனமாகத்தான் இருந்திருக்கிறார்.

அதனை அவர் போட்டியிட்டு வென்ற தொகுதிகளின் பட்டியலைச் சரி பார்த்து தெரிந்து கொள்ளலாம்.

எம்.ஜி.ஆரின் அரசியல் பயணப் படிக்கட்டுகள் :

1952 - தி.மு.க.வில் சேர்ந்தார்.

1957 - முதன்முறையாக தி.மு.க.வை ஆதரித்து தமிழகம் முழுவதும் தேர்தல் பிரச்சாரம் செய்தார். 15 இடங்களில் தி.மு.க.வென்றது.

1958 - சென்னை வருவதாக இருந்த நேருவுக்கு கறுப்புக் கொடி காட்ட தி.மு.க. முனைந்தபோது முன்னெச்சரிக்கை நடவடிக்கையாக எம்.ஜி.ஆர், எஸ்.எஸ்.ஆர் கைது செய்யப்பட்டு சென்னை மத்திய சிறையில் அடைக்கப் பட்டனர். 6 நாட்கள் சாதாரண வகுப்பில் இருந்தனர். பிரமுகர்களுக்கான வசதி சலுகைகளை எம்.ஜி.ஆர். மறுத்து விட்டார்.

1962 - சட்டமன்ற மேலவை உறுப்பினராக (MLA) ஆனார்.

1964 - தி.மு.க.வில் கருணாநிதி ஏற்படுத்திய சர்ச்சைகள் காரணமாக ராஜினாமா செய்தார். காமராஜர் பின் தலைவர். "அண்ணா என் வழி காட்டி" என்று சொன்னதால் ஏற்பட்ட சர்ச்சை அது.

1965 - இந்தி எதிர்ப்பு மொழிப் பிரச்சனைக்காக போராட்டத்தில் கலந்து கொண்டார்.

1967 - தமிழ் நாடு சட்டமன்ற உறுப்பினராக தேர்ந்தெடுக்கப்பட்டார். ஜுலையில் திராவிட முன்னேற்றக் கழக பொருளாளராக தேர்ந்தெடுக்கப் பட்டார்.

1972 - அண்ணா திராவிட முன்னேற்றக் கழகம் என்ற ஓர் அரசியல் கட்சியை ஏற்படுத்தினார்.

1974 - புதுவையில் அனைத்திந்திய அ.தி.மு.கழகம் சட்டமன்ற தேர்தலில் போட்டியிட்டு வெற்றி பெற்று ஆட்சி அமைத்தது.

1977 - புதுவையில் இரண்டாவது முறையாகவும் தமிழகத்தில் முதல் முறையாகவும் அ.இ.அ.தி.மு.க. போட்டியிட்டு வெற்றி பெற்று ஆட்சி அமைத்தது.

1980 அ.இ.அ.தி.மு.க. ஆட்சி கலைக்கப்பட்டது.

1980 - தமிழகத்தில் நடந்த மறு சட்டமன்ற பொதுத் தேர்தலில் போட்டி யிட்டு அ.இ.அ.தி.மு.க. ஆட்சி அமைத்தது.

1981 - மதுரையில் 5-ஆம் உலகத்தமிழ் மாநாடு இந்தியப் பிரதமர் இந்திரா காந்தியின் தலைமையில் சிறப்புடன் எம்.ஜி.ஆர். நடத்தினார்.

1982 மாநிலத்திற்கான அரிசி தேவைக்கு உண்ணாவிரதம் மேற் கொண்டார்.

1984 - அமெரிக்க மருத்துவமனையில் சிகிச்சை மேற்கொண்ட போது நடந்த சட்டமன்ற பொதுத் தேர்தலில் அதிமுக போட்டியிட்டு ஆட்சி அமைத்தது.

1987 -இலங்கைத் தமிழர்கள் அமைதி காக்க இந்தியப் பிரதமர் ராஜீவ் காந்தி இலங்கை பிரதமர் ஜெயவர்தனா ஒப்பந்தம் ஏற்பட பாடுபட்டார்.

24-12-1987 - முதல்வர் எம்.ஜி.ஆர். அமரரானார்.

தி.மு.க. ஆட்சியை முதன்முதலாகக் கைப்பற்றிய நாள்

இந்தியா சுதந்திரம் அடைந்தது முதல் 20 ஆண்டுகாலம் தமிழ்நாட்டில் ஆளும் கட்சியாக இருந்த காங்கிரஸ் 1967 தேர்தலில் தோல்வி அடைந்தது. ஆட்சியை தி.மு.கழகம் கைப்பற்றியது.

புதிய முதல் அமைச்சராக தி.மு.கழக தலைவர் அண்ணா பதவி ஏற்றார். பதவி ஏற்பு விழா 1967 மார்ச் 6-ஆம் தேதி சென்னை ராஜாஜி மண்டபத்தில் நடந்தது.

கிண்டியில் உள்ள கவர்னர் மாளிகையில் தான் பதவி ஏற்பு விழா நடை பெறுவது வழக்கம். முதன்முதலாக ராஜாஜி மண்டபத்தில் நடைபெற்றது.

பதவியேற்பு விழாவை முன்னிட்டு ராஜாஜி மண்டபத்தைச் சுற்றிலும் பலத்த போலீஸ் காவல் போடப்பட்டு இருந்தது. குதிரைப் படையினரும் சுற்றிலும் நின்று காவல் புரிந்தார்கள்.

முன் அனுமதி பெற்றவர்களைத் தவிர வேறு யாரும் மண்டபத்தின் உள்ளே அனுமதிக்கப்படவில்லை. இதனால் மண்டபத்துக்கு வெளியே ஆயிரக்கணக்கானோர் தி.மு.கழக தொண்டர்கள் கொடிகளுடன் நின்று கொண்டு இருந்தார்கள்.

அமைச்சர்களாக நியமிக்கப்பட்டு இருந்த நெடுஞ்செழியன், கருணாநிதி, மதியழகன், சத்தியவாணிமுத்து, கோவிந்தசாமி, சாதிக் பாட்சா, மாதவன் முத்துசாமி ஆகியோர் 9.50 மணிக்கு மண்டபத்தின் உள்ளே வந்தார்கள். அவர்களை தமிழ்நாடு அரசாங்க தலைமை செயலாளர் சி.ஏ.ராமகிருஷ்ணன் வரவேற்றார்.

அமைச்சர்கள் அனைவரும் அவர்களுக்காக மேடையில் அமைக்கப் பட்டு இருந்த இடங்களில் உட்கார்ந்தார்கள். சரியாக 9.56 மணிக்கு அண்ணா வந்தார். அவரை தலைமைச் செயலாளர் வரவேற்றார். பின்னர் தமிழ்நாடு கவர்னர் உஜ்ஜல் சிங் அவர் மனைவியுடன் வந்தார்.

கவர்னருக்கு அண்ணா வணக்கம் தெரிவித்தார். மற்ற அமைச்சர்களை கவர்னருக்கு அறிமுகம் செய்து வைத்தார்.

பிறகு மேடையின் மத்தியில் கவர்னர் உட்கார்ந்தார். அவருக்கு வலது புறத்தில் அண்ணா, நெடுஞ்செழியன், கருணாநிதி, மதியழகன் ஆகி யோரும் இடது புறத்தில் கோவிந்தசாமி, சத்தியவாணி முத்து, மாதவன், சாதிக் பாட்சா, முத்துசாமி ஆகியோரும் அமர்ந்தனர்.

பதவியேற்பு விழா 10 மணிக்கு தொடங்கியது. தலைமைச் செயலாளர் ராமகிருஷ்ணன் முதலில் அண்ணாவின் பெயரைச் சொல்லி அழைத்தார். உடனே அண்ணா பதவி ஏற்புக்காக இருந்த மேஜைக்கு வந்தார்.

பதவியேற்ற உறுதிமொழியை கவர்னர் ஆங்கிலத்தில் படித்தார். அதன் பின் அண்ணா அந்த உறுதிமொழியை தமிழில் வாசித்தார். பின் ரகசியக் காப்பு பிரமாணத்தை கவர்னர் ஆங்கிலத்தில் படிக்க, அதன்பின் அண்ணா தமிழில் அதையும் படித்து கையெழுத்து போட்டார்.

அமைச்சர்கள் நெடுஞ்செழியன், கருணாநிதி, மதியழகன், கோவிந்த சாமி, சத்தியவாணிமுத்து, மாதவன், சாதிக் பாட்சா, முத்துசாமி ஆகியோர் ஒருவர் பின் ஒருவராக வந்து உறுதிமொழியைப் படித்து பதவி ஏற்றார்கள்.

பதவி ஏற்பு முடிந்ததும் அவர்கள் அனைவரும் கவர்னருடன் போட்டோ எடுத்துக் கொண்டார்கள். பதவி நிகழ்ச்சிக்கு வெளிநாட்டு பத்திரிகை நிருபர்களும் புகைப்படக்காரர்களும் வந்திருந்தார்கள்.

பதவியேற்பு நிகழ்ச்சியைக் காண சுதந்திரா கட்சித் தலைவர் ராஜாஜி, தமிழரசு கழகத் தலைவர் ம.பொ.சிவஞானம், பழைய மந்திரி வெங்கட்

ராமன் பழைய சபா நாயகர் செல்லபாண்டியன், மாணிக்க வேலர் ஆகியோர் வந்திருந்தனர்.

அண்ணாவின் மனைவி ராணி அம்மாள், மகன், மருமகள்கள் ஆகியோரும் நெடுஞ்செழியன், கருணாநிதி குடும்பத்தினரும் வந்திருந்தனர்.

பதவி ஏற்பு விழா முடிந்ததும் அண்ணாவும் மற்ற அமைச்சர்களும் ராஜாஜியிடம் சென்றார்கள். அவர்களை ராஜாஜி வாழ்த்தினார். பழைய மந்திரி வெங்கடராமன் கை குலுக்கினார். 10.35 மணிக்கு மண்டபத்தை விட்டு அண்ணா வெளியே வந்தார். வெளியே கூடியிருந்த பல்லாயிரக் கணக்கான ஆண்களும் பெண்களும் மகிழ்ச்சி ஆரவாரம் செய்தார்கள்.

அமைச்சர்களை நோக்கி மாலைகளையும் பூக்களையும் வீசினார்கள். கூடியிருந்தவர்களை நோக்கி அண்ணா கைகளை அசைத்தார்.

பிறகு அண்ணாவும் மற்ற அமைச்சர்களும் கார்களில் கோட்டைக்கு சென்றார்கள். அண்ணாவின் அம்பாசிடர் கார் கோட்டைக்குள் நுழைந்தது. அதைத் தொடர்ந்து மற்ற மந்திரிகள் அவரவர் காரில் வந்தனர்.

வாசலில் அண்ணாவின் செயலாளராக நியமிக்கப்பட்டுள்ள சொக்கலிங்கமும் மற்ற அதிகாரிகளும் அவரை வரவேற்றார்கள். மாடியில் உள்ள முதல் அமைச்சர் அறைக்கு அழைத்துச் சென்றார்கள்.

சரியாக 10.43 மணிக்கு முதல் அமைச்சரின் அறைக்குள் அண்ணா நுழைந்து நாற்காலியில் அமர்ந்தார்.

அமைச்சர்கள் நெடுஞ்செழியன், கருணாநிதி, மற்ற அமைச்சர்கள் அந்த அறைக்கு வந்து உட்கார்ந்தார்கள்.

சுதந்திரா கட்சியைச் சேர்ந்த தலைவர் சா.கணேசன், அண்ணாவுக்கும் மற்ற அமைச்சர்களுக்கும் ரோஜாப்பூ மாலை போட்டு வாழ்த்துத் தெரிவித்தார்.

பிறகு அண்ணா ஒவ்வொரு அமைச்சரையும் அவரவர் அறைக்கு அழைத்துச் சென்று விட்டு வந்தார். அண்ணாவின் மேஜையில் வைப்பதற்காக திருவள்ளுவர் படம் ஒன்றை அன்பில் தர்மலிங்கம் வழங்கினார். மற்ற அமைச்சர்களுக்கு அண்ணாவின் படத்தை கொடுத்தார்.

அண்ணாவுக்கும் மற்ற அமைச்சர்களுக்கும் வாழ்த்து தெரிவிப்பதற் காகவும் மாலைகள் போடுவதற்காகவும் ஏராளமான பேர் கூடி இருந்தனர். அவர்கள் சாரிசாரியாக வந்து மாலை அணிவித்தனர்.

இதனிடையே தமிழக சட்டசபை தேர்தல் நடந்த அதே நேரத்தில் இந்தியா முழுவதும் பாராளுமன்ற தேர்தலும் நடந்து முடிந்திருந்தது. பல மாநிலங்களில் காங்கிரஸ் தோற்ற போதிலும், குறைந்த மெஜாரிட்டியுடன் மத்தியில் ஆட்சியைப் பிடித்தது. இந்திரா காந்தி மீண்டும் பிரதமரானார்.

அண்ணா பதவி ஏற்றபின் அவருடன் டெல்லியில் இருந்து பிரதமர் இந்திரா காந்தி டெலிபோனில் பேசினார்.

"தமிழ்நாட்டில் புதிதாகப் பதவி ஏற்றுள்ள தி.மு.க. அமைச்சரவைக்கு என் வாழ்த்துக்களை தெரிவித்துக் கொள்கிறேன்" என்று கூறினார்.

அவர் தொடர்ந்து பேசுகையில் "தி.மு.க. அரசுக்கு மத்திய அரசு முழு ஒத்துழைப்பையும் அளிக்கும்" என்று தெரிவித்தார்.

இந்திரா காந்தியின் வாழ்த்துக்கு அண்ணா நன்றி கூறினார்.

◻

கலைஞரும் அறிவாலயமும்

1949ம் ஆண்டு அறிஞர் அண்ணாவால் திராவிட முன்னேற்றக் கழகம் உருவாக்கப்பட்டபோது கட்சிப் பணிகளுக்காக ஓர் அலுவலகம் தேவைப்பட்டது.

அதனால் 1951-ஆம் ஆண்டு ராயபுரத்தில் ஒரு சிறிய கட்டடம் கட்டப் பட்டது. அதுதான் அப்போதைய தி.மு.க. அலுவலகம். தி.மு.க.வின் அந்தக் கட்டடத்துக்குப் பேரறிஞர் அண்ணாவால் "அறிவகம்" எனப் பெயர் சூட்டப்பட்டது.

பின்னாளில் கட்சியின் பிரம்மாண்டத்துக்கு தக்கவாறு கட்டடம் தேவைப்பட 1964ல் தேனாம்பேட்டையில் அன்பகம் கட்டப்பட்டது.

இந்த அன்பகம் தான் இன்றைய தி.மு.க.வின் இளைஞர் அணி தலைமை அலுவலகம். அதன்பின்பு திமுக அசுர வளர்ச்சியடைய கட்சிப் பணிகளுக் காக அன்பகத்தில் இடப் பற்றாக்குறை ஏற்பட்டது.

அதனால் மிகப்பெரிய அளவில் கட்சி அலுவலகம் கட்டியாக வேண்டிய தீர்வுக்கு கலைஞர் வந்தார். இந்தக் காரணங்களுக்காக தேனாம்பேட்டை யின் மையத்தில் அண்ணா சாலையை ஒட்டி 86 கிரவுண்ட் நிலம் 1972ல் வாங்கப்பட்டது.

பின்னர் 1980-ஆம் ஆண்டு அதற்கான கட்டிடப் பணி ஆரம்பிக்கப் பட்டது. நிதிப் பற்றாக்குறையால் ஆமை வேகத்தில் நகர்ந்தது. அந்தக் காலகட்டத்தில் தி.மு.க. சட்டமன்ற உறுப்பினர்கள் அலுவலகம் ஓமந்தூரரார் அரசினர் தோட்டத்தில் இருந்தது.

திடீரென ஒருநாள் ஓமந்தூரார் தோட்டத்தில் இருந்த தி.மு.க. சட்டமன்ற உறுப்பினர்கள் அலுவலகத்தை அதிரடியாக காலி செய்யச் சொல்ல பொருட்களையெல்லாம் வெளியேற்றியது அப்போதைய எம்.ஜி.ஆர். அரசு.

இதனால் கலைஞருக்கு அண்ணா அறிவாலயத்தை உடனடியாகக் கட்டப்பட வேண்டிய நிர்ப்பந்தம் ஏற்பட்டது.

இதனையடுத்து நிதிப்பற்றாக்குறையை ஒவ்வோர் ஊரிலும் நிதி திரட்டும் பணி தீவிரமாக தொடங்கியது. இந்தக் காலகட்டத்தில் அறிவாலயத்தை கட்டுவதற்காக கலைஞர் எந்த விழாவானாலும் கலந்து கொண்டார். அதற்காகத் தரப்படும் தொகை கட்சியின் நிதியில் சேர்க்கப் பட்டதோடு கட்டடம் கட்டவும பயன்பட்டது.

இதற்காக கலைஞர் ஒரே நாளில் பத்து மேடை விழாக்களில் கலந்து கொண்ட நிகழ்வுகளும் உண்டு. இப்படி வழங்கப்பட்ட தொகையெல்லாம் அண்ணா அறிவாலயத்தின் சுவர்களாக உயர்ந்து கொண்டே வந்தது. இதனையடுத்து அந்த உற்சாகத்தில் தொண்டர்களுக்கு உணர்ச்சிமிகு கடிதம் ஒன்றை எழுதி மேலும் அவர்களை ஊக்கப்படுத்தினார்.

1985-ஆம் ஆண்டில் மட்டும் சுமார் ஒரு கோடி ரூபாய் வசூலானது. இதற்குக் காரணம் கலைஞரின் விடாமுயற்சியும் கழகத் தொண்டர்களின் கடின உழைப்புமே ஆகும்.

இதனிடையே ஒட்டுமொத்த இடத்தில் 10 சதவிகித இடத்தை மாநகராட்சி பெயருக்குப் பத்திரம் செய்து கொடுத்தால்தான் மேற்படி கட்டிடம் கட்டுவதற்கு அனுமதி தரமுடியும் என்று சென்னை பெருநகர வளர்ச்சிக் குழுமம் அறிவித்தது.

அதைக் கொடுத்த பிறகுதான் அறிவாலயத்தை கட்ட எம்.ஜி.ஆர். அரசு அனுமதி அளித்தது. இவ்வளவு பிரச்சனைகளையும் கடந்து தான் 16-09-1987 அன்று திறப்புவிழா கண்டது அண்ணா அறிவாலயம்.

❐

பெரியார் விரும்பிய கருணாநிதி சிலை

சென்னை வேப்பேரியில் உள்ள பெரியார் திடலில் 1971-ஆம் ஆண்டு ஆகஸ்டு மாதம் 14-ஆம் தேதி ஒரு முக்கியமான பாராட்டு விழா நடைபெற்றுக் கொண்டிருந்தது.

கலைஞர் கருணாநிதிக்கு அண்ணாமலை பல்கலைக்கழகம் கௌரவ டாக்டர் பட்டம் அளித்ததற்குப் பாராட்டு தெரிவித்து பெரியார் தலைமையில் நடைபெற்ற விழா அது.

அந்த விழாவில் பெரியார் தனது உரையில் முக்கியமான ஒரு கோரிக்கையை விடுத்தார்.

"செயற்கரிய சாதனை செய்த தம்பி கருணாநிதிக்கு தலைநகரில் சிலை வைக்க வேண்டும்" என்ற கோரிக்கைதான் அது.

இந்த அறிவிப்பை முதன்முறையாக அப்போது சொல்லவில்லை. அதற்கு முன்னதாக அறிஞர் அண்ணா இருக்கும்போதே, அதாவது 1968-ஆம் ஆண்டே கருணாநிதிக்கு சிலை வைக்க வேண்டும் என்று முதன் முதலில் குரல் கொடுத்தவர் பெரியார் தான்.

ஏன் கருணாநிதிக்கு சிலை வைக்க வேண்டும் என்று இரண்டு

அறிக்கைகளையும் வெளியிட்டார் பெரியார். அந்தக் கோரிக்கை அப்படியே கிடப்பில் இருந்தது. பின்னர்தான் இந்த மேடையில் அந்த அறிவிப்பை மீண்டுமொருமுறை பெரியார் அறிவித்தார்.

அப்போது மேடையில் இருந்த குன்றக்குடி அடிகளார் மகிழ்ச்சியில் எழுந்து நன்கொடை கொடுத்தார் என்று இப்போதும் திராவிட கழகத்தினர் பதிவு செய்வதுண்டு. தி.மு.க.வின் அத்தனை தலைவர்களும் மகிழ்ச்சியோடு ஏற்றுக் கொண்ட பெரியாரின் இந்த அறிவிப்பில், கலைஞர் கருணாநிதிக்கு மட்டும் உடன்பாடில்லை.

“முதலில் பெரியாருக்கே சிலை. அதன்பிறகு மற்றதை பார்த்துக் கொள்ளலாம் என்று பகிரங்கமாக அறிவித்தார்.

மேடையில் அறிவித்தபடியே அண்ணா சாலையில் உள்ள சிம்சன் பகுதியில் கம்பீரமாக பெரியார் சிலை ஒன்றை அமைத்தார் கருணாநிதி.

பேராசிரியர் அன்பழகன் மற்றும் மணியம்மை முன்னிலையில் அந்தச் சிலையை அப்போது முதலமைச்சராக இருந்த கருணாநி திறந்து வைத்தார்.

சொன்னபடியே பெரியாருக்கு சிலை வைத்தாயிற்று. அதேபோல் பெரியார் விருப்பப்படியே திராவிடர் கழகம் சார்பில் கருணாநிதிக்கு சிலை வைக்கப்படும். இனியும் சாக்கு போக்கு, மறுப்புக் கூறி எங்களிடமிருந்து கருணாநிதி தப்பித்துக் கொள்ள முடியாது. கருத்து உடனடியாக திராவிடர் கழகம் சார்பில் அண்ணா சாலையில் கருணாநிதி முழு உருவ வெண்கலச் சிலை அமைத்துத் திறப்போம். இதற்கு மறுப்பு ஏதும் கூறக்கூடாது” என்று அந்த நிகழ்ச்சியிலேயே மணியம்மை அறிவித்தார்.

அதற்கான பணிகளை திராவிடர் கழகம் மேற்கொண்ட போது “திராவிடர் கழகம் தனக்கு சிலை வைப்பதில் உடன்பாடில்லை” என அறிவித்தார் கருணாநிதி. இந்த சிலை திறப்பு விவகாரத்தில் சட்டரீதி யிலான சில சிக்கலையும் அப்போதைய அ.தி.மு.க. கொடுத்துள்ளது.

அதனை சட்டரீதியாக திராவிடர் கழகம் எதிர்கொண்டு வென்றுள்ள வரலாறும் உண்டு. பின்னர் பலதரப்பட்ட முயற்சிகளுக்குப் பிறகு 1975-ஆம் ஆண்டு செப்டம்பர் 21-ஆம் தேதி கலைஞர் கருணாநிதியின் வெண்கலச் சிலை நிறுவப்பட்டது. சொன்னபடியே கருணாநிதியின் சிலையை அமைத்த மணியம்மை, விழாவுக்குத் தலைமை தாங்கினார்.

குன்றக்குடி அடிகளார் சிலையைத் திறந்து வைத்தார். அந்தச் சிலையில் இரண்டு விரல்களை மடக்கியும் மூன்று விரல்களை காட்டியபடியும் கருணாநிதி நின்று கொண்டிருப்பார்.

முதலில் அண்ணா சாலையில் அமைந்துள்ள தர்கா இடத்தை கருணாநிதியின் சிலையை வைக்கத் தேர்ந்தெடுப்பதற்கு ஒரு காரணம் இருந்தது. அதற்கு முன்னதாக அண்ணாசாலை எனப்படும் மவுண்ட் ரோடின் கதையை தெரிந்து கொள்ள வேண்டும்.

கோட்டையிலும், அதனைச் சுற்றியுள்ள பகுதிகளிலும் வசித்த ஆங்கிலேயர்கள், இப்போதைய பரங்கிமலை எனப்படும் புனித தோமா தேவாலயத்துக்கு செல்வது வழக்கம்.

வாரந்தோறும் வழிபடுவதற்காக தேவாலயத்துக்கு செல்வதற்காகவே உருவாக்கப்பட்ட சாலைக்கு அப்போதைய ஆங்கிலேயர்கள் மவுண்டன் பிரபுவின் பெயரையே வைத்தார்கள்.

அதுவே மவுண்ட் ரோடு. அதன்பிறகு இந்தியா சுதந்திரம் அடைந்து வரலாறு மாறி தமிழ்நாட்டில் தி.மு.க. ஆட்சிக்கு வந்து மவுண்ட் ரோட்டை "அண்ணா சாலை" என்று பெயர் மாற்றம் செய்தது.

அப்படிப்பட்ட முக்கியத்துவம் வாய்ந்ததும் சென்னை நகரின் இதயப் பகுதியாக விளங்குவதுமான அண்ணாசாலையின் கடற்கரை ஒட்டிய சிம்சன் பகுதியில பெரியார் சிலை அமைந்துள்ளது.

அங்கிருந்து சிறிது தூரம் வந்தால் அண்ணா சாலையின் வாலாஜா சாலை சந்திப்பு.

அந்த இடத்தில் பேரறிஞர் அண்ணா சிலை. அங்கிருந்து சில தூரம் சென்றால் மிகப் பழமையான தர்கா அமைந்துள்ள இடத்தில் தான் கருணாநிதி சிலை அமைக்க வேண்டும் என்று திராவிடர் கழகத்தினர் திட்டமிட்டு அதனை சாத்தியமாக்கினர்.

பின்னாளில் கருணாநிதியின் சிலையைத் தாண்டி இன்னும் சற்று முன்னே வந்தால் ஸ்பென்ஸர் பிளாஸா எதிரில் எம்.ஜி.ஆரின் சிலை அமைக்கப்பட்டது.

இப்படியாக அண்ணாசாலையை பெரியார், அண்ணா, கருணாநிதி, எம்.ஜி.ஆர். என்று வரிசையாக திராவிடத் தலைவர்கள் அலங்கரித்தார்கள்.

வெற்றிகரமாக நிறுவப்பட்ட கருணாநிதியின் சிலை வெகுநாட்கள் நிலைக்கவில்லை. 1975-ஆம் ஆண்டு எமர்ஜன்சி காலத்தில் தி.மு.க. ஆட்சி கலைக்கப்பட்டது. பின்னர் 1977-ஆம் ஆண்டு நடைபெற்ற சட்டப் பேரவை பொதுத் தேர்தலில் வென்று எம்.ஜி.ஆர். முதன்முறையாக முதலமைச்சராகப் பதவியேற்றார்.

அதன்பிறகு 13 ஆண்டுகள் கருணாநிதி எதிர்க்கட்சித் தலைவராகவே இருந்து வந்தார்.

ஒரு கட்சியின் தொண்டர்களை தொய்வடைய விடாமல் இயக்கும் தலைவராகவும் தமிழக அரசின் எதிர்க்கட்சித் தலைவராகவும் ஒருவர் எப்படிச் செயல்பட வேண்டும் என்று கலைஞர் கருணாநிதியை உதாரண மாக அரசியலில் இன்றும் கூறப்படுவது இந்த காரணத்திற்காகத்தான்.

கலைஞர் முதலமைச்சராக இருப்பதைக் காட்டிலும் எதிர்க்கட்சித் தலைவராக இருக்கும்போது இன்னும் துடிப்புடனும் அயராத உழைப்பை யும் செலுத்தக் கூடியவர். அவர் வேகத்துக்கு எவரும் ஈடு கொடுக்க முடியாது.

இந்தச் சூழலில் தான் அ.தி.மு.க. நிறுவனத் தலைவரும் அப்போதைய முதலமைச்சருமான எம்.ஜி.ஆர். உடல்நலக் குறைவால் 1987-ஆம் ஆண்டு காலமானார்.

அவரது இறுதி ஊர்வலத்தின்போது எம்.ஜி.ஆர். தொண்டர்கள் சிலர் கருணாநிதியின் சிலையைத் தாக்கினர். அதில் ஒருவர் கடப்பாறையைக் கொண்டு சிலையை சேதப்படுத்தி, ஆக்ரோசமாக இடித்துத் தள்ளினார்.

இந்தப் புகைப்படம் அப்போதே பத்திரிகைகளில் இடம் பெற்றது. 12 ஆண்டுகள் மட்டுமே கருணாநிதியின் சிலை அந்த இடத்தில் இருந்தது.

சிலையுடைப்பால் தி.மு.க. தொண்டர்கள் கொதித்தெழுந்த நிலையில், கலைஞர் கருணாநிதி தனக்கே உரித்தான பாணியில் முரசொலியில் ஒரு கவிதை எழுதினார்.

"உடன்்பிறப்பே,
செயல்படவிட்டோர்
சிரித்து மகிழ்ந்து நின்றாலும்
அந்தச் சின்னத்தம்பி

என் முதுகில் குத்தவில்லை,
நெஞ்சிலே தான் குத்துகிறான்
அதனால் நிம்மதி எனக்கு!
வாழ்க! வாழ்க!

கருணாநிதி சிலை உடைக்கப்பட்ட பின்னர் மீண்டும் அதே இடத்தில் சிலையை நிறுவ வேண்டும் என்று திராவிடர் கழகம் முன்வந்தது.

அந்த இடத்தில் வேறு யாருக்கும் சிலை வைக்கக்கூடாது என்று முறை யாக பதிவும் செய்து கொண்டது.

ஆனால் கருணாநிதியோ விடாப்பிடியாக மறுத்து விட்டார். அதுமட்டு மல்லாமல் அவருடைய சிலை இருந்த அந்த பீடத்தையும் முழுமையாக நீக்கச் சொல்லி உத்தரவிட்டார். அதன்பிறகு கருணாநிதி சிலை விவகாரம் வெகு ஆண்டுகளாக அடங்கியிருந்தது.

தொடர்ந்து 40 ஆண்டுகள் முதலமைச்சராகவும் எதிர்க்கட்சித் தலைவ ராகவும் இருந்து வந்த கருணாநிதி உடல்நிலை பாதிக்கப்பட்டு, சிகிச்சைக் காக மருத்துவமனையில் அனுமதிக்கப்பட்டார். பின்னர் 2018ம் ஆண்டு காலமானார்.

அவரது உடல் சென்னை மெரீனாவில் உள்ள அண்ணா சமாதி அருகில் நல்லடக்கம் செய்யப்பட்டது. கருணாநிதியின் மறைவை ஒட்டி மீண்டும் அவருக்கு சிலை வைக்கும் குரல்கள் மெல்ல எழுந்தன.

அதற்கான வாய்ப்பாக 2021-ஆம் ஆண்டு தமிழ்நாடு சட்டப்பேரவைத் தேர்தல் நடந்து முடிந்தது.

முதலமைச்சராக மு.க.ஸ்டாலின் பதவியேற்றார். அவரது தலைமை யிலான தி.மு.க. அரசு பதவியேற்றதும் மெல்ல எழுந்து வந்த குரல் மீண்டும் வலுப்பெற்றது.

அதற்கான நாளும் வந்தது. தமிழக சட்டப்பேரவையில் 110 விதியின் கீழ் பல்வேறு அறிவிப்புகளை வெளியிட்ட முதல்வர் ஸ்டாலின் கலைஞர் கருணாநிதியின் பிறந்த நாளான ஜுன் 3ம் தேதி இனி அரசு விழாவாக கொண்டாடப்படும் என்று அறிவித்தார்.

மேலும் சென்னை ஓமந்தூரார் அரசின் தோட்ட வளாகத்தில் கம்பீரக் கலைஞரின் கலைமிகு சிலை நிறுவப்படும் என்றார்.

ரூ.1.56 கோடி செலவில் இந்த சிலை அமைக்கும் பணிகள் நடந்து முடிந்து இந்தியக் குடியரசு துணைத் தலைவர் வெங்கையா நாயுடு தலைமையில் சிலை திறந்து வைக்கப்பட்டது.

கிட்டத்தட்ட 47 ஆண்டுகளுக்குப் பிறகு மீண்டும் கருணாநிதியின் சிலை திறக்கப்படுவது வரலாற்றில் மிகவும் முக்கியமான நாளாகப் பார்க்கப்படுகிறது.

◻

அண்ணா அறிவாலயத் திறப்பு விழாவில் கலைஞர் உரை

அண்ணா அறிவாலயம் திறப்பு விழாவின்போது பேரறிஞர் அண்ணாவின் மனைவி ராணியம்மையார் சிறப்பு விருந்தினராகக் கலந்து கொண்டார்.

இவ்விழாவில் பேசிய கலைஞர், அண்ணா நமக்கு பலமான அடித்தளம் அமைத்து தந்திருக்கிற காரணத்தினால் தான் எதிர்ப்புக் கணைகளை முறியடித்து கழகம் வானளாவி உயர்ந்து நிற்கிறது.

கழக உடன்பிறப்புகளின் உழைப்பும் தியாகமும் தான் இங்கு அண்ணா அறிவாலயமாக அழகுற மிளிர்கிறது என்றவர் தொடர்ந்து இதைக் கண்டு நெகிழ்ந்து போய் நிற்கிறேன்.

என்றாலும் அண்ணன் இல்லை. அந்த அண்ணனுக்காக... அந்த அண்ணன் பெயரால் ஓர் அறிவாலயம் காணுகிற இந்த நிகழ்ச்சியில் நம்முடைய அண்ணியார் அவர்கள் வருகை தந்து எங்களுடைய முயற்சியை வாழ்த்தியிருக்கிறார்கள். அவர்களுக்கு நன்றி கூறிக் கொள்ள கடமைப்பட்டிருக்கிறேன் என்றார் நா தழுதழுக்க.

அண்ணா அறிவாலயம் என்பது வெறும் கட்சி அலுவலகம் மட்டுமல்ல. அதுபோன்ற கூட்டத்தையே எந்த கட்சி அலுவலகத்திலும் இல்லாத

அளவுக்கு மிகவும் சிறப்பம்சத்தோடு கட்டியிருந்தார் கலைஞர்.

இந்த அறிவாலயத்துக்குள் பேராசிரியர் ஆய்வு நூலகம், கலைஞர் கருவூலம், வெற்றிச்செல்வி இலவச கண் மருத்துவமனை, கலைஞர் அரங்கம், பூங்கா உள்ளிட்டவை அமைந்திருக்கின்றன.

இங்குள்ள நூலகத்தில் சுமார் 50000 புத்தகங்களுடன் அனைத்து வகை ஆய்வு நூல்களும் இருக்கின்றன.

கலைஞர் கருவூலத்தில் இதுவரை கலைஞர் அன்பளிப்பாக வாங்கிய சிறிய பேனா முதல் பெரிய அளவிலான உலோகச் சிலைகள் வரை என அனைத்தும் பாதுகாக்கப்பட்டு வருகின்றன.

நீதிக்கட்சி ஆரம்பம் முதல் இன்றைய தமிழக அரசியல்வரை அனைத்து நிகழ்வுகளும் புகைப்படச் செய்திகளாக கருவூலத்தின் மற்றொரு பெட்டகத்தில் காட்சிக்காக வைக்கப்பட்டுள்ளன. இந்தப் பெட்டகம் அப்போதைய குடியரசுத் தலைவர் கே.ஆர்.நாராயணனால் திறந்து வைக்கப்பட்டது.

அதேபோன்று இங்குள்ள இலவச கண் மருத்துவமனையில் ஒவ்வொரு மாதமும் சுமார் 30க்கும் மேற்பட்டோருக்கு இலவசமாக அறுவை சிகிச்சைக்கு ஏற்பாடு செய்யப்படுகிறது.

அண்ணா அறிவாலயத்தினுள் சிறிய திரை அரங்கும் உள்ளது. இங்கு திராவிட இயக்கம் கடந்து வந்த பாதை, அண்ணா, பெரியார் இயக்க வரலாறு ஆகியவை குறும்படங்களாகத் திரையிடப்பட்டு வருகின்றன.

தி. மு. க. தொண்டர்களுக்கு அறிவாலயமாகவும் கலைஞருக்கு உயிராலயமுமாக உள்ளது. அப்படிப்பட்ட அந்த வீட்டில் காலை 5 மணிக்கே கலைஞரைப் பார்க்கலாம். ஒரு மணி நேர நடைப்பயிற்சிக்குப் பிறகு கோபாலபுரம் வீட்டுக்கு செல்வார். பிறகு சரியாக 10.45 மணியளவில் மீண்டும் அறிவாலயத்துக்கு வந்து விடுவார். பின்பு கலைஞர் தொலைக் காட்சியில் மதியம் 1 மணி செய்தியைப் பார்த்துவிட்டு, மதிய உணவுக்காக வீட்டுக்குச் செல்லும் கலைஞர் மீண்டும் மாலை 6.30 மணிக்கு அறிவாலயம் வந்து விடுவார்.

கலைஞர் தொலைக்காட்சியில் இரவு செய்தியை பார்த்துவிட்டு 8.30 மணியளவில் வீட்டுக்குக் கிளம்பிவிடுவார். இவைதான் கலைஞர்

அறிவாலயத்தில் அன்றாடம் செய்யும் பணிகள். அவர் சென்னையில் இருக்கும் நாட்களில் காய்ச்சல் இருந்தால்கூட அறிவாலயம் வராமல் இருந்ததே கிடையாது.

அதேபோல் கலைஞர் வெளியூர் பயணங்களை முடித்து விட்டு இரவு நேரத்தில் சென்னை வந்தால்கூட அறிவாலயத்துக்கு வண்டியை விடு ஒரு எட்டு பார்த்துவிட்டு போவோம் என்று தன் கார் டிரைவரிடம் சொல்வாராம்.

◻

கலைஞர் அறிமுகப்படுத்திய திட்டங்கள்

காலம் கடந்தும் அனைவரின் வாழ்விலும் நீங்காத இடம் பெற்றிருக்கும் கலைஞர் கருணாநிதி தமிழர்களுக்கும் தமிழுக்கும் அளித்த பெருங்கொடைகள் ஏராளம்.

மு. கருணாநிதி அறிமுகப்படுத்திய திட்டங்கள் காலத்தை வென்று நிற்பதற்கு அவர் தீட்டிய திட்டங்களின் சிறப்பே சாட்சியாகும்.

கலைஞர் அறிமுகப்படுத்திய திட்டங்கள் :

➢ தமிழ்நாடு குடிசை மாற்று வாரியம் மற்றும் தமிழ்நாடு குடிநீர் வடிகால் வாரியம் உருவாக்கப்பட்டது.

➢ கை ரிக்ஷாவின் பயன்பாடு ஒழிக்கப்பட்டு சைக்கிள் ரிக்ஷா அளிக்கப் பட்டது. ஒரு மனிதனை மற்றொரு மனிதன் ரிக்ஷாவில் வைத்து தள்ளிச் செல்லும் முறையை ஒழித்தார்.

➢ சின்னஞ்சிறு கிராமங்களுக்கும் கூட சாலை வசதிகள் உருவாக்கப் பட்டது. தனியார் வசம் சிக்கியிருந்த போக்குவரத்துத்துறை அரசுடைமை ஆக்கப்பட்டது.

➢ சிப் காட் தொழில் வளாகங்கள் உருவாக்கப்பட்டது.

- சிட்கோ தொழில் வளாகங்கள் கொண்டுவரப்பட்டது.
- மாநிலத்தின் பல்வேறு இடங்களில் தொழில்நுட்ப பூங்காக்கள் உருவாக்கப்பட்டது.
- சேலத்தில் உருக்காலை கொண்டு வரப்பட்டது.
- தமிழக கிராமங்கள் அனைத்திற்கும் மின்சார வசதி உருவாக்கப்பட்டது.
- 14,600 கோடி ரூபாய் மதிப்பிலான சென்னை மெட்ரோ திட்டம் கலைஞர் கருணாநிதியால் கொண்டு வரப்பட்டதாகும்.
- 108 ஆம்புலன்ஸ் சேவைகள் அறிமுகப்படுத்தப்பட்டது.
- அரசு ஊழியர் குடும்ப நலத்திட்டம் உருவாக்கப்பட்டது.
- தமிழக காவல் துறையினருக்கு ஆணையம் அமைக்கப்பட்டது.
- மே 1-ஆம் தேதி ஊதியத்துடன் கூடிய அரசு விடுமுறை அறிவிக்கப்பட்டது.
- விவசாயிகளுக்கு இலவச மின்சாரம் உருவாக்கப்பட்டது.
- உழவர் சந்தைகள் அமைக்கப்பட்டு விளைபொருட்கள் இடைத் தரகர்கள் இல்லாமல் வாடிக்கையாளர்களுக்கு கிடைக்க ஏற்பாடு செய்யப்பட்டது.
- விவசாயிகளுக்காக 7000 கோடி ரூபாய் கடனை தள்ளுபடி செய்து அறிவித்தது.
- கிராமப்புற வளர்ச்சிக்கென 'நமக்கு நாமே திட்டம்' உருவாக்கப் பட்டது.
- கிராமப்புற மேம்பாட்டிற்கான அண்ணா மறுமலர்ச்சித் திட்டங்கள் அறிமுகப்படுத்தப்பட்டது.
- தி.மு.க. கட்சியின் மூத்த பெண் தலைவர் மூவலூர் ராமாமிர்தம் அவர் களின் நினைவாக ஏழைப் பெண்களுக்கு திருமண உதவித் திட்டம்.
- கைம்பெண்களின் மறுமணத்தை ஊக்குவிக்கும் விதமாக கைம்பெண் மறுமண உதவித் திட்டம் ஆகியவற்றை கொண்டு வந்தவர்.

- அரசு வேலைவாய்ப்புகளில் பெண்களுக்கு 30% இட ஒதுக்கீடு அளிக்கப்பட்டது.
- சொத்தில் பெண்களுக்கு சம உரிமை சட்டம் நிறைவேற்றப்பட்டது.
- 33% பெண்களுக்கான இடஒதுக்கீடு அளிக்கப்பட்டு மிகவும் வெற்றி கரமாக உள்ளாட்சித் தேர்தல்கள் நடத்தப்பட்டது.
- கர்ப்பிணிப் பெண்களுக்கு மாதம் ஆயிரம் ரூபாய் நிதி உதவி அளிக்கப் பட்டது.
- ஏழைப் பெண்களுக்கு இலவச எரிவாயு இணைப்புடன் கூடிய எரிவாயு அடுப்புகள் வழங்கப்பட்டது.
- மனோன்மணியம் சுந்தரம் பிள்ளை அவர்களின் பாடலை தமிழ்த்தாய் வாழ்த்தாக அறிவித்து 1970களில் இருந்து அனைத்து பொது நிகழ்ச்சி களிலும் பாடப்பட்டது.
- ஆளுநர்கள் இல்லாமல் குடியரசு தினம் மற்றும் சுதந்திர தினம் போன்ற நாட்களில் மாநில முதல்வர்கள் கொடியேற்ற வழிவகை செய்யப்பட்டது.
- தமிழ் படித்தவர்களுக்கு அரசு வேலைகளில் முன்னுரிமை அளிக்கும் வகையில் 20% இட ஒதுக்கீடு வழங்கியவர் கருணாநிதி.
- அனைத்து சாதியினரும் அர்ச்சகராகலாம் என்ற அறிவிப்பாணை வெளியிட்டவர் கலைஞர்.
- பிற்பட்டவர்களுக்கு 31 சதவீதம் தாழ்த்தப்பட்ட மக்களுக்கு 18 சதவீதம் இட ஒதுக்கீடு வழங்கப்பட்டது.
- அனைத்து சமூகத்தினரும் சேர்ந்து வாழும் வகையில் சமத்துவபுரங்கள் தமிழகமெங்கும் உருவாக்கப்பட்டன.
- இஸ்லாமிய சமூகத்தினருக்கு 3.5% இட ஒதுக்கீட்டினை அளித்தார்.
- உருது பேசும் இஸ்லாமியர்களை பிற்படுத்தப்பட்டவர்கள் பட்டியலில் இணைத்தார்.
- ஆதிதிராவிட மக்களுக்கு இலவச வீடுகள் கட்டித் தரப்பட்டது.

- கலப்புத் திருமணங்கள் பெருமளவில் ஊக்குவிக்கப்பட்டது. கலப்புத் திருமணம் செய்து கொள்பவர்களுக்கு ஊக்கத்தொகை தந்து கௌரவம் செய்தது தி.மு.க. அரசு.
- பொறியாளர் பட்டம் படிப்பிற்கு நடைமுறையில் இருந்த நுழைவுத் தேர்வினை ரத்து செய்தது.
- மாணவர்களுக்கு இலவச பஸ் பாஸ் வழங்கப்பட்டது.
- மதிய சத்துணவில் இரண்டு முட்டை தந்து சிறப்பு ஆணை வெளி யிடப்பட்டது.
- நெல்லையில் மனோன்மணியம் பல்கலைக்கழகம் தொடங்கி சேலத்தில் பெரியார் பல்கலைக்கழகம் சென்னையில் எம்.ஜி.ஆர். மருத்துவப் பல்கலைக்கழகங்கள் கட்டப்பட்டது.
- ஒகேனக்கல் கூட்டுக் குடிநீர் திட்டம் கொண்டு வரப்பட்டது.
- தென்கிழக்கு ஆசியாவின் மிகப் பெரிய நூலகமான அண்ணா நூற்றாண்டு நினைவு நூலகத்தினை நிறுவியவர் கலைஞர் கருணாநிதி.
- பிச்சைக்காரர்கள் மற்றும் தொழுநோயாளிகளுக்கான மறுவாழ்வு மையங்கள் கொண்டு வரப்பட்டது.
- ஊனமுற்றோர் மறுவாழ்வுத் திட்டத்தினை கொண்டு வந்தவர்.
- மருத்துவக் காப்பீட்டுத் திட்டம் அல்லது கலைஞர் காப்பீட்டுத் திட்டம் கொண்டு வரப்பட்டது.
- மக்களுக்கு இலவச கண் மருத்துவ முகாம்கள் நடத்தப்பட்டு பின்னர் இலவச கண் கண்ணாடிகள் வழங்கப்பட்டது.
- அரவாணிகள் என்று அழைக்கப்பட்ட மூன்றாம் பாலினத்தவர்களை திருநங்கைகள் திருநம்பிகள் என்று பெயர் சூட்டி அவர்களுக்கென தனி நல வாரியம் அமைக்கப்பட்டது.
- நாட்டுப்புறக் கலைஞர்களுக்கென நல வாரியத்தினையும் அமைத்துக் கொடுத்தது தி.மு.க. தலைமை.
- மொழிப் போராட்டத்தில் பங்கேற்ற வீரர்களுக்கு ஓய்வூதியம் அளிக்கப்பட்டது.

- சுதந்திரப் போராட்ட தியாகிகளுக்கான ஓய்வூதியத்தை உயர்த்தி அறிவித்தது.
- ஏழை மக்களுக்கு இலவச வேஷ்டி சேலைகள் கலைஞர் ஆட்சியில் தான் வழங்கப்பட்டது.
- நேரடி நெல் கொள்முதல் மையங்கள் அமைக்கப்பட்டது.
- இஸ்லாமியர்களுக்கான உருது அகாடமி உருவாக்கப்பட்டது.
- சென்னையில் போக்குவரத்து நெரிசலைக் கட்டுப்படுத்த 23 மேம்பாலங்கள் கட்டப்பட்டது.
- ஒப்பந்தப் பணியாளர்கள் மற்றும் போக்குவரத்து துறை ஊழியர்களுக்கு ஓய்வூதிய திட்டங்கள் அறிமுகப்படுத்தப்பட்டன.
- 420 பேரூராட்சிகள் உருவாக்கப்பட்டது.
- ராமநாதபுரம் - பரமக்குடி கூட்டுக் குடிநீர் திட்டம் கொண்டு வரப்பட்டது.
- மதுரையில் உயர் நீதிமன்ற கிளை நிறுவப்பட்டது.
- ராஜராஜன் ஆயிரமாவது ஆண்டுவிழா வெகு விமர்சையாக கொண்டாடப்பட்டது.
- இலவச வண்ண தொலைக்காட்சிப் பெட்டி வழங்கப்பட்டது.

1977 சட்டமன்றத் தேர்தல் புரட்டிப் போட்ட மாற்றம்

1977-ஆம் ஆண்டு நடந்து முடிந்த சட்டமன்ற தேர்தலில் எம்.ஜி.ஆர். துவக்கிய அ.தி.மு.க. சந்தித்த முதல் தேர்தலிலேயே அபார வெற்றி பெற்றார்.

புதிதாக ஆரம்பித்த ஒரு கட்சி இவ்வளவு பெரிய வெற்றியைப் பெற்றது இந்தியா முழுவதும் ஆச்சரியத்தை ஏற்படுத்தியது.

1971லிருந்து 1977க்குள் தமிழ்நாட்டிலும் தேசிய அளவிலும் பல சம்பவங்கள் நடந்திருந்தன. அதன் விளைவுகள் தீவிரமானதாக இருந்தன.

1977ல் எம்.ஜி.ஆருக்கான வெற்றியின் முதல் படி என்பது 1971ல் அவருக்கு அமைச்சரவையில் இடம் மறுக்கப்பட்டதிலிருந்து துவங்கியது.

இதற்கடுத்தடுத்து நடந்த பல சம்பவங்களின் உச்சகட்டமாகவே வரலாற்றுச் சிறப்புமிக்க வெற்றியைப் பெற்றார் எம்.ஜி.ஆர்.

1971-ஆம் ஆண்டு தேர்தலில் தி.மு.க. ஒரு மிகப்பெரிய வெற்றியைப் பெற்றிருந்தது. ஆனால் மாநிலத்தின் நிதி நிலைமை மிக மோசமாக இருந்தது. இதனையடுத்து தி.மு.க. அரசு எடுத்த ஒரு முடிவு அக்கட்சிக் குள்ளேயே சலசலப்பை ஏற்படுத்தியது.

அந்தத் தருணத்தில் மதுவிலக்கை அமல்படுத்தும் மாநிலங்களுக்கு மத்திய அரசு சிறப்பு உதவித்தொகையை வழங்க முடிவெடுத்தது.

ஆனால் ஏற்கனவே மதுவிலக்கை அமல் படுத்தியிருந்த தமிழக அரசுக்கு அந்த உதவித் தொகையை வழங்க மறுத்தது.

இதனால் தமிழ்நாட்டில் மதுவிலக்கை நீக்க முடிவு செய்தார் கருணாநிதி. 1971 ஆகஸ்ட் 30-ஆம் தேதி மதுவிலக்கு ரத்து செய்யப்பட்டது.

ஏற்கனவே அதிருப்தியில் இருந்த எம்.ஜி.ஆர். மதுவிலக்குக் கொள்கை ரத்து செய்யப்பட்டதை கண்டித்துப் பேச ஆரம்பித்தார்.

மேலும் கட்சிப் பதவிகளில் இருப்பவர்கள் குடும்பத்திற்கு வாங்கி யிருக்கும் சொத்துக்கள் இருந்தால் கணக்கு காட்ட வேண்டும் என்றும் பேசினார்.

இதனையடுத்து எம்.ஜி.ஆரிடம் விளக்கம் கேட்டு பொதுச் செயலாளர் நெடுஞ்செழியன் நோட்டீஸ் அனுப்பினார். கட்சியிலிருந்து அவர் இடை நீக்கமும் செய்யப்பட்டார்.

இந்த விவகாரத்தில் சமரசம் செய்து வைக்க பெரியார் முயற்சி செய்தார். ஆனால் அது நடக்கவில்லை. ராஜாஜி எம்.ஜி.ஆருக்கு ஆதரவாக நின்றார். காமராஜர் இரண்டும் ஒரு குட்டையில் ஊறிய மட்டைகள் என்றார்.

முடிவில் 1972 அக்டோபர் 18-ஆம் தேதி அண்ணா திராவிட முன்னேற்றக் கழகம் என்ற பெயரில் புதிய கட்சியைத் துவங்கினார் எம்.ஜி.ஆர். தி.மு.க. அமைச்சர்கள் மீது ஊழல் குற்றச்சாட்டுகள் அடங்கிய புகாரை ஆளுநரிடமும் குடியரசுத் தலைவரிடமும் அளித்தார் எம்.ஜி.ஆர்.

திண்டுக்கல்லில் நடந்த இடைத் தேர்தலில் அ.தி.மு.க. வேட்பாளர் மாயத் தேவர் பெரும் வெற்றி பெற, தி.மு.க.வின் வேட்பாளரான பொன்.முத்துராமலிங்கம் மூன்றாவது இடத்தையே பிடித்தார்.

இந்த நிலையில்தான் 1975 ஜுன் 26-ஆம் தேதி உள்நாட்டு பாதுகாப்பை மனதில் கொண்டு நாடு முழுவதும் நெருக்கடி நிலையை அமல்படுத்துவ தாக பிரதமர் இந்திராகாந்தி அறிவித்தார்.

எதிர்க்கட்சித் தலைவர்கள் கைது செய்யப்பட்டனர். பத்திரிகை தணிக்கை அமல்படுத்தப்பட்டது.

நெருக்கடி நிலையை எதிர்த்து வந்த திமுக அரசு 1976 ஜனவரி 31ம் தேதி கலைக்கப்பட்டது.

மு.க.ஸ்டாலின், வை.கோ, நீல நாராயணன், ஆற்காடு வீராசாமி, முரசொலி மாறன், வீராண்டி ஆறுமுகம் உள்ளிட்ட திமுக தலைவர்கள் கைது செய்யப்பட்டு சிறையில் அடைக்கப்பட்டனர். ஆனால் நெருக்கடி நிலையை அதிமுகவின் செயற்குழு வரவேற்று தீர்மானம் நிறைவேற்றியது.

ஒன்றரை ஆண்டுகாலம் நீடித்த நெருக்கடி நிலை 1977 துவக்கத்தில் தளர்த்தப்பட்டது. நாடு முழுவதும் மார்ச் மாதம் நாடாளுமன்றத் தேர்தல்கள் நடத்தப்படும் என பிரதமர் இந்திராகாந்தி அறிவித்தார்.

கைது செய்யப்பட்டிருந்த எதிர்க்கட்சித் தலைவர்கள் அனைவரும் விடுதலை செய்யப்பட்டனர்.

அறிவித்தபடி மார்ச் மாதம் நடந்த நாடாளுமன்றத் தேர்தலில் காங்கிரஸ் அதிமுக கூட்டணி மொத்தமுள்ள 40 இடங்களில் 36 இடங்களைக் கைப்பற்றிய போதே, வரவிருக்கும் சட்டமன்ற தேர்தல் முடிவு என்னவாக இருக்கும் எனத் தெரிந்தது.

கடந்த சட்டமன்றத் தேர்தலின்போது மிகத் தீவிரமாக இயங்கிய காமராஜர், ராஜாஜி, பெரியார் ஆகிய மூன்று மூத்த தலைவர்களுமே காலமாகியிருந்தனர்.

நாடாளுமன்றத் தேர்தல் தோல்விக்குப் பின் திமுகவிலிருந்து அதன் பொதுச் செயலாளர் நெடுஞ்செழியன் வெளியேறினார்.

மக்கள் தி.மு.க. என்ற புதிய கட்சியையும் ஆரம்பித்தார். இந்த கட்சியில் மாதவன், க. ராஜாராம் உள்ளிட்டவர்கள் இணைந்தனர்.

இதற்குப் பிறகு தமிழக சட்டமன்றத் தேர்தல் ஜூன் மாதம் நடைபெறும் என அறிவிக்கப்பட்டது. நடந்து முடிந்திருந்த நாடாளுமன்றத் தேர்தலில் தி.மு.க., ஜனதா, மார்க்சிஸ்ட் கம்யூனிஸ்ட் கட்சிகள் இணைந்து போட்டியிட்டிருந்தாலும் அதில் கிடைத்த படுதோல்வியால் ஜனதாவும் மார்க்சிஸ்ட் கம்யூனிஸ்ட் கட்சியும் தி.மு.க.வை விட்டு விலகின.

தமிழ்நாடு கம்யூனிஸ்ட் கட்சி மட்டுமே தி.மு.க.வுடன் இருந்தது. திராவிடர் கழகம் மானசீக ஆதரவை அளித்தது.

அ.தி.மு.க. கூட்டணியில் மார்க்சிஸ்ட் கம்யூனிஸ்ட் கட்சி, இந்திய யூனியன் முஸ்லீம் லீக் ஆகிய கட்சிகள் இணைந்தன. கடந்த முறை இந்திரா காங்கிரசுடன் கூட்டணி வைத்திருந்த எம்.ஜி.ஆர். இந்தமுறை அதற்கு கதவைச் சார்த்தி விட்டார்.

ஆகவே இந்திரா காங்கிரஸ் கட்சி, இந்திய கம்யூனிஸ்ட் கட்சியுடன் கூட்டணி அமைத்தது. ஸ்தாபன காங்கிரஸ் தேசிய அளவில் ஜனதா கட்சி யோடு இணைந்து விட்டாலும் தமிழ்நாட்டில் பல தலைவர்கள் இந்திரா காங்கிரஸில் சேர்ந்தனர்.

இந்திரா காங்கிரஸ் தற்போது இந்திய தேசிய காங்கிரஸாக இருந்தது. இரண்டிலும் சேராமல் இருந்த குமரி அனந்தன் போன்றவர்கள் தனித்து செயல்பட முடிவெடுத்தனர். இந்தத் தேர்தலில் அ.தி.மு.க.கூட்டணியில் அக்கட்சி 200 தொகுதிகளில் போட்டியிட்டது. சி.பி.எம். 20 இடங்களில் போட்டியிட்டது.

தி.மு.க.கூட்டணியில் அக்கட்சி 230 தொகுதிகளிலும் மீதமுள்ள தொகுதிகளில் தமிழ்நாடு கம்யூனிஸ்ட் கட்சியும் போட்டியிட்டன. ஜனதா கட்சி 233 தொகுதிகளிலும் போட்டியிட்டது.

இந்திரா காங்கிரஸ் 198 இடங்களிலும் அதன் கூட்டணிக் கட்சியான இந்திய கம்யூனிஸ்ட் கட்சி 32 இடங்களிலும் போட்டியிட்டன. எம்.ஜி.ஆர். அருப்புக்கோட்டை தொகுதியிலிருந்தும் கருணாநிதி அண்ணாநகர் தொகுதியிலிருந்தும் போட்டியிட்டனர்.

அ.தி.மு.க., தி.மு.க., இ.காங்கிரஸ், ஜனதா என நான்கு முனைப் போட்டியில் வாக்குப்பதிவு ஜுன் 12, 14 ஆகிய தேதிகளில் இரு கட்டங் களாக நடைபெற்றது.

ஜுன் 15-ஆம் தேதி தேர்தல் முடிவுகள் வெளிவந்தபோது ஒட்டுமொத்த இந்தியாவும் ஆச்சர்யத்தில் சூழ்ந்தது. முதல்முறையாக சட்டமன்றத் தேர்தலை சந்தித்திருந்த அ.தி.மு.க. கூட்டணி அபார வெற்றி பெற்றிருந்தது. இந்தக் கூட்டணியில் அ.தி.மு.க. மட்டும் 130 இடங்களைப் பிடித்திருந்தது. அதன் கூட்டணிக் கட்சியான சி.பி.எம். 12 தொகுதிகளைப் பிடித்தது.

தி.மு.க. 48 இடங்களையும் காங்கிரஸ் கட்சி 27 இடங்களையும் இந்திய கம்யூனிஸ்ட் கட்சி 5 இடங்களையும் பெற்றது.

ஜனதா கட்சிக்கு வெறும் பத்து இடங்களே கிடைத்தன. பார்வர்ட் பிளாக், ஐயுஎம்எல் ஆகியவை தலா ஒரு தொகுதியைப் பெற்றன.

தி.மு.க. முதன்முதலில் ஆட்சியைப் பிடித்தபோது பல கட்சிக் கூட்டணியை அமைத்துத்தான் பெரும் வெற்றியைப் பெற முடிந்தது. ஆனால் மிகச் சிறிய கூட்டணியின் மூலம் அதைச் சாதித்தார் எம்.ஜி.ஆர். இந்தியாவில் ஒரு திரைப்பட நடிகர் கட்சி ஆரம்பித்து ஆட்சியைப் பிடித்தது அதுவே முதல்முறை.

அண்ணாவின் வழியில் இருந்து மாறாது மக்களுக்கு நலங்கள் கொடுத்த வாக்குறுதிகளை காப்பாற்றுவோம் என்றார் எம்.ஜி.ஆர்.

அண்ணாவின் வழியில் தி.மு.கழகம் ஒரு பொறுப்பான எதிர்க்கட்சியாக தன் பணிகளைத் தொடங்கும் என்றார் கருணாநிதி.

தேர்தல் முடிவுகள் வெளிவந்த சமயத்தில் எம்.ஜி.ஆர். ''மதுரையை மீட்ட சுந்தரபாண்டியன்'' படத்தில் நடித்துக் கொண்டிருந்தார். அதில் இன்னும் இதர காட்சிகள் பாக்கியிருந்தன. அதனை முடித்துக் கொடுத்துவிட்டு முதல்வர் பதவியேற்க முடிவு செய்தார் எம்.ஜி.ஆர்.

அதன்படி தேர்தல் முடிவுகள் வெளியாகி 15 நாட்களுக்குப் பிறகு ஜூன் 30, 1977ல் முதலமைச்சராகப் பதவியேற்றார் எம்.ஜி.ஆர்.

அவரது அமைச்சரவையில் நாஞ்சில் மனோகரன், எட்மண்ட், பண்ருட்டி ராமச்சந்திரன், ஆர்.எம்.வீரப்பன், அரங்கநாயகம், காளிமுத்து உள்ளிட்ட 13 பேர் இடம் பெற்றிருந்தனர்.

கலைஞரும் எம்ஜிஆரும்

சினிமாவில் தீவிரமாக நடித்துக் கொண்டிருந்த எம்.ஜி.ஆர். எப்படி திடீரென ஒரு புதிய அரசியல் கட்சியைத் தொடங்கி உடனடியாக தமிழக முதல்வர் ஆனார்?

எம்.ஜி.ஆரின் அரசியல் பிரவேசம் எப்போது துவங்கியது?

தி.மு.க. எம்.எல்.ஏக்களை சொத்துக் கணக்கு காட்டச் சொல்லி பொது மேடையில் விமர்சித்ததாலும் கட்சியின் செலவுக் கணக்கை கேட்டதாலும் தான் அவர் தி.மு.க.விலிருந்து கருணாநிதியால் வெளியேற்றப்பட்டு அனைத்திந்திய அண்ணா திராவிட முன்னேற்றக் கழகம் தொடங்கினார்

என்பது இதற்கான விடையா?

மக்கள் திலகம் எம்.ஜி.ஆரின் அரசியல் பயணம் 1952லேயே துவங்கி விட்டது. 1952 முதலே தம்மை மிகுந்த அரசியல் ஈடுபாடு கொண்டவராகவே அவர் காட்டிக் கொண்டுள்ளார்.

1952ல் பேரறிஞர் அண்ணாவின் தலைமையால் ஈர்க்கப்பட்டு திமுகவில் சேர்ந்த எம்.ஜி.ஆர். தனது அரசியல் பிரவேசத்தின் ஒவ்வொரு கால கட்டத்திலும் மாபெரும் மக்கள் ஈர்ப்பு சக்தியாக விளங்கினார் என்பது யாருக்கும் தெரியாத விசயமல்ல. அது உலகறிந்த உண்மை.

முதலில் கட்சியின் அடிப்படை உறுப்பினராகச் சேர்ந்து பிறகு தனது திரைப்படங்களின் வசனங்கள் மற்றும் பாடல்கள் வாயிலாக கட்சியின் பிரச்சார பீரங்கியாகி அப்படியே கட்சிப் போராட்டங்களில் கலந்து கொண்டு சிறை சென்று, அதைத் தொடர்ந்து சில வருடங்கள் சட்டமன்ற மேலவை உறுப்பினராகி, சிறு சேமிப்புத் தலைவராகி, தி.மு.க.வின் பொருளாளராகி என்று அவரது அரசியல் படிக்கட்டுகள் முறையாக வளர்ந்திருக்கிறது.

ஒரு குழந்தையைப் பார்த்தவுடன் எம்.ஜி.ஆர். கேட்கும் கேள்வி "சாப்பிட்டாயா?" என்பது.

குழந்தைகளை பார்த்த மாத்திரத்தில் கலைஞர் தவறாமல் கேட்கும் கேள்வி "என்ன படிக்கிறே?" என்பதுதான்.

எம்.ஜி.ஆரின் கேள்வி ஒரு மனிதனின் ஒரு வேளை பசியை போக்கியது.

கலைஞரின் கேள்வி பல தலைமுறைகளின் பசியைப் போக்கியது.

சிறுவயதிலிருந்தே வறுமையில் உழன்றவர் எம்.ஜி.ஆர். திரையில் தனக்கென ஒரு இடம் கிடைக்கும் வரையிலும் வறுமையில் வாடியவர்.

பல நாட்கள் கருணாநிதி வீட்டில் கருணாநிதியின் தாயார் கையால் உணவு உண்டதாக எம்.ஜி.ஆர். கூறியுள்ளார்.

பிறப்பால் முன்னேறிய வகுப்பில் பிறந்தவர் எம்.ஜி.ஆர். ஜாதிய ஏற்றத் தாழ்வுகளின் கொடுமைகளால் பெரிதும் இவர் பாதிக்கப்பட்டதில்லை.

சினிமாவா? ஆட்சியா?

முதல்வர் பதவி எம்.ஜி.ஆருக்கு அவ்வளவு சௌகர்யமானதாக இல்லை. ஆகவே அவர் திரும்பவும் சினிமாவில் நடிக்க விரும்பினார் என்ற கருத்து அச்சமயம் நிலவியது.

1978 பிப்ரவரி 12-ஆம் தேதி மதுரையில் பேசிய எம்.ஜி.ஆர். தன்னுடைய சம்பளத்திலிருந்து வருமான வரி பாக்கியை செலுத்த முடியாதிருப்பதால் இன்னும் இரண்டு மாதங்களில் தான் மீண்டும் நடிக்கச் செல்லப் போவதாக கூறினார்.

இந்த விவகாரத்தில் எம்.ஜி.ஆர். ஒரு நிலையில் இல்லாமல் மாற்றி மாற்றிப் பேசியது பதவி, அரசியல், அரசு, நிர்வாகம் ஆகியவை தரும் அழுத்தங்கள் அவருக்குள் இருந்த அசௌகர்யத்தையும் விரக்தியையும் காட்டியது.

ஏழைகளுக்குப் பெரிதாக ஏதும் செய்ய முடியாததில் ஏற்பட்ட விரக்தியின் காரணமாகவும் அவர் சந்திக்க வேண்டியிருந்த கடும் எதிர்ப்பு களின் காரணமாகவுமே எம்.ஜி.ஆர். இப்படி அறிவித்து வந்ததாக கூறப் பட்டது.

எம்.ஜி.ஆர். ஆட்சிக்கு வந்ததும் அவருக்கு நடந்த ஒரு பாராட்டு விழாவில் பேசிய திரைப்படத் தயாரிப்பாளர் முக்தா சீனிவாசன் "காகிதங்களை கையெழுத்திட்டு தள்ளிவிடும் ஒரு எளிமையான பணியில் எம்.ஜி.ஆர். அமர்ந்து விட்டதாகக் கூறினார்.

இதற்கு ஏற்புரை வழங்கிய எம்.ஜி.ஆர். முக்தா சீனிவாசன் கருத்தை ஏற்றுக் கொண்டார்.

பதினைந்து நாட்களுக்கு முதல்வராகவும் பதினைந்து நாட்களுக்கு நடிக்கப் போவதாகவும் அப்போது அறிவித்தார்.

இதைப்பற்றிக் கேள்விப்பட்ட பிரதமர் மொரார்ஜி தேசாய் அப்படிச் செய்தால், அது முதல்வர் பதவிக்கு கண்ணியம் சேர்க்காது என அறிவுறுத்தினார்.

இருந்தபோதிலும் ஒரு வார இதழுக்கு அளித்த பேட்டியில் "நான் நடிப்பை விட்டு விலகப் போவதில்லை என்றும் இரு பொறுப்புகளையும் தன்னால் சமாளிக்க முடியும்" என்றும் கூறினார் எம்.ஜி.ஆர்.

ஏப்ரல் மாதத்திலிருந்து தன்னுடைய சொந்தப் படமான "இமயத்தின் உச்சியில்" படத்தில் நடிக்கப் போவதாக 1979 ஜனவரி 31-ஆம் தேதி அறிவித்தார் எம்.ஜி.ஆர். அந்த ஆண்டு தீபாவளிக்கு படம் வெளியாகு மென்றும் கூறப்பட்டது.

சட்டம் அதனை அனுமதிக்காவிட்டால் தன் பொறுப்புகளை "நண்பர்களிடம் விட்டுவிட்டு நடிப்பைத் தொடரப் போவதாகவும்" எம்.ஜி.ஆர். கூறினார்.

ஆனால் அதற்குப் பிறகு அண்ணாவின் நினைவு நாளில் பேசிய எம்.ஜி.ஆர். நடிப்பது தொடர்பான கருத்தை திரும்பப் பெற்றதோடு "நான் உயிரோடு இருக்கும் வரை எந்த விதத்திலும் என் பொறுப்புகளை புறந்தள்ள மாட்டேன்" என்று கூறினார்.

ஏப்ரல் 14ல் வெளியான தினத்தந்தி நாளிதழில் "உன்னை விட மாட்டேன்" என்ற படத்தில் எம்.ஜி.ஆர். நடிக்கப் போவதாக முதல் பக்கத்தில் செய்தி வெளியானது.

எம்.ஜி.ஆரின் அலுவலகப் பணிகள் பாதிக்கப்படாது என்றால் அவர் படங்களில் நடிப்பதில் தனக்கு ஆட்சேபணை இல்லை என்று பிரதமர்

கூறியிருந்ததாக இந்தியன் எக்ஸ்பிரஸ் ஒரு செய்தியை வெளியிட்டிருந்தது.

வாலியிடம் வேகமாக ஒரு திரைக்கதையை தயாரிக்க எம்.ஜி.ஆர். கூறினார். கே.ஷங்கர் படத்தை இயக்குவதென்று முடிவானது. குறிப்பிட்ட நாளில் மனோகரன் பிரசாத் ஸ்டுடியோவில் படப்பிடிப்பை துவக்கி வைத்தார். அதே நேரத்தில் போராட்டம் நடத்திக் கொண்டிருந்த விவசாயிகள் மீது காவல்துறை துப்பாக்கிச் சூடு நடத்தியது.

திரைப்படத் துவக்க விழாவுக்கு ஆளுநர் வருவதாக இருந்த நிலையில், நிலைமையை மேலும் மோசமாக்க வேண்டாமெனக் கருதி அவரை வரவேண்டாமெனக் கூறிவிட்டார் எம்.ஜி.ஆர்.

❑

அண்ணாயிசமும் அ.இ.அ.தி.மு.க.வும்

எம்.ஜி.ஆரை மக்கள் அனைவரும் சொந்தம் கொண்டாடக் காரணம், மற்ற தலைவர்களைப் போல அவர் மீது எந்த சர்ச்சையும் கிடையாது. அதேபோல அநேகமான மக்களின் மனங்களைக் கவர்ந்த தலைவராக எம்.ஜி.ஆர் இருந்தார். நம்பிக்கை அரசியலுக்கு நாயகனாகத் திகழ்ந்தவர் எம்.ஜி.ஆர்.

அவர் பெயரைச் சொன்னால் நம் மீதும் நம்பிக்கை வரும் என்பதாலேயே அவர் பெயரை மற்றவர்கள் பயன்படுத்துகின்றனர்.

தன் தோற்றத்தை வைத்து மக்களை வசியப்படுத்தினார். வீட்டுக்கு வருகிறவர்களை எல்லாம் சாப்பிட்டுப் போகச் சொல்லி கட்டாயப் படுத்துவார்.

தனிப்பட்ட முறையில் பல உதவிகளை செய்திருக்கிறார் என்பது உண்மைதான்.

எம்.ஜி.ஆர். பெரிய திட்டங்களுக்குள் எல்லாம் போகவில்லை. சத்துணவுத் திட்டம் போன்ற நேரடியாகப் பயனடையக் கூடிய திட்டங்களையே கொண்டு வந்தார்.

மற்றவர்களிடம் அவர் நடந்து கொண்ட விதத்துக்கு ஏற்பட்ட நம்பிக்கைதான் எம்.ஜி.ஆருக்கான செல்வாக்கு. ஈகை குணம் அவருக்கு இயல்பிலேயே இருந்தது. திரைத்துறை மூலம் அது பிரபலமானது.

எம்.ஜி.ஆரின் திரை பிம்பம் தான் மக்கள் செல்வாக்குக்கான காரணமாக இருந்தாலும் திரையில் அவர் என்ன செய்தார் என்பதைப் பார்க்க வேண்டும்.

அம்மாவைப் பார்த்துக் கொள்ளுங்கள், சிகரெட் பிடிக்காதீர்கள், மது அருந்தாதீர்கள் போன்ற நல்ல ஒழுக்கநெறிகளை உபதேசம் செய்தார்.

அதனால்தான் அது தாய்மார்களுக்கு அவரைப் பிடித்தது. அவரை நம்ம வீட்டுப் பிள்ளையாக பார்த்தார்கள்.

எம்.ஜி.ஆர். எதையும் சாதிக்கவில்லை என்று சொல்வது வேறு விசயம். ஆனால் உளவியல் ரீதியாக பல மாற்றங்களை சமூகத்தில் கொண்டு வந்திருக்கிறார்.

அவருக்கு கிடைத்த சாதனமான சினிமாவின் மூலமாக சமூக முன்னேற்றத்துக்காகவும் சமூக ஒழுக்கத்துக்காகவும் பல கருத்துக்களை சொல்லியிருக்கிறார்.

சினிமாக்காரர்கள் அரசியலுக்கு வருவதற்கு எம்.ஜி.ஆரை ஒரு யுக்தி யாகப் பயன்படுத்திக் கொள்கின்றனர். தங்களின் வருகையை நியாயப் படுத்திக் கொள்கின்றனர். ஆனால் இதுபோன்ற ஒப்பீட்டையும் ஏற்றுக் கொள்ள முடியாது.

காரணம் எம்.ஜி.ஆர். பெரியார், அண்ணா காலத்திலேயே அரசியலுக்கு வந்தவர். எம்.எல்.ஏ. வாக திமுக கட்சியின் பொருளாளராக இருந்தவர். கட்சி ஆரம்பித்த பின்பும் சுற்றுப்பயணம் செய்து களப்பணியாற்றிய பின்புதான் ஆட்சிக்கு வந்தார்.

எம்.ஜி.ஆர். தன்னுடைய கொள்கையை அண்ணாயிசம் என்றார். ஆனால் அது என்ன என்பது குறித்து முழுமையான புரிதல் இல்லை.

எம்.ஜி.ஆருக்கென்று எந்தப் பொருளாதாரச் சித்தாந்தமும் கிடையாது. தனது சினிமா கவர்ச்சியை மட்டுமே வைத்து ஆட்சியைப் பிடித்தார். அதனையே தனது மூலதனமாக வைத்து ஆட்சியைத் தக்கவைத்துக் கொண்டார்.

இந்தியாவில் வேறு எங்கும் நிகழாத ஒரு நிகழ்வாக தொடர்ச்சியாக மக்கள் அவருக்கு வாக்கு அளித்தார்கள்.

எந்தவிதமான சமூக மாற்றத்தையும் சாதனைகளையும் அவர் நிகழ்த்தினார் என்று பட்டியல் போட முடியாது.

காமராஜர் கல்வியில் நிர்வாகத்தில் பல மாற்றங்களைக் கொண்டு வந்தார். அப்படி எம்.ஜி.ஆர். ஏதேனும் திட்டங்களைக் கொண்டு வந்தாரா என்பது கேள்விக்குறிதான்.

எம்.ஜி.ஆர் ஏழைகளுக்காக சில நன்மைகள் செய்திருக்கிறார். மனிதாபிமானத்தோடு சில விசயங்களில் நடந்து கொண்டிருக்கிறார்.

சுயநிதிக்கல்வி நிலையங்கள் பெருகியது எம்.ஜி.ஆர். ஆட்சிக் காலத்தில் தான். அரச ஒடுக்குமுறைகளும் எம்.ஜி.ஆர். ஆட்சி காலத்தில் மிக அதிக மாகவே இருந்தன.

எமர்ஜன்சியை தீவிரமாக ஆதரித்தவர் எம்.ஜி.ஆர். அதற்கு தி.மு.க. ஆட்சியைக் கலைக்க வேண்டும் என்ற நோக்கம் காரணமாக இருந்திருக்க லாம்.

மாநிலக் கட்சிகளுக்குத் தடை என இந்திராகாந்தி சொன்னவுடன் கட்சியின் பெயரையே அகில இந்திய அண்ணா தி.மு.க. என மாற்றியவர் எம்.ஜி.ஆர்.

எம்.ஜி.ஆர். ஆட்சிக் காலத்தில்தான் விவசாயிகள் போராட்டத்தின் போது போலீஸ் துப்பாக்கிச் சூட்டில் விவசாயிகள் இறந்தது என்பது உண்மைதான். ஆனால் கலைஞர் ஆட்சியிலும் அது நடந்திருக்கிறது. 1980-84 எம்.ஜி.ஆர். ஆட்சியில் பல குளறுபடிகள் இருந்தன. 1977-80 ஆட்சியில் எந்தக் குளறுபடிகளும் இருந்ததில்லை. மிகவும் சிறப்பான ஆட்சியாக அது இருந்தது.

எம்.ஜி.ஆர். ஆட்சிக்காலம் தமிழகத்தின் பொற்கால ஆட்சியாக இருந்ததா என்பது விவாதத்திற்கரிய ஒன்றாகத்தான் பேசப்படுகிறது.

அரசியலுக்கு வரும்போதே கறுப்பு எம்.ஜி.ஆர். என்ற அடைமொழி யோடு வந்தார் நடிகர் விஜயகாந்த்.

அரசியல் ஆசை துளிர்விட்ட போது "எம்.ஜி.ஆர் கொடுத்த ஆட்சியை என்னால் கொடுக்க முடியும்" என்று அறைகூவல் விட்டார் ரஜினிகாந்த்.

பிரச்சாரக் கூட்டத்தில் மக்கள் நீதி மய்யம் கட்சியின் தலைவரும் நடிகருமான கமல்ஹாசன் "எம்.ஜி.ஆரின் நீட்சி நான்" என்று கூறினார்.

இப்படி எம்.ஜி.ஆரை தங்களின் அடையாளமாக முன்னிறுத்துபவர் பட்டியல் நீண்டு கொண்டே செல்கிறது.

◻

மக்கள் திலகத்தின் மக்களாட்சி

ஆந்திர திரைப்பட உலகில் எம்.ஜி.ஆரைப் போலவே மக்களால் மிகவும் விரும்பப்படும் திரைக் கதாநாயகராக விளங்குபவர் என்.டி.ஆர்.

இவரை ஆந்திர எம்.ஜி.ஆர். என்றே அழைத்தார்கள்.

கிருஷ்ணன் என்றதும் ராமர் என்றதும் எல்லோர் மனக்கண்ணிலும் தோன்றுவது என்.டி.ஆர். முகம்தான்.

ஆந்திராவில் என்.டி.ஆரை கடவுளாகவே வணங்கி வந்தார்கள்.

திரை உலகில் தோன்றி மக்களின் நெஞ்சங்களில் நீங்கா இடம் பெற்றிருந்த என்.டி.ஆர். திடீரென்று அரசியலில் குதித்து மனித சேவை செய்யும் முடிவை எடுத்தார்.

எம்.ஜி.ஆரை எப்போதும் அண்ணா என்று அன்புடனும் மரியாதையுடனும் என்.டி.ஆர். அழைப்பது வழக்கம்.

தன்னுடைய அரசியல் பிரவேசத்துக்கு எம்.ஜி.ஆர். ஆசியையும் ஆலோசனையையும் பெறவேண்டும் என்ற விருப்பத்துடன் ராமாவரம் தோட்டத்துக்கு வந்தார் என்.டி.ஆர்.

அவரை மிகுந்த உற்சாகத்துடன் வரவேற்று கட்டித் தழுவிய எம்.ஜி.ஆரிடம் தமது அரசியல் பிரவேச ஆர்வத்தைப் பற்றிக் கூறினார்.

"நீங்கள் அரசியலில் வெற்றி வரும் வாய்ப்பு இருப்பதாக நம்பிக்கை இருக்கிறதா?" என்று எம்.ஜி.ஆர். கேட்டார்.

"நிச்சயம் இருக்கிறது. கண்டிப்பாக நம்பிக்கை இருக்கிறது. நீங்கள் ஆசீர்வதிக்க வேண்டும்" என்றார் என்.டி.ஆர்.

"உங்களுடைய கட்சிக்கு என்ன பெயர் வைப்பதாக உத்தேசம்?" என்று எம்.ஜி.ஆர். கேட்டபோது, "தெலுங்கு ராஜ்ஜியம்" என்று புன்னகையுடன் என்.டி.ஆர். பதில் கூறினார்.

"தெலுங்கு தேசம்னு பெயர் வைங்க. ரொம்ப நல்லா பொருத்தமா இருக்கும்" என்று யோசனை கூறிய எம்.ஜி.ஆருக்கு மறுப்பு தெரிவிக்க வில்லை என்.டி.ஆர்.

"நீங்க சொன்னமாதிரி அப்படியே தெலுங்கு தேசம் என்றே பெயர் வைக்கிறேன். ரொம்ப நன்றி அண்ணா" என்றார் என்.டி.ஆர்.

இப்படியாக எம்.ஜி.ஆரின் ராமாவரம் தோட்டத்தில்தான் தெலுங்கு தேசம் கட்சிக்கு நாமகரணம் சூட்டப்பட்டது.

ஏற்கனவே ஆந்திர மண்ணில் கண்கண்ட கடவுளாக ஆந்திர எம்.ஜி.ஆராய் மக்களிடையே வலம் வந்து கொண்டிருந்த என்.டி.ஆர். மக்கள் சேவைக்காக தெலுங்கு தேசம் கட்சி ஆரம்பித்த சில நாட்களிலேயே தேர்தலில் நின்று வெற்றிக் கொடி நாட்டியது.

தேர்தல் வெற்றிக்குப் பின் பதவி ஏற்பதற்கு முன்னதாக ஹைதராபாத்தி லிருந்து என்.டி.ஆர். சென்னை வந்து நேராக ராமாவரம் தோட்டத்துக்கு வந்தடைந்தார்.

உணர்ச்சிவசப்பட்ட நிலையில் எம்.ஜி.ஆரைக் கட்டித் தழுவி மாலை அணிவித்து பொன்னாடை போர்த்தி தம்முடைய நன்றியினை தெரிவித்த துடன் எம்.ஜி.ஆரின் கால்களில் சாஷ்டாங்கமாக விழுந்து நமஸ்காரம் செய்தார்.

அவரைத் தொடர்ந்து ஆந்திர தேசம் அமைச்சர்களும் எம்.ஜி.ஆரை வணங்கினர்.

"மக்கள் விரும்பும் வகையில் நல்லபடியாக ஆட்சி செய்து மக்களுக்கு செய்ய வேண்டும்" என்று எம்.ஜி.ஆர். வாழ்த்தினார்.

அன்று காலை கல்யாண விருந்து போல என்.டி.ஆருக்கும் அவரது அமைச்சர்களுக்கும் ராமாவரம் தோட்டத்தில் பலத்த விருந்து நடைபெற்றது.

○

எம்.ஜி.ஆர் கலந்து கொண்ட கடைசி பொது நிகழ்ச்சி டிசம்பர் 21, 1987 திங்கட்கிழமை அன்று சென்னை கத்திப்பாரா சந்திப்பில் முன்னாள் பிரதமர் ஜவஹர்லால் நேருவின் சிலை திறப்புவிழா தான்.

அன்று இரவு 7 மணிக்கு நடைபெற்ற அந்த நிகழ்ச்சியில் அன்றைய பிரதமர் ராஜீவ் காந்தி கலந்து கொண்டார்.

அந்த நிகழ்ச்சி நடந்து முடிந்தபின் எம்.ஜி.ஆரின் கையைப் பிடித்து காரில் ஏற்றி வழி அனுப்பிவிட்டு பின்னர்தான் ராஜீவ்காந்தி சென்றார்.

சிலை திறப்புவிழா முடிந்து டிசம்பர் 23-ஆம் தேதி எம்.ஜி.ஆருடைய உடல்நிலை மோசமாகி விட்டது.

எம்.ஜி.ஆரின் தனி மருத்துவர் பி.ஆர். சுப்பிரமணியம் உட்பட அவரது டாக்டர்கள் எம்.ஜி.ஆரைப் பரிசோதனை செய்து மருத்துவம் செய்தனர்.

அன்று இரவு இரண்டு மணிக்கு எம்.ஜி.ஆருக்கு மூச்சுத்திணறல் ஏற்பட்டது. மருத்துவர்கள் செய்த அவசர சிகிச்சை முயற்சி எதுவும் பலன் அளிக்கவில்லை.

டிசம்பர் 24, 1987 வெள்ளிக்கிழமை அன்று விடியற்காலை மூன்று மணிக்கு இந்த உலகை விட்டு மறைந்தார் மக்கள் திலகம் எம்.ஜி.ஆர்.

ராமாவரம் தோட்டத்து மாடியில் மாலை சார்த்தி எம்.ஜி.ஆரின் உடல் வைக்கப்பட்டிருந்தது.

ஜானகி அம்மாள், எம்.ஜி. சக்ரபாணி குடும்பத்தினர், உறவினர்கள் அங்கே சூழ்ந்திருந்தனர்.

கலைஞர் கருணாநிதி அங்கு வந்து தமது நீண்டகால நண்பருக்கு இறுதி அஞ்சலி செலுத்திவிட்டுச் சென்றார்.

எம்.ஜி.ஆர். இறந்துவிட்டார் என்றே தோன்றாத அளவிற்கு இயல்பாக உறங்கிக் கொண்டிருப்பது போன்ற தோற்றமாக இருந்தார்.

சந்தனக்கலர் சட்டை, வலது மணிக்கட்டில் அவரது தடியான ஸ்ட்ராப் கொண்ட வாட்ச், மோதிரம், அ.இ.அ.தி.மு.க. கரைபோட்ட வெள்ளை வேஷ்டி, தலையில் தொப்பி, காலில் கட் ஷுக்கள், கறுப்புக் கண்ணாடி.

எம்.ஜி.ஆரின் உடல் சென்னை ராஜாஜி ஹாலுக்கு பொதுமக்கள் மரியாதை செய்வதற்காக எடுத்துச் செல்லப்பட்டது.

ராஜாஜி ஹாலின் மேல் படியில் அவரது உடல் சாய்வாக வைக்கப் பட்டது. கீழே இருந்து பார்த்தாலும் அவரது முகம் உடல் தெரியும்.

மறைந்த முதல்வர் எம்.ஜி.ஆருக்கு அஞ்சலி செலுத்திட இந்திய பிரதமர் ராஜீவ் காந்தி, குடியரசுத் தலைவர் ஆர்.வெங்கட்ராமன், குடியரசு துணைத் தலைவர் சங்கர் தயாள் சர்மா மூவரும் டில்லியிலிருந்து தனி விமானங்களில் சென்னைக்கு வந்தனர்.

இந்தியாவில் வேறு எந்த முதல்வர் மறைவிற்கும் இல்லாத வகையில் எம்.ஜி.ஆருக்கு விசேஷ மரியாதைகள் செய்தனர்.

மத்திய அரசு தன் எல்லா அலுவலகங்களுக்கும் விடுமுறை அறிவித்தது.

எம்.ஜி.ஆருக்கு மரியாதை செய்யும் வகையில் தமிழ்நாடு, ஆந்திரா, கேரளா, கர்நாடகா, புதுச்சேரி, கோவா, அரியானா, மத்தியப் பிரதேசம், குஜராத் போன்ற மாநிலங்களும் தங்கள் மாநிலங்களில் அரசு விடுமுறை அறிவித்தன.

முன்னாள் குடியரசுத் தலைவர்கள் சஞ்சீவ ரெட்டி, ஜெயில் சிங், குஜராத் முதல்வர் அமர்சிங் சவுதரி, காஷ்மீர் முதல்வர் பரூக் அப்துல்லா, கேரளா முதல்வர் கருணாகரன், கர்நாடகா முதல்வர் ராமகிருஷ்ண ஹெக்டே, முன்னாள் முதல்வர் குண்டுராவ், ஆந்திர முதல்வர் என்.டி.ராமாராவ் போன்றோர் எம்.ஜி.ஆருக்கு இறுதி அஞ்சலி செலுத்தினர்.

ஸ்ரீலங்கா அரசின் சார்பில் மந்திரி தொண்டைமான் நேரில் வந்து அஞ்சலி செலுத்தினார்.

அமெரிக்கா, ஸ்ரீலங்கா, சிங்கப்பூர், மலேசியா, ரஷ்யா நாடுகளின்

பார்லிமெண்ட்களில் எம்.ஜி.ஆர். மறைவுக்கு இரங்கல் தீர்மானம் நிறை வேற்றப்பட்டது.

இந்தியா முழுவதும் தேசிய துக்க தினம் அனுஷ்டிக்கப்பட்டது. அனைத்து மாநிலங்களிலும் அரைக் கம்பத்தில் தேசியக் கொடி பறக்கவிடப் பட்டன.

இந்தியாவின் எல்லா மாநில சட்டசபைகளிலும் எம்.ஜி.ஆர். நினைவாக இரண்டு நிமிடம் மவுன அஞ்சலி செலுத்தப்பட்டது.

இந்தியாவிலுள்ள பிரபல திரைப்பட நடிகர்கள் திலீப்குமார், தேவ் ஆனந்த், பிரான், பிரதீப் குமார், தர்மமேந்திரர், ஹேமமாலினி, பின்னணி பாடகி லதா மங்கேஷ்கர், ஏ.நாகேஸ்வர ராவ், ராஜ்குமார் மற்றும் தமிழ், தெலுங்கு, கன்னடம், மலையாளம் திரையுலகத்தினரும் இறுதி அஞ்சலியில் கலந்து கொண்டனர்.

எம்.ஜி.ஆர். இறுதி ஊர்வலத்தில் 30 லட்சத்துக்கும் அதிகமானோர் கலந்து கொண்டனர். எம்.ஜி.ஆர். இறுதி ஊர்வலம் நேரடி ஒளிபரப்பாக தூர்தர்ஷனில் காண்பிக்கப்பட்டது.

ராணுவ வண்டியில் வைக்கப்பட்டிருந்த எம்.ஜி.ஆரின் உடல் இறுதி ஊர்வலமாக அண்ணாசாலை, ஜெமினி, கதீட்ரல் சாலை, டாக்டர் ராதா கிருஷ்ணன் சாலைவழியாக எழிலகம் எதிரே கடற்கரைக்கு வந்தது.

வழிநெடுக விமானத்திலிருந்து எம்.ஜி.ஆரின் உடல் மீது மலர்கள் தூவப்பட்டன.

எம்.ஜி.ஆரது மறைவுக்குப் பிறகு ராஜீவ் காந்தி தலைமையிலான மத்திய அரசு எம்.ஜி.ஆருக்கு இந்தியாவின் மிகப்பெரிய விருதான "பாரத ரத்னா" விருதை அளித்து கௌரவித்தது.

❑

ஆட்சியைக் கலைக்க நான் என்ன தவறு செய்தேன்?

சட்டமன்றத் தேர்தல் மூலம் பெருவாரியான மக்களால் தேர்ந் தெடுக்கப்பட்டு ஜனநாயக முறையில் ஆட்சிப் பொறுப்பேற்று நடத்தப் பட்டு வந்த எம்.ஜி.ஆரின் ஆட்சி 1980-ஆம் ஆண்டு ஜனவரி மாதம் நடை பெற்ற மக்களவைத் தேர்தலில் படுதோல்வியுற்றது.

இதனைத் தொடர்ந்து வந்த ஆறுமாதங்கள் எம்.ஜி.ஆருக்கு சோதனைக் காலங்கள் என்றால் மிகையல்ல.

மக்களவைத் தேர்தலில் அ.தி.மு.க. தோல்வியடைந்ததைத் தொடர்ந்து எம்.ஜி.ஆர். தலைமையிலான அரசு பதவி விலக வேண்டும் என்று காங்கிரஸ் தலைவர்கள் வலியுறுத்தினார்கள்.

காங்கிரசின் மூத்த தலைவரும் முன்னாள் மத்திய அமைச்சருமான சி.சுப்பிரமணியம், "எம்.ஜி.ஆர். இடத்தில் நான் இருந்தால் இந்நேரம் பதவி விலகியிருப்பேன்" என்று கூறினார்.

எம்.ஜி.ஆர். பதவி விலக வேண்டும் என்று காங்கிரஸ் தலைவர்கள் வலியுறுத்தியதை கலைஞரிடம் சுட்டிக் காட்டிய பத்திரிகையாளர்கள் நீங்களும் எம்.ஜி.ஆரை பதவி விலகும்படி வலியுறுத்துவீர்களா? என்று கேட்டனர்.

அதற்கு கலைஞர், "ராஜினாமா செய்யுங்கள் என்று நான் அவர்களை வலியுறுத்தப் போவதில்லை. இந்த நாடாளுமன்றத் தேர்தல் முடிவுகள் தங்கள் மானப் பிரச்சனை என்று அவர்கள்தான் சுவரொட்டிகள் எல்லாம் ஒட்டினார்கள். எனவே முடிவை அவர்களுக்கே விட்டுவிடுகிறேன்..." என்று கூறினார்.

தேர்தல் தோல்வி மூலம் பாடம் கற்றுக் கொண்ட எம்.ஜி.ஆர். தமது தவறுகளை திருத்திக் கொள்ள விரும்பினார்.

இது தொடர்பாக அதிகாரிகளுடன் அவர் ஆலோசனை நடத்தினார். நாராயணசாமி நாயுடு தலைமையிலான விவசாயிகள் சங்கத்தினர் நடத்திய போராட்டத்தை ராணுவத்தை வரவழைத்தும், துப்பாக்கிச் சூடு நடத்தியும் முறியடித்தது, அரசு ஊழியர்கள் ஊதிய உயர்வு உள்ளிட்ட கோரிக்கைகளை முன்வைத்தபோது அதை நிறைவேற்றித் தராமல் அவர்களுக்கு எதிராக பொதுமக்களைத் தூண்டியது, மது விலக்கை நடைமுறைப் படுத்தும் விசயத்தில் அளவுக்கு அதிகமான கெடுபிடிகளைக் காட்டியது ஆகியவை தேர்தல் தோல்விக்கான காரணங்களாக இருக்கலாம் என்று எம்.ஜி.ஆருக்கு தெரிவிக்கப்பட்டது.

இவற்றைப் போலவே பொருளாதார அடிப்படையில் இட ஒதுக்கீடு நடைமுறைப்படுத்தப்படும் என்று எம்.ஜி.ஆர். அறிவித்தது மக்களிடையே பெரும் கோபத்தை ஏற்படுத்தியிருந்ததாகவும் அதுவே தோல்விக்கான முக்கிய காரணம் என்றும் எம்.ஜி.ஆருக்கே சொல்லப்பட்டது.

இது முடிந்த இரு வாரங்களுக்குள் 20-1-1980 அன்று அனைத்துக் கட்சித் தலைவர்கள் கூட்டத்தைக் கூட்டி எம்.ஜி.ஆர். அதில் விவாதிக்கப்பட்ட அம்சங்களின் அடிப்படையில் 24-1-1980 அன்று இரு முக்கிய அறிவிப்புகளை வெளியிட்டார்.

அவற்றில் முதலாவதாக பொருளாதார அடிப்படையில் இட ஒதுக்கீடு என்ற அறிவிப்பு திரும்பப் பெறப்பட்டது. இரண்டாவதாக இட ஒதுக்கீட்டின் அளவு 68 விழுக்காடாக உயர்த்தப்பட்டது. பிற்படுத்தப் பட்டோருக்கான இட ஒதுக்கீடு 31 விழுக்காட்டிலிருந்து 50 விழுக்காடாக உயர்த்தப்பட்டது.

அதேபோல் மதுவிலக்கு விஷயத்தில் காட்டிய கெடுபிடிகளையும் எம்.ஜி.ஆர். தளர்த்தினார். அடுத்த இரண்டரை ஆண்டுகளுக்கு நல்லாட்சி

வழங்க வேண்டும் என்பது எம்.ஜி.ஆரின் திட்டம். ஆனால் அதை காங்கிரசும், தி.மு.க.வும் அனுமதிக்கவில்லை. 1977ல் மத்தியில் ஜனதா கட்சி ஆட்சிக்கு வந்தபோது காங்கிரஸ் ஆளும் மாநில அரசுகள் கலைக்கப் பட்டன.

அதற்குப் பழி தீர்க்கும் வகையில் 1980-ஆம் ஆண்டு மத்தியில் பொறுப் பேற்ற இந்திரா காந்தி அரசு, ஜனதா கட்சி ஆளும் மாநிலங்களின் அரசுகளை கலைக்க முடிவு செய்தது. இதையறிந்த எம்.ஜி.ஆர். தமது அமைச்சரவை சகாக்களுடன் தில்லி சென்று இந்திராவை சந்திக்கவும் ஆட்சிக் கலைப்பை தவிர்க்கவும் முயன்றனர்.

ஆனால் எம்.ஜி.ஆரால் இந்திரா காந்தியையும் சந்திக்கவும் முடிய வில்லை. ஆட்சிக் கலைப்பையும் தடுக்க முடியவில்லை.

17-2-1980 அன்று பிரதமர் இந்திராகாந்தி தலைமையில் நடைபெற்ற அமைச்சரவைக் கூட்டத்தில் முடிவெடுக்கப்பட்டவாறு 9 மாநிலங்களின் அரசுகள் கலைக்கப்பட்டன. அவற்றில் தமிழக அரசும் ஒன்று.

ஆட்சிக் கலைப்பை எதிர்பார்த்திருந்த எம்.ஜி.ஆர். தமது வருத்தத்தை பெரிய அளவில் வெளிக்காட்டிக் கொள்ளவில்லை. தமது வீட்டில் இருந்த இனிப்புகளை நண்பர்களுக்கு கொடுத்து தாம் மகிழ்ச்சியாக இருப்பதைப் போல காட்டிக் கொண்டார். ஆனால் சில வாரங்களில் தமிழக சட்டப் பேரவைக்கு தேர்தல் அறிவிக்கப்பட்டது. அதனைக் கேட்டு எம்.ஜி.ஆர். அதிர்ச்சியடைந்தார்.

மக்களவைத் தேர்தலில் படுதோல்வியடைந்த எம்.ஜி.ஆரிடம் சட்டப்பேரவை தேர்தலைச் சந்திக்க பணம் இல்லை. பணத்திற்கு என்ன செய்வது என்று தெரியாமல் எம்.ஜி.ஆர். தடுமாறிக் கொண்டிருந்தார்.

தேர்தல் செலவுகளுக்காக பணத்தை திரட்ட வேண்டும் என்று நினைத்த எம்.ஜி.ஆர். உடனடியாக மலையாள தொழிலதிபர்களின் கூட்டத்தைக் கூட்டி ஆலோசனை நடத்தினார்.

நடிகை கே.ஆர்.விஜயாவின் கணவரும் புகழ்பெற்ற தொழிலதிபருமான வேலாயுதம் நாயர் எம்.ஜி.ஆருக்கு நிதி திரட்டித் தர ஒப்புக் கொண்டார். அதன்பின் உற்சாகமாக குமரி அனந்தனின் கா.கா.தே.கா, பழ.நெடு மாறனின் தமிழ்நாடு காமராஜ் காங்கிரஸ், இந்திய கம்யூனிஸ்ட், மார்க்சிஸ்ட் ஆகியவை எம்.ஜி.ஆர். தலைமையிலான கூட்டத்தில் இடம்

பெற்றனர். திரைப்படங்களில் நடிக்கும் போதே பெண்களின் மனதைக் கவரும் வித்தையைக் கற்று வைத்திருந்த எம்.ஜி.ஆர். 1980-ஆம் ஆண்டு சட்டசபைத் தேர்தலில் வெற்றி பெறுவதற்கு கண்ணீர்தான் சிறந்த ஆயுதம் என்று தீர்மானித்தார். தேர்தல் பிரச்சாரக் கூட்டங்களில் அவர் அதனை முழுமையாகச் செயல்படுத்தினார்.

மேடைக்கு மேடை தமது ஆட்சிக் கலைக்கப்பட்டதற்கு காரணமான வர்களை மக்கள் தான் தண்டிக்க வேண்டும் என்று எம்.ஜி.ஆர். கண்ணீர் மல்கக் கூறினார். தமது ஆட்சி எதற்காகக் கலைக்கப்பட்டது என்று அவர் அடுக்கடுக்காக வினாக்களை எழுப்பினார்.

ஆட்சியில் லஞ்சம் இருக்கக்கூடாது என்று ஆசைப்பட்டேனே அது என் தவறா?

ஊழலை ஒழிக்க வேண்டும் என்று சொன்னேனே அது என் தவறா?

சட்டத்துக்கு முன்னால் நீதிக்கு முன்னால் கட்சிக் கண்ணோட்டம் இருக்கக் கூடாது என்று சொன்னேனே அது என் தவறா?

கோட்டை வராண்டாவில் அரசியல்வாதிகள் நடமாடக் கூடாது என்றேனே அது என் தவறா?

தவறு செய்தவர்கள் என்னுடைய கட்சிக்காரர்கள்தான் என்றாலும் தயங்காமல் நடவடிக்கை எடுங்கள் என்று காவல் துறையை சுதந்திரமாக இயங்க வைத்தேனே அது என் தவறா?

புயல், வெள்ளம், தீ, விபத்து போன்றவற்றில் மக்கள் பாதிக்கப்பட்ட போது ஓடோடிச் சென்று உதவி செய்தேனே அது என் தவறா?

எது தவறு என்று கூறுங்கள்? என்ன காரணத்துக்காக ஆட்சியைக் கலைத்தார்கள்?

எம்.ஜி.ஆர். எழுப்பிய இந்த வினாக்கள் மக்களிடையே பெரும் மாற்றத்தை ஏற்படுத்தின. அதற்கு மூன்று மாதங்களுக்கு முன்பு வரை எம்.ஜி.ஆர். மீது பெரும் கோபத்தில் இருந்த மக்கள் அவரது ஆட்சி கலைக்கப்பட்டு விட்டது என்ற ஒரே காரணத்திற்காக அவர் மீது அனுதாபம் காட்டினர். அது மட்டுமின்றி திமுக மற்றும் காங்கிரஸ் மீது வெறுப்பை உமிழ்ந்தனர்.

அதேசமயம் தி.மு.க. தலைவர் தேர்தலுக்கு முன்பே முதல்வராக ஆகிவிட்டதைப் போன்ற திடமான நம்பிக்கையில் மகிழ்ந்திருந்தார். அவர் மட்டுமின்றி காங்கிரஸ் கட்சியைச் சேர்ந்த சிலரும் முதலமைச்சர் கனவில் மிதக்கத் தொடங்கினார்கள்.

காரணம் மக்களவைத் தேர்தலில் கிடைத்த மகத்தான வெற்றி இதிலும் தொடரும் என்று அவர்கள் நம்பியதுதான்.

ஆனால் தொகுதிப் பங்கீட்டிலேயே தி.மு.க.வுக்கும் காங்கிரசுக்கும் இடையே பெரும் மோதல் வெடித்தது. நீண்ட இழுபறிக்குப் பிறகு தி.மு.க. வும் காங்கிரசும் சரி பாதியாக தொகுதிகளைப் பிரித்துக் கொண்டு தேர்தலை சந்தித்தன. எந்த கட்சி அதிக இடங்களில் வெற்றி பெறுகிறதோ அந்தக் கட்சிக்கு முதல்வர் பதவி என்பது எழுதப்படாத ஒப்பந்தமாக இருந்தது.

தேர்தல் பிரச்சாரம் உச்சகட்டத்தில் இருந்தபோது எம்.ஜி.ஆர். ஒரு அணுகுண்டை வீசினார். எங்கள் அணி வெற்றிபெற்றால் நான்தான் முதலமைச்சர். திமுக, காங்கிரஸ் கூட்டணி வெற்றி பெற்றால் யார் முதலமைச்சர்? என்ற வினாதான் அவர் வீசிய அணுகுண்டு ஆகும்.

அந்த வினாவுக்கு திமுக காங்கிரஸ் கூட்டணியில் யாராலும் பதில் கூற முடியவில்லை. அதுமட்டுமின்றி அதிக இடங்களில் வெற்றி பெறும் கட்சிக்குத்தான் முதலமைச்சர் பதவி என்பதால் இரு கட்சியினரும் தாங்கள் அதிக இடங்களில் வெற்றி பெறவேண்டும் என்று துடிப்பதற்கு பதிலாக, தங்கள் கூட்டணி கட்சி அதிக இடங்களில் வெற்றி பெற்று விடக் கூடாது என்று துடித்தனர்.

தேர்தல் நெருங்க அ.தி.மு.க. கூட்டணிக்கு செல்வாக்கு அதிகரித்தது. 1980-ஆம் ஆண்டு மே மாதம் நடந்த தேர்தலில் அதிமுக 129 இடங்களில் வெற்றி பெற்று ஆட்சி அமைத்தது. கூட்டணியில் இடம் பெற்ற ஆட்சிகள் 33 இடங்களை வென்றன. தி.மு.க. 37 இடங்களையும் காங்கிரஸ் 31 இடங்களையும் பெற்று படுதோல்வி அடைந்தன.

இதைத் தொடர்ந்து 9-6-1980 அன்று இரண்டாவது முறையாக எம்.ஜி.ஆர். முதலமைச்சராகப் பதவியேற்றார்.

இந்திரா காந்தியால் எம்.ஜி.ஆர். எதிர்கொண்ட நெருக்கடிகள்

1977-ஆம் ஆண்டு தேர்தலில் வெற்றி பெற்றிருந்த அ.தி.மு.க. அரசு கவனத்தைக் கவரும் சில நடவடிக்கைகளை மேற்கொண்டது.

திருமலைப் பிள்ளை சாலையில் முன்னாள் முதல் அமைச்சர் காமராஜர் வசித்து வந்த வீடு வாங்கப்பட்டு நினைவில்லம் ஆக்கப்பட்டது.

பெரியாரின் நூற்றாண்டு விழாவை ஒட்டி 1978-ஆம் ஆண்டு அக்டோபர் 19-ஆம் தேதி முதல் தமிழ் எழுத்துச் சீர்திருத்தம் அமல்படுத்தப் பட்டது.

அப்போது இட ஒதுக்கீட்டிற்கான "க்ரீமி லேயர்" முறையை அறிமுகப் படுத்தியிருந்தார் எம்.ஜி.ஆர். பிற்படுத்தப்பட்ட மாணவர்கள் இட ஒதுக் கீட்டைப் பெற அவர்களது பெற்றோரின் வருட வருவாய் ஒன்பதா யிரத்துக்குள் இருக்க வேண்டுமென அறிவிக்கப்பட்டது. இதற்கு தி.முக., தி.க. ஆகியவை கடும் எதிர்ப்பைத் தெரிவித்திருந்தன. இது பெரிய விவகார மாகவும் உருவெடுத்து வந்தது.

தமிழ்நாட்டில் மதுவிலக்கு ரத்து செய்யப்பட்டது. 30 வயதுக்கு மேற் பட்டவர்கள் மது அருந்துவதற்கான உரிமத்தைப் பெற்று மது அருந்தலாம் என அறிவிக்கப்படுகிறது. இதற்கு தாசில்தார் அலுவலகத்தில் 25 ரூபாய் கட்டணம் செலுத்த வேண்டும். இதற்கிடையில் 1979ல் தி.மு.க. அ.தி.மு.க.

ஆகிய கட்சிகளை இணைப்பதற்கான முயற்சிகள் ஜனதா கட்சித் தலைவ ரான பிஜுபட் நாயக் தலைமையில் நடைபெற்றன. ஆனால் அதில் வெற்றி கிடைக்கவில்லை. ஜனதா அரசு கவிழ்ந்துவிட்ட நிலையில் நாடாளுமன்ற தேர்தல் அறிவிக்கப்பட்டது.

நெருக்கடி நிலை காலகட்டத்தில் இந்திய அளவில் கடுமையான நெருக்கடிகளை எதிர்கொண்ட கட்சி தி.மு.க. தான். ஆனாலும் 1980 நாடாளுமன்றத் தேர்தலில் தி.மு.க. இந்திரா காங்கிரசுடன் கூட்டணி அமைக்க முன் வந்தது.

மீண்டும் ஆட்சிக்கு வரவிரும்பிய இந்திராவும் இந்தக் கூட்டணியை விரும்பினார். இந்தக் கூட்டணியில் இந்திரா காங்கிரஸ் 23 தொகுதிகளிலும் தி.மு.க. 160 தொகுதிகளிலும் முஸ்லிம் லீக் ஒரு தொகுதியிலும் போட்டி யிட்டன.

அ.தி.மு.க. கூட்டணியில் அதிமுக 24 தொகுதிகளிலும் ஜனதா 10 தொகுதிகளிலும் இடது சாரிக் கட்சிகள் தலா 3 தொகுதிகளிலும் போட்டி யிட்டன.

இந்த நாடாளுமன்றத் தேர்தலில் தி.மு.க. கூட்டணி அமோக வெற்றியைப் பெற்றது. இ.காங்கிரஸ் போட்டியிட்ட 23 தொகுதிகளில் 21 தொகுதிகளில் வெற்றி பெற்றது. கூட்டணியில் இருந்த மற்ற கட்சிகள் போட்டியிட்ட தொகுதிகள் அனைத்திலும் வெற்றி பெற்றன. கோபிச் செட்டிப்பாளையம், சிவகாசி ஆகிய தொகுதிகளில் மட்டுமே அதிமுக வென்றிருந்தது.

1977ல் தான் தமிழ்நாட்டில் சட்டமன்றத் தேர்தல் நடந்திருந்ததால் அதிமுக அரசு 1982 வரை ஆட்சியில் இருந்திருக்க முடியும்.

ஆனால் பிரதமராகப் பதவியேற்ற இந்திரா நாடாளுமன்றத் தேர்தலில் எந்தெந்த மாநிலங்களில் எல்லாம் ஆளும் கூட்டணி தோல்வியடைந் திருக்கிறதோ அங்கிருந்த மாநில அரசுகளை கலைக்க முடிவு செய்தார். முன்பு ஜனதா கட்சி சொன்ன அதே லாஜிக்கை சொன்னார் இந்திரா. அதாவது, மக்களவைத் தேர்தலில் தோற்றுப் போன கட்சி மாநிலத்தை ஆளும் உரிமையை இழந்துவிட்டது. ஆகவே தமிழ்நாட்டுடன் சேர்த்து 9 மாநிலங்களின் ஆட்சி கலைக்கப்பட்டது. 1977ல் ஜனதா கட்சி ஆட்சிக்கு வந்தபோது இதேபோல 9 மாநிலங்களின் ஆட்சி கலைக்கப்பட்டிருந்தது.

1980-ஆம் ஆண்டு மே மாதம் தேர்தல்கள் நடக்கும் என அறிவிக்கப்பட்டது.

இதையடுத்து கூட்டணிப் பேச்சுவார்த்தைகள் தொடங்கின. அ.தி.மு.க. கூட்டணியைப் பொறுத்தவரை ஜனதா, கட்சி முதலில் 60 இடங்களைக் கேட்டது. பிறகு 46 இடங்களையாவது தரும்படி கோரியது. ஆனால் எம்.ஜி.ஆர். 26 தொகுதிகளை மட்டுமே தர முன்வந்தார். இதனால் இக்கட்சியுடன் கூட்டணி அமையவில்லை.

சி.பி.எம்., சி.பி.ஐ., காந்தி காமராஜ், தேசிய காங்கிரஸ், தமிழ்நாடு காமராஜ் காங்கிரஸ், பார்வர்டு பிளாக், அர்ஸ் காங்கிரஸ், மக்கள் கட்சி, தமிழ்நாடு முஸ்லிம் லீக், கிறிஸ்தவ ஜனநாயக முன்னணி, இந்தியக் குடியரசுக் கட்சி ஆகிய கட்சிகளுடன் கூட்டணி அமைக்கப்பட்டது.

சி.பி.எம்., சி.பி.ஐ., ஆகிய கட்சிகளுக்கு தலா 16 இடங்கள் ஒதுக்கப்பட்டன. கா.கா.தே.கா.வுக்கு 12 இடங்களும், காமராஜ் காங்கிரசுக்கு 7 இடங்களும் வழங்கப்பட்டன. மீதமுள்ள இடங்களில் அ.தி.மு.க. போட்டியிட்டது. அ.தி.மு.க.வின் சின்னத்தில் சிறிய கட்சிகள் போட்டியிட்டன.

தி.மு.க. கூட்டணியைப் பொறுத்தவரை இந்திரா காங்கிரசுடன் கூட்டணி தொடர்ந்தது. ஆனால் இந்தமுறை இடங்களைப் பகிர்ந்து கொள்வதில் கடுமையாக இருந்தது அக்கட்சி.

தமிழ்நாடு காங்கிரஸ் கமிட்டியின் தலைவராக இருந்த எம்.பி.சுப்பிரமணியம் நியமிக்கப்பட்டார். இவர் கருணாநிதியுடன் மோதல் போக்கு உடையவராக கருதப்பட்டார். ஆகவே தேர்தல் பேச்சுவார்த்தை மிகவும் சிக்கலானதாகவே இருந்தது. இதனால் முதலில் முஸ்லிம் லீக் கட்சியுடன் பேச்சு வார்த்தையை முடித்தது தி.மு.க. எட்டு இடங்கள் அக்கட்சிக்கு ஒதுக்கப்பட்டன.

மீதமிருந்த 226 இடங்களில் தி.மு.க.வும் இ.காங்கிரசும் 113 இடங்களில் போட்டி இடுவதென முடிவெடுக்கப்பட்டது. இந்த 113 இடங்களில் இரு கட்சிகளும் தங்கள் கூட்டணியில் உள்ள சிறிய கட்சிகளுக்கு தலா நான்கு இடங்களைக் கொடுத்து விடவேண்டும் என ஏற்பாடு. ஆகவே இரு கட்சிகளும் தலா 109 இடங்களில் போட்டியிட்டன. பிறகு காங்கிரசும் தி.மு.க.வும் தேசிய பார்வர்டு பிளாக், உழைப்பாளர் முன்னேற்ற கட்சி, பசும்பொன் தேவர் கட்சி, சக்திதாசன் குடியரசுக் கட்சி, கிறிஸ்தவ

முன்னணி ஆகிய கட்சிகளுக்கு இரண்டு ஒன்று என இடங்கள் ஒதுக்கின.

ஜனதா கட்சி தனித்து 95 தொகுதிகளில் போட்டியிட்டது.

திமுக.வும் இ. காங்கிரசும் சமமான எண்ணிக்கையில் போட்டியிடுவ தால், முதல்வர் யார் என்பதை பிறகு தீர்மானிக்கலாம் என பேச ஆரம்பித்தனர் காங்கிரஸ் தலைவர்கள்.

தமிழ்நாட்டிற்கு வந்த காங்கிரஸ் மத்திய நிதி அமைச்சர் ஆர். வெங்கட்ராமன், யார் முதலமைச்சர் என்று இப்போது எப்படி சொல்ல முடியும்? சரி சமமாகப் போட்டியிடுகிறோம். பின் கூடுதல் தொகுதிகளில் வெற்றி பெறுகிறார்களோ அந்தக் கட்சி எம்.எல்.ஏ.க்களுக்கே அந்த உரிமை இருக்கிறது. எனவே தேர்தலுக்குப் பிறகு அதுபற்றி முடிவாகும் என்று பேசினார்.

இது தி.மு.க.வில் பெரும் சலசலப்பை ஏற்படுத்தியது. கூட்டணிப் பேச்சு வார்த்தையை நிறுத்த முடிவு செய்தது திமுக.

முடிவில் மு. கருணாநிதியே முதல்வராக இருப்பார் என இந்திரா காந்தி அறிவித்தார். ஆனாலும் தி.மு.க. கூடுதல் இடங்களைப் பெற்றால் மட்டுமே இது சாத்தியம் என்ற எண்ணம் தி.மு.க.வுக்கு ஏற்பட்டது.

இது ஒரு புறமிருக்க, காங்கிரஸ் கட்சிக்குள் வேட்பாளர்களை முடிவு செய்வதில் பெரும் குழப்பம் ஏற்பட்டது. பல இடங்களில் இரண்டு மூன்று காங்கிரஸ் காரர்கள் வேட்புமனுக்களை தாக்கல் செய்தனர்.

சில காங்கிரஸ் தலைவர்களுக்கு இடங்கள் கிடைக்காததால் அவர்கள் கட்சியை விட்டு விலகி சுயேட்சையாக தங்கள் தொகுதிகளில் போட்டி யிட்டனர். இப்படிப்பட்ட குழப்பங்களுக்கு நடுவில் தேர்தலைச் சந்திக்க தயாரானது தி.மு.க. காங்கிரஸ் கூட்டணி.

ஆனால் நாடாளுமன்றத் தேர்தலில் பெரும் தோல்வியடைந்த வுடனேயே சில தகுந்த நடவடிக்கைகளை மேற்கொண்டார் எம்.ஜி.ஆர். பிற்படுத்தப்பட்டோர் இட ஒதுக்கீட்டிற்கான வருமான வரம்பு நீக்கப் பட்டது. மேலும் பிற்படுத்தப்பட்டோருக்கான இட ஒதுக்கீடு 50 சதவீதமாக உயர்த்தப்பட்டது. தேர்தல் பிரச்சாரத்தின் போது தனது ஆட்சி அநியாயமாகக் கலைக்கப்பட்டதாக திரும்பத் திரும்ப முழங்கினார் எம்.ஜி.ஆர்.

தாலிக்குத் தங்கம், சிறப்பான நிர்வாகம் ஆகியவற்றை தனது முழக்கங்களாக முன்வைத்தது தி.மு.க. இடஒதுக்கீட்டு கொள்கையை மாற்றியதால் திராவிடர் கழகம் எம்.ஜி.ஆருக்கு ஆதரவளிக்க, காங்கிரஸ் கூட்டணயின் காரணமாக தி.மு.க.வுக்காக பிரச்சாரம் செய்தார் சிவாஜி கணேசன்.

தமிழ்நாட்டில் வாக்குப்பதிவு இருகட்டங்களாக நடைபெற்றது. மே 28-ஆம் தேதி 114 தொகுதிகளுக்கும் மே 31-ஆம் தேதி 120 தொகுதி களுக்கும் வாக்குப்பதிவு நடைபெற்றது. வாக்குகள் ஜூன் 1-ஆம் தேதி எண்ணப்பட்டன.

எதிர்பார்த்ததைப் போலவே அதிமுக தனித்து 129 இடங்களைப் பெற்றது. மார்க்சிஸ்ட் கம்யூனிஸ்ட் கட்சி 9 இடங்களிலும், கா.கா. தே. 6 இடங்களிலும் பார்வர்டு பிளாக் ஒரு இடத்திலும் சிறிய கட்சிகள் 6 இடங்களிலும் வெற்றி பெற்றன.

தி.மு.க. கூட்டணி பெரும் தோல்வியை எதிர்கொண்டது. ஒட்டு மொத்தமாகவே இந்தக் கூட்டணிக்கு 69 இடங்களே கிடைத்தன. தி.மு.க. 38 தொகுதிகளிலும் இ. காங்கிரஸ் 31 இடங்களிலும் முஸ்லிம் லீக் 1 இடத் திலும் வெற்றி பெற்றன.

மதுரை மேற்கு தொகுதியில் போட்டிட்ட எம்.ஜி.ரை எதிர்த்து பொன். முத்துராமலிங்கம் நிறுத்தப்பட்டிருந்தார். அங்கே எம்.ஜி.ஆர். 21 ஆயிரம் வாக்குகள் வித்தியாசத்தில் வெற்றி பெற்றார்.

சென்னை அண்ணா நகர் தொகுதியில் போட்டியிட்ட மு. கருணாநிதி 699 வாக்குகள் வித்தியாசத்தில் வெற்றி பெற்றார்.

அ.தி.மு.க.வில் சபாநாயகராக இருந்த முனு. ஆதி, ப.உ. சண்முகம், நடிகர் ஐசரி வேலன் ஆகியோர் தோல்வியடைந்தனர்.

தி.மு.க.வைப் பொறுத்தமட்டில் சாதிக் பாட்ஷா கலைவாணர் அரங்கில் ஜூன் 9-ஆம் தேதி பதவியேற்றார். 17 அமைச்சர்கள் இந்த அமைச்சரவை யில் இருந்தனர்.

❐

முரசொலி பத்திரிகை அலுவலகம் சோதனையிடப்பட்டது

பிரதமர் இந்திரா காந்தியின் மரணம், எம்.ஜி.ஆரின் உடல் நலக் குறைவு ஆகியவற்றுக்கு மத்தியில் 1984ல் அ.இ.அ.தி.மு.க. சந்தித்த மூன்றாவது சட்டமன்றத் தேர்தலிலும் அக்கட்சி வென்று தமிழகத்தில் ஆட்சியைப் பிடித்தது.

1980-ஆம் ஆண்டு நடைபெற்ற தேர்தலில் பெரும் வெற்றி பெற்றிருந்த எம்.ஜி.ஆர்., இந்த இரண்டாவது ஆட்சிக் காலத்தில் சில வரவேற்கத்தக்க நடவடிக்கைகளை செய்தார் என்றாலும் கடுமையான விமர்சிக்கத்தக்க சில நிகழ்வுகளும் இந்த ஆட்சிக்காலத்தில் நடந்தேறின.

அதிமுக தனது வரலாற்றுச் சாதனையாக சொல்லி வரும் ஒரு மிகப் பெரிய திட்டமான சத்துணவு திட்டத்தை எம்.ஜி.ஆர். நிறைவேற்றினார். சத்துணவுத் திட்டம் நீதிக்கட்சியின் காலத்தில் சிறிய அளவில் துவங்கப் பட்டு, அடுத்ததாக காமராஜர் ஆட்சிக்காலத்தில் இன்னும் சற்று பெரிய அளவில் செயல்படுத்தப்பட்டது.

அத்திட்டத்தை விரிவுபடுத்தி 1982-ஆம் ஆண்டு ஜூலை 1-ஆம் தேதி சத்துணவுத் திட்டமாக துவங்கினார் எம்.ஜி.ஆர்.

இந்த காலகட்டத்தில் தான் இலங்கையில் தமிழர்கள் நடத்தி வந்த போராட்டம் தமிழ்நாட்டின் கவனத்தைக் கவர ஆரம்பித்தது.

1983-ஆம் ஆண்டு ஜூலை 26-ஆம் தேதியன்று கொழும்பு வெலிக் கடைச் சிறையில் குட்டிமணி ஜெகன் போன்றவர்கள் படுகொலை செய்யப்பட்ட சம்பவம் தமிழ்நாட்டிலும் அதிர்வலைகளை ஏற்படுத்த ஆரம்பித்திருந்தது.

முழு கடையடைப்பு, ரயில் மறியல் என போராட்டங்கள் நடக்க ஆரம்பித்தன.

தி.மு.க தலைவர் மு. கருணாநிதியும் பொதுச் செயலாளர் அன்பழகனும் தங்கள் எம்.எல்.ஏ. பதவிகளை ராஜினாமா செய்தனர். இந்த விவகாரத்தில் கவனம் செலுத்த ஆரம்பித்த எம்.ஜி.ஆர். விடுதலைப்புலிகளுக்கு தனது உறுதியான ஆதரவைத் தெரிவித்தார்.

இதற்கு நடுவில் தமிழக அரசியல் வானில் ஒரு புதிய தாரகையை எம்.ஜி.ஆர். அறிமுகம் செய்திருந்தார். அந்தத் தாரகை ஜெயலலிதா.

1982 ஜூன் 18-ஆம் தேதி அ.தி.மு.க.வில் இணைந்த ஜெயலலிதாவுக்கு கொள்கை பரப்புச் செயலாளர், சத்துணவு உயர்மட்டக் குழு உறுப்பினர் ஆகிய பதவிகள் அடுத்தடுத்து வழங்கப்பட்டன.

அதன் உச்சகட்டமாக மாநிலங்களவைக்கும் தேர்வு செய்யப்பட்டார் ஜெயலலிதா.

இந்த ஆட்சிக்காலத்தில் விமர்சனத்துக்குரிய பல நடவடிக்கைகளும் எடுக்கப்பட்டன.

1980களின் துவக்கத்தில் வட ஆற்காடு தர்மபுரி மாவட்டங்களில் ஆயுதம் தாங்கிய போராளிக் குழுக்கள் தலையெடுத்தன.

அந்தக் காலகட்டத்தில் இருந்த வறுமை வேலையில்லாத் திண்டாட்டம் ஆகியவற்றை முன்வைத்து மக்களிடம் ஆதரவைத் திரட்டி வந்தன இக்குழுக்கள். இதனை ஒடுக்க காவல்துறைக்கு அதிகாரம் கொடுக்கப் பட்டது.

காவல்துறை அதிகாரி தேவாரம் தலைமையில் இந்த ஆயுதக் குழுக் களுக்கு எதிராக எடுக்கப்பட்ட நடவடிக்கையில் 11 வயது முதல் 70 வயது

வரையிலான 370 பேர் கொல்லப்பட்டதாக அந்தச் சமயத்தில் ஊடகச் செய்திகள் வெளிவந்தன. மனித உரிமைகளை மனதில் கொள்ளாமல் எடுக்கப்பட்ட இந்த நடவடிக்கை கடுமையான விமர்சனத்திற்கு ஆளானது.

அடுத்தபடியாக தமிழ்நாட்டிலிருந்து கேரளாவுக்கு சட்டவிரோதமாக எரிசாராயம் கடத்தப்படுவதாக தி.மு.க. குற்றம் சாட்டியது. இதற்காக ஆளும் தரப்பிற்கு லஞ்சம் கொடுக்கப்பட்டதாகவும் கூறியது. நாடாளு மன்றத்தில் இந்தப் பிரச்சனையை பெரிதாக எழுப்பினார் வைகோ. முடிவில் எஸ்.கே.ரே. என்பவர் தலைமையில் விசாரணைக் கமிஷன் அமைக்கப்பட்டது.

திருச்செந்தூரில் அறநிலையத் துறையின் நகை சரிபார்ப்பு அதிகாரியான சுப்பிரமணிய பிள்ளை ஆலய வளாகத்தில் இருந்த விடுதியில் இறந்து கிடந்தார். இந்த விவகாரம் குறித்து விசாரிக்க அமைக்கப்பட்ட பால் கமிஷன் அறிக்கையை வெளியிடாமல் இருந்த நிலையில் அதனை வெளி யிட்டார் தி.மு.க. தலைவர் கருணாநிதி. இதனால் கோபமடைந்த எம்.ஜி.ஆர். முரசொலி பத்திரிகை அலுவலகம் உள்ளிட்ட இடங்களில் சோதனை நடத்தினார்.

◻

ஆர். எம். வீரப்பனா? ஜெயலலிதாவா?

1977-ஆம் ஆண்டு அ.இ.அ.தி.மு.க. நடைபெற்ற சட்டமன்ற தேர்தலில் அமோக வெற்றி பெற்றது.

எம்.ஜி.ஆர். முதலமைச்சர் ஆனார். அவரது தலைமையில் புதிய அரசு மிகுந்த வீரியத்துடன் உருவானது.

ராமாவரத் தோட்டம் தினம் ஜேஜே என்று திருவிழா கோலம் பூண்டிருந்தது.

கட்சிக்காரர்களின் கூட்டமும் பொதுமக்கள் வருகையும் இருந்த வண்ணம் இருந்தது.

ஒருமுறை சென்னை விருகம்பாக்கத்தைச் சேர்ந்த அ.இ.அ.தி.மு.க. கட்சிக்காரர்கள் நூற்றுக்கும் மேற்பட்டோர் எம்.ஜி.ஆரைக் காண கூட்டமாக வந்திருந்தனர்.

அவர்களைப் பார்த்து முதலமைச்சர் எம்.ஜி.ஆர். "என்ன விஷயம்?" என்று கேட்டார்.

"தலைவரே! விருகம்பாக்கம் பகுதிக்கு புது போலீஸ் இன்ஸ்பெக்டர் வந்திருக்காரு. அவருக்கு நம்ப கட்சிக்காரங்களை கண்டாலே வெறுப்பு.

கையிலே நம்ப கட்சிக்கொடியை, பச்சை குத்திக் கொண்டிருக்கும் ஆளுங்களைப் பார்த்தாலே அடிக்கிறாரு. புதுப் புது கேஸ்கள் போடுறாரு. நியாயமாச் சொன்னாலும் கேட்க மாட்டேங்கிறாரு..." என்று கூறினர்.

எம்.ஜி.ஆர். அவர்களை நிமிர்ந்து பார்த்து "நீங்க என்ன பண்ணினீங்க?" என்று கேட்டார்.

"நாங்க ஒன்றுமே பண்ணலை அண்ணே" என்றனர்.

"அப்படியா? அந்த போலீஸ் ஸ்டேஷனிலே ஹெட் கான்ஸ்டபிள் கந்தசாமியை அடிச்சது யாரு?" என்றார் எம்.ஜி.ஆர்.

புகார் சொன்ன கூட்டத்தில் யாரும் பதில் கூறவில்லை. அமைதியாக இருந்தனர்.

அதனைப் பார்த்துவிட்டு எம்.ஜி.ஆர். "நான் ஒரு முதல் அமைச்சர். எனக்கு எல்லா தகவல்களும் செய்திகளும் உடனுக்குடன் வந்துவிடும். தப்பு நீங்க பண்ணிட்டு போலீஸ் மேல பழியைப் போடறீங்க. போலீஸ்காரனும் மனுஷன்தானே. தப்பு பண்றவனை அடிக்கிறது போலீஸ் வேலைகளிலே ஒன்றுதானே? அவங்க டியூட்டியை பண்ண விடாமல் நீங்க போய் தொந்தரவு கொடுக்கறீங்க! அப்புறம் போலீஸ்காரன் சரியாக நடந்துக் கலைன்னு என்கிட்டேயே வந்து சொல்றீங்க...

அரசியல்வாதிகளுக்கு அதிகாரம் ஐந்து வருடங்கள்தான். அரசு அதிகாரிகளுக்கு 58 வயது ஆகிறவரை சர்வீஸிலே இருக்கிறவரை அதிகாரம் இருக்கு.

இது சட்டம் கொடுத்த பவர். அதை நாம எல்லோரும் புரிஞ்சுக்கணும். அரசு அதிகாரிகளை அவங்க எந்தத் துறையிலே சேர்ந்தவங்களாக இருந்தாலும் நாம் மதிக்கவும் அவங்க பணிகளை சுதந்திரமாக செய்ய விடறதுக்கும் பழகிக்கணும்.

தப்பு பண்ணிட்டு இனிமேல் யாராவது என்கிட்டே சிபாரிசுக்கு வந்தீங்கண்ணா நான் சும்மா பார்த்துக்கிட்டு இருக்க மாட்டேன். கட்சியை விட்டே அந்த ஆளுங்களை நீக்கிவிடுவேன்...ஜாக்கிரதையா இருங்க. மற்ற ஆளுங்க கிட்டேயும் சொல்லுங்க..." என்றார்.

காவல்துறை விருப்பு வெறுப்பின்றி செயல்பட எம்.ஜி.ஆரின் இந்த அணுகுமுறை மிகவும் உதவியாக இருந்தது.

1977ல் எம்.ஜி.ஆர் கட்சி ஆரம்பித்தபோதும் 1980ல் மீண்டும் ஆட்சியைப் பிடித்த போதும் அரசியல் ஆர்வம் இல்லாமல் இருந்த ஜெயலலிதா 1982க்குப் பிறகு மீண்டும் எம்.ஜி.ஆருடன் வெளிப்படையாகத் தன்னை அடையாளம் காட்டிக் கொள்ள ஆரம்பித்தார்.

அதிமுகவின் கொள்கை பரப்புச் செயலாளராக ஜெயலலிதாவை 1982ல் எம்.ஜி.ஆர். அங்கீகாரம் செய்தார்.

தலைமைக் கழகத்தில் ஜெயலலிதாவுக்கென்றே தனி அறை ஒதுக்கி ஏற்பாடு செய்தார் எம்.ஜி.ஆர்.

அவ்வை சண்முகம் சாலையில் இருந்த தலைமைக் கழகத்தை ஜெயலலிதா பரபரப்பான அதிமுக கோட்டையாக்கினார்.

முதலமைச்சர் எம்.ஜி.ஆர். ஜெயலலிதாவுக்கு அடுத்த பதவியாக சத்துணவு திட்ட உயர் மட்டக்குழு உறுப்பினர் பதவியை கொடுத்து அழகு பார்த்தார்.

ஏணிப்படியின் அடுத்தபடியாக டெல்லி மாநிலங்களவை உறுப்பினராக்கி மாநிலங்களவை கட்சியின் துணைத்தலைவராக்கப்பட்டார் ஜெயலலிதா.

கட்சி சார்பில் நாடு முழுக்க சுற்றுப்பயணம், கட்சிக் கூட்டங்கள் ஏற்பாடு என ஜெயலலிதாவுக்கு கிட்டத்தட்ட நடவடிக்கை எடுக்கும் அதிகாரமிக்க தலைவியாக எம்.ஜி.ஆர் அவரை பிரபலமாக்கினார்.

ஜெயலலிதாவும் எவருக்கும் பயப்படாமல் மூத்த அமைச்சர்களைக் கூட தனது அதிகார மையத்துக்கு அடிபணியச் செய்தார்.

எம்.ஜி.ஆரின் உடல்நிலை திடீரென்று மோசமடையும் நிலைக்குச் சென்று கொண்டிருந்த சமயம்.

கருத்து வேறுபாடு காரணமாக ஜெயலலிதா தன்னுடைய கொள்கை பரப்புச் செயலாளர் பதவியை திடீரென்று ராஜினாமா செய்தபோது வேறு வழியின்றி எம்.ஜி.ஆர். அதனை ஏற்றுக்கொண்டார்.

ஜெயலலிதாவின் அதிகார மையத்தை எதிர்த்த எஸ்.டி.சோமசுந்தரத்தை கட்சியை விட்டு நீக்கினார்.

எம்.ஜி.ஆரின் உடல்நிலை இதற்கிடையில் மோசமாக 1984 அக்டோபர் 5-ஆம் தேதி எம்.ஜி.ஆர். சென்னை அப்பல்லோ மருத்துவமனையில் சேர்க்கப்பட்டார்.

அடுத்த எட்டு நாட்களில் எம்.ஜி.ஆருக்கு பக்கவாதம் ஏற்பட்டுள்ளதை டாக்டர்கள் உறுதி செய்தனர்.

எம்.ஜி.ஆரை மருத்துவமனையில் பார்க்கச் சென்ற ஜெயலலிதாவை பார்க்க விடாமல் தடுத்து விட்டனர்.

எம்.ஜி.ஆரின் நிலைமை கவலைக்கிடமாக அடுத்த இரண்டு மாதங்களில் அமெரிக்கா கொண்டு செல்லப்பட்டார்.

அதேசமயம் தமிழ்நாட்டில் மக்கள் திலகம் எம்.ஜி.ஆர். இல்லாமல் அதிமுக சட்டமன்ற தேர்தலை சந்திக்கிறது.

அ.தி.மு.க. கட்சியின் மூத்த அமைச்சராக இருந்த நாவலர் நெடுஞ் செழியன் எம்.ஜி.ஆர். இல்லாத நிலையில் நாடெங்கும் பயணம் செய்து கட்சி பிரச்சாரம் செய்து தேர்தல் வெற்றிக்கனியை ஈட்டுவதற்கு ஜெயலலிதாவால் தான் முடியும் என்று முடிவெடுத்து அவரை சந்தித்து அழைப்பு விடுத்தார்.

1984 தேர்தல் வெற்றிக்கு ஜெயலலிதாவின் சூறாவளிப் பயணம் முக்கிய காரணமாக அமைந்தது.

எம்.ஜி.ஆர். அமெரிக்காவிலிருந்து திரும்பி வந்த பின்பு கோட்டைக்கு சென்று ஜெயலலிதா அவரைச் சந்தித்தார்.

மீண்டும் கொள்கை பரப்புச் செயலாளர் பதவியை ஜெயலலிதாவுக்கு தருவதாக வாக்களித்தார் எம்.ஜி.ஆர்.

எம்.ஜி.ஆருக்கு அடுத்தபடியாக ஆர்.எம். வீரப்பனா அல்லது ஜெயலலிதாவா என்ற அதிகாரப் போட்டியில் கடும் மோதல்களும் எம்.ஜி.ஆர். அமெரிக்காவுக்கு சென்ற நிலையில் இருந்தே இருந்து வந்திருப்பதை எம்.ஜி.ஆர். அறிந்திருந்தார்.

சிகிச்சை முடிந்து தமிழகம் வந்த பின்பு இருதரப்பினரையும் அரவணைத்து செல்லும் அரசியல் நிலைப்பாட்டை எடுத்து வந்தார் எம்.ஜி.ஆர்.

எம்.ஜி.ஆர். மன்ற மாநாடு 1986ல் மதுரையில் பிரம்மாண்டமாக நடைபெற்ற போது அம்மாநாட்டில் எம்.ஜி.ஆர். ஜெயலலிதாவுக்கு பெரிய அங்கீகாரத்தைக் கொடுத்தார்.

சுமார் ஆறு அடி உயரத்தில் தங்க முலாம் பூசப்பட்ட வெள்ளி செங்கோலை தனக்குத் தரும் உரிமையை ஜெயலலிதாவுக்கு கொடுத்தார்.

தனக்கு அடுத்து அவர்தான் என்பதை சூசகமாக சொல்வதைப் போல எம்.ஜி.ஆர். அந்நிகழ்வை அமைத்திருந்தார்.

அடுத்த இரண்டு ஆண்டுகள் எம்.ஜி.ஆர். அமெரிக்காவுக்கும் சென்னைக்குமாக இருந்த காலகட்டம்.

1987 டிசம்பர் 24-ஆம் நாள் எம்.ஜி.ஆர் மரணமடைந்தார். சென்னை ராஜாஜி அரங்கத்தில் கிடத்தி வைக்கப்பட்டு இருந்த எம்.ஜி.ஆரின் தலைப் பாகத்தில் கண்ணீருடன் நின்ற ஜெயலலிதாவை, எம்.ஜி.ஆரின் உடல் ராணுவ வண்டியில் ஏற்றப்பட்டபோது அவரை ஏற அனுமதிக்கவில்லை.

❑

கொள்கை பரப்புச் செயலாளருக்கு எதிரான கோபம்

ஜெயலலிதாவுக்கு அ.தி.மு.க.வில் அடுத்தடுத்து கொடுக்கப்பட்டு வரும் முக்கியத்துவம் பலரிடையே பூசலை ஏற்படுத்தியது. முக்கியமாக ஆர்.எம்.வீரப்பன் அதனை எதிர்த்தார்.

போயும் போயும் ஒரு நடிகைக்கு கொள்கைபரப்புச் செயலாளர் பதவியைக் கொடுப்பதா என்ற கேலி எழுந்தது.

ஆனால் அந்த சலசலப்புகளையெல்லாம் தாண்டி கொள்கை பரப்புச் செயலாளர் பதவியோடு அதிமுகவின் மாநிலங்களவை உறுப்பினராகவும் உயர்த்தினார் எம்.ஜி.ஆர்.

மாநிலங்களவையில் அண்ணா அமர்ந்த இருக்கைதான் வேண்டும் என்று ஜெயலலிதா வற்புறுத்தியபோது எம்.ஜி.ஆரின் செல்வாக்கால் அது நிறைவேறியது.

ஜெயலலிதாவின் ஆங்கிலம் உள்ளிட்ட பன்மொழிப் புலமை இந்திராகாந்தி போன்ற அகில இந்தியத் தலைவர்களின் அறிமுகத்துக்கும் நெருக்கத்துக்கும் வழியமைத்தது.

ஜெயலலிதா மீதான சலசலப்பு அ.தி.மு.க.வின் இரண்டாம் கட்டத்

தலைவர்கள் மத்தியில் அவ்வப்போது வெடிப்பதும் அடங்குவதுமாக தொடர்ந்து கொண்டிருந்தது.

எம்.ஜி.ஆர். திடீரென உடல் நலம் பாதிக்கப்பட்டு அமெரிக்கா சென்ற போது ஜெயலலிதா மீதான குற்றச்சாட்டுகள் தொடர்ந்து புனையப் பட்டது. ஒரு கட்டத்தில் ஜெயலலிதாவை பதவியிலிருந்து நீக்கி கட்டம் கட்டி விட்டார்கள்.

ஆனால் ஜெயலலிதாவுக்கு மீண்டும் அ.தி.மு.க.வின் கொள்கை பரப்புச் செயலாளர் பதவி தேடிவந்தது.

அதற்கு முக்கிய காரணம் எம்.ஜி.ஆர். பிரச்சாரமில்லாத நிலையில் ஆண்டிப்பட்டி இடைத்தேர்தலில் ஜெயலலிதா ஈட்டுத் தந்த மாபெரும் வெற்றி.

ஜெயலலிதா கட்சியிலிருந்து நீக்கப்பட்ட நிலையில் ஆண்டிப்பட்டி தேர்தல் பிரச்சாரம் செய்ய தடை வந்தது. அவருக்கு பதிலாக எம்.ஜி.ஆரின் வாரிசு என்று கூறப்பட்ட பாக்கியராஜ் பிரச்சாரத்துக்கு இறக்கி விடப் பட்டார்.

ஆனால் எதிர்ப்புகளையும் தடைகளையும் தாண்டி ஜெயலலிதாவின் ஆண்டிப்பட்டி தேர்தல் பிரச்சார கனல் அ.தி.மு.க.விற்கு மாபெரும் வெற்றியை ஈட்டித் தந்தது.

அந்த வெற்றியின் விளைவாக எம்.ஜி.ஆர். அவரை கொள்கைபரப்புச் செயலாளராக மீண்டும் அமர்த்தியதுடன் அவர்தான் அதிமுகவின் கூட்டங்களை ஏற்பாடு செய்வார் என்ற கூடுதல் அங்கீகாரம் தந்தார்.

❐

அன்னை சந்தியா நினைவு சத்துணவுக் கூடம்

வேதவல்லி என்ற சந்தியாவின் தாய்வழி மூதாதையர்கள் இராமநாத புரம் மாவட்டம் தேவிப்பட்டணம் அருகே உள்ள சக்கரவாளநல்லூர் கிராமத்தைச் சேர்ந்தவர்கள்.

இங்கு ஆதிகேசவ பெருமாள் சதே பெருந்தேவி தாயார் கோயில் அமைந்துள்ளது. இந்தக் கோயில் ஜெயலலிதாவின் தாய்வழி முன்னோர் களின் குலதெய்வமாக இருந்துள்ளது.

இக்கிராமத்தில் வசித்து வந்த ஜெயலலிதாவின் தாய்வழி மூதாதையர் கள் பின்னர் தேவிபட்டணத்திற்கும் அதனையடுத்து ஸ்ரீரங்கம், கர்நாடக மாநிலம் மைசூரு மாண்டியா அருகே உள்ள மேலக் கோட்டைக்கும் குடிபெயர்ந்ததாகக் கூறப்படுகிறது.

எம்.ஜி.ஆர். ஆட்சிக் காலத்தில் சத்துணவு திட்ட உயர்நிலைக்குழு உறுப்பினராக இருந்த ஜெயலலிதா, தாய்வழி மூதாதையர்கள் வாழ்ந்ததன் நினைவாக தேவிபட்டணத்தில் நவ பாஷாண கோயில் செல்லும் வழியில் அன்னை சந்தியா நினைவு சத்துணவுக் கூடத்தை தனது சொந்த பணம் ரூ.1.65 லட்சம் செலவில் கட்டிக் கொடுத்தார்.

அப்போது மாநிலங்களவை உறுப்பினராக இருந்த ஜெயலலிதா சத்துணவுக் கூடத்தை 8-4-1984ல் திறந்து வைத்தார். இந்நிகழ்ச்சியில் அப்போதைய சத்துணவு திட்டத்துறை அமைச்சர் திருச்சி ஆர். சவுந்தர ராஜன், மாவட்ட ஆட்சியர் குருமூர்த்தி, ராமநாதபுரம் எம்.எல்.ஏ.வாக இருந்த டி.ராமசாமி, மாவட்ட பொது விநியோகக் கண்காணிப்புக் குழு உறுப்பினராக இருந்த என். அன்பு பகுருதீன் உள்ளிட்டோர் கலந்து கொண்டனர்.

சத்துணவுக் கூடத்தை திறந்து வைத்து ஜெயலலிதா குழந்தைகளுக்கு பால் மற்றும் உணவு வழங்கினார்.

ஜெயலலிதா மருத்துவமனையில் அனுமதிக்கப்பட்டிருந்தபோது அன்வர் ராஜா எம்.பி. ஏற்பாட்டில் சக்கரவாள நல்லூர் ஆதிகேசவ பெருமாள் கோயிலில் சிறப்பு யாகம் மற்றும் பூஜை நடைபெற்றது. இதில் தகவல் தொழில்நுட்பத் துறை அமைச்சர் எம்.மணிகண்டன் உள்ளிட்ட கட்சி நிர்வாகிகள் கலந்து கொண்டனர்.

இந்த சக்கரவாள நல்லூர் கிராமம் முழுவதும் வைஷ்ணவ குலத்தைச் சேர்ந்தவர்களே வாழ்ந்து வந்ததாக தெரிவிக்கப்படுகிறது. மழைநீரை மட்டுமே குடிக்கும் 'சக்கரவாகம்' என்ற பறவை இக்கிராமத்தில் இருந்ததாகவும் அதன் காரணமாகவே சக்கர வாள நல்லூர் என்ற பெயர் சூட்டப்பட்டதாக கூறப்படுகிறது.

ஜெயலலிதா தமது தாயாரின நினைவாக தேவி பட்டினத்தில் அமைத்துக் கொடுத்த சத்துணவுக்கூடம் இன்றும் சிறப்பாக செயல்பட்டு வருகிறது.

❑

அதிரவைத்த ஜெயலலிதாவின் நாடாளுமன்ற உரை

எம்.ஜி.ஆர். தமிழகத்தின் உரிமைக் குரலை மத்தியில் உரக்கக் கூறுவதற்கு புரட்சி செல்வி ஜெயலலிதாவை மாநிலங்களவை உறுப்பின ராக 1984ல் அனுப்பி வைத்த நிலையில் அவர் அங்கே கொலு பொம்மை யாக வீற்றிருக்கவில்லை.

தமிழகத்தின் ஜான்சிராணியாக தனது ராக்குச் சவுக்கால் மத்திய அரசு மீது சுழற்றி அடித்து அடித்து ஒவ்வொரு முறையும் சூறாவளியை உருவாக்கியது வரலாறு.

மாநிலத்தின் உரிமைகள் தொடர்பாக பல முக்கிய விவாதங்களில் கலந்து கொண்டு ஆணித்தரமாக தனது கருத்து ஈட்டிகளை எறிந்து பதிவு செய்துள்ளார் ஜெயலலிதா.

கல்வி கலாச்சாரம் மற்றும் சமூக வளர்ச்சி அமைச்சகத் திட்டம் குறித்த விவாதத்தில் புரட்சிக் கவிஞன் பாரதிதாசனை மேற்கோள் காட்டி தமிழுக்கு ஏன் செம்மொழி அந்தஸ்து தர வேண்டும் என்று உணர்ச்சி பொங்க உரையாற்றியுள்ளார் ஜெயலலிதா.

"வட மாநிலங்களின் பல மாவட்டங்களில் பல தொழிற்சாலைகள் உருவாக்கப்படவில்லை என்றால் அதற்கு முழுக் காரணம் அந்த மாநிலங்

களை ஆளும் அரசுகளின் ஒட்டுமொத்த கையாலாகாத்தனமும் அக்கறை யற்ற போக்கும்தான்.

வட இந்திய மாநில அரசுகளின் ஒட்டுமொத்த கையாலாகாத் தனத்துக்கும் மிக மிக மோசமான நிர்வாகச் சீர்குலைவுக்கும் தமிழ்நாடு ஏன் தண்டம் கட்டி அழ வேண்டும்? உண்மையில் தாங்கள் செய்யாத குற்றத்துக்காக நான்கு தென் மாநிலங்களும் ஏன் தண்டிக்கப்பட வேண்டும்" என்று ஏப்ரல் 25, 1984ல் மாநிலங்களவையில் செலவினங்களை மசோதாவின் மீதான அந்த விவாதத்தில் ஜெயலலிதா கூறிய அனல் பறக்கும் கருத்துக்கள் வரலாற்றில் போற்றப்படும் இடத்தில் பதிவு செய்யப் பட்டுள்ளது.

மத்திய நிதி மாநில நிதி ஆதாரங்கள் பற்றிய உண்மையை மாநிலங் களவையில் உறுப்பினர் ஜெயலலிதா கூறியுள்ள மற்றொரு விளக்கம், அன்று ஆள்பவர்களை புருவத்தை உயர்த்தச் செய்தது உண்மை!

"ஐயா, நாம் இந்திய ஒருங்கிணைந்த நிதியம் பற்றி பேசுகிறோம். ஆனால் இந்த நிதியம் முதலில் எப்படி உருவாகியது? இதற்கான நிதி எப்படி சேகரிக்கப்படுகிறது?

இந்திய ஒருங்கிணைந்த நிதியத்தின் உறுப்பினர்களாக உள்ள எல்லா மாநிலங்களும் பல்வேறு வழிகளில் பங்களித்து உருவாக்கப்பட்ட வருவாய் தானே இது!

மத்திய அரசு என்கிற பலிபீடத்தின் முன்பு படையல்களைப் போல எண்ணற்ற வரிகளின் ஊடாக மாநிலங்கள் தொடர்ச்சியாக பெருந் தொகைகளை அளித்து வருகின்றன.

இந்திய ஒருங்கிணைந்த நிதியத்துக்கு வருவாயைத் தொடர்ச்சியாக அளிப்பவை மாநிலங்கள்தானே?

ஜெயலலிதா டெல்லியை நோக்கி அன்று வீசிய உரை அதிரவைத்தது.

எம்.ஜி.ஆரால் தமிழக அரசியலில் அறிமுகப்படுத்தப்பட்ட ஜெயலலிதா முதலில் அ.தி.மு.க.வின் கொள்கை பரப்புச் செயலாளராக நியமிக்கப் பட்டார்.

ஜெயலலிதாவின் பேச்சாற்றல் மற்றும் ஆங்கிலப் புலமை கண்டு வியந்த எம்.ஜி.ஆர். அவரை 1984ல் மாநிலங்களவை உறுப்பினராக்கினார்.

1984 முதல் 1989 வரை ஐந்து ஆண்டுகள் டெல்லியில் மாநிலங்களவை உறுப்பினராக அவர் பணியாற்றினார். மாநிலங்களவையில் அறிஞர் அண்ணாவின் இருக்கை எண்ணே ஜெயலலிதாவுக்கும் வழங்கப்பட்டது சிறப்பு.

மாநிலங்களவையில் 23-4-1984 அன்று எரிசக்தி அமைச்சக செயல்பாடு தொடர்பான விவாதத்தில் கலந்து கொண்டு ஜெயலலிதா தமது கன்னிப் பேச்சை முழங்கச் செய்தார்.

தனது முதல் நாடாளுமன்ற உரையிலேயே முத்திரை பதித்தார் ஜெயலலிதா. அன்று அவர் ஆற்றிய உரை :

"இந்த அவையின் உயர்ந்த பாரம்பரியத்தை நன்கு அறிவேன். இந்த அவையானது ஆரம்பம் தொட்டு பல்வேறு துறைகளில் சிறந்து விளங்கிய அறிஞர் பெருமக்கள், உன்னதமான தலைவர்கள், பெரிய மேதைகள் என அறிவாளிகளின் சந்திப்புக் கூடமாக இருந்து வருகிறது.

இருபத்திரண்டு ஆண்டுகளுக்கு முன்பு தனது வலிமையான கன்னிப் பேச்சால் தேசத்தையே திரும்பிப் பார்க்க வைத்த எங்களின் மறைந்த தலைவர் அண்ணா பேசிய இந்த அவையில் நான் பேசுவதை மிகப் பெரிய கௌரவமாகக் கருதுகிறேன். எனது கன்னிப் பேச்சில் மின்சாரப் பிரச்சனை குறித்து பேசப் போகிறேன்.

எனது தலைவராகிய தமிழக முதல்வர் எம்.ஜி.ஆர். தமிழக மக்களின் குரலை ஒலிக்கச் செய்வதற்காக என்னை இந்த அவைக்கு அனுப்பி வைத்துள்ளார்.

குறிப்பாக ஏழைத் தொழிலாளர்கள், விவசாயிகள், விவசாயத் தொழிலாளர்கள், பெண்கள் என சமுதாயத்தின் நலிந்த பிரிவினரின் பிரதி நிதியாக அவர்களின் உணர்வுகளை நாட்டு மக்களுக்கு எடுத்துச் சொல்வதற்காக இங்கு வந்துள்ளேன்.

என்னை விட மிகுந்த அறிவாற்றலும் அனுபவமும் மிக்க மூத்த உறுப்பினர்கள் பலர் இந்த அவையில் இருக்கிறார்கள். மற்ற உறுப்பினர்களுடன் சொற்போரில் ஈடுபட இந்த அவைக்கு வரவில்லை.

குறிப்பிட்ட சில பிரச்சனைகள் குறித்து நாட்டின் கவனத்தை ஈர்க்கும் வகையில் எனது அறிவுக்கு எட்டிய சில உண்மைகளை எடுத்துச்

சொல்லவே வந்துள்ளேன். கடந்த 10 ஆண்டுகளுக்கு மேலாக தமிழகம் மின் தட்டுப்பாட்டுப் பிரச்சனையை சந்தித்து வருகிறது.

இந்தப் பிரச்சனை சமாளிக்கும் வகையில் 1971-72 முதற்கொண்டே 25% முதல் 100% வரை விட்டு விட்டு மின்வெட்டை அமல்படுத்த வேண்டிய கட்டாயச் சூழலுக்கு தமிழக அரசு தள்ளப்பட்டுள்ளது. அடிக்கடி நிலவும் மின்வெட்டு காரணமாக மாநிலத்தின் தொழில் வளர்ச்சியும் விவசாய உற்பத்தியும் கடுமையாக பாதிக்கப்பட்டுள்ளன.

தமிழகத்தில் மிகக் குறைந்த அளவில் தான் நீர் மின் திட்டங்கள் மூலம் மின்சாரம் கிடைக்கிறது. பெரும்பாலான நீர் மின் திட்டங்கள் ஏற்கனவே சுரண்டப்பட்ட நிலையிலும் வேறு சில திட்டங்கள் செயல்படாத நிலையிலும் உள்ளன. எஞ்சிய நீர் மின் திட்டங்கள் மாநிலங்களுக்கு இடையிலான சிக்கல்களால் இயங்கவில்லை.

வேறு சில திட்டங்கள் மிகச்சிறிய அளவிலும் குறிப்பிட்ட பருவ காலத்திலும் செய்படக் கூடியவையாக உள்ளன. மின் உற்பத்திக்காகத் தமிழகத்தில் கிடைக்கக்கூடிய ஒரே எரிபொருள் பழுப்பு நிலக்கரி தான். அதுவும் போதுமான அளவுக்கு ஏற்கனவே பயன்படுத்தப்பட்டுவிட்டது.

நீர் மின் திட்டங்களுக்கான ஆதாரங்களும் தீர்ந்துவிட்ட நிலையில் நிலக்கரியை வெளி மாநிலங்களிலிருந்து வாங்கினால் செலவு அதிகமாகும். அதோடு நிலக்கரி தேவையான அளவு கிடைக்குமா என்பதும் சந்தேகம் தான்.

இத்தகைய சூழலில் மாநிலத்தில் அணு மின் திட்டத்தை அமைப்பதற்கு தமிழக அரசு வலியுறுத்தியதன் பேரில் 235 மெகா வாட் மின்சாரம் கிடைக்கும் வகையில் மத்திய அரசு 1967ல் கல்பாக்கம் அணு மின் திட்டத்துக்கு ஒப்புதல் அளித்தது.

அதைத் தொடர்ந்து மேலும் 235 மெகாவாட் மின்சாரம் உற்பத்திச் செய்யும் வகையில் நான்காவது ஐந்தாண்டுத் திட்டத்தில் கல்பாக்கத்தில் இரண்டாவது அணு உலை அமைக்க ஒப்புதல் அளிக்கப்பட்டது.

தமிழகத்தின் அவசர மின் தேவையைக் கருத்தில் கொண்டு கல்பாக்கம் அணுமின் நிலையத்தில் உற்பத்தி செய்யப்படும் மின்சாரம் முழுவதும் தமிழகத்துக்கு ஒதுக்கப்படும் என்று மத்திய அரசு தமிழக அரசு இடையே ஒரு புரிதல் ஏற்பட்டது. ஆனால் அது நிறைவேற்றப்படவில்லை.

புதிய திட்டங்களுக்கு ஒப்புதல் அளிக்கப்பட்ட போதிலும் தமிழகத்தில் மின் தட்டுப்பாடு தொடர்ந்த வண்ணம் உள்ளது. மின் தட்டுப்பாடு உள்ள மாநிலங்கள் அதிக மின் உற்பத்தி செய்யப்படும் மாநிலங்களிலிருந்து மின்சாரத்தை வாங்க வேண்டியிருக்கும். இதற்குத் தீர்வாக மத்திய மின் உற்பத்தி நிலையங்களிலிருந்து மின் தட்டுப்பாடு உடைய மாநிலங்களுக்கு விகிதாச்சார அடிப்படையில் மின்சாரத்தை ஒதுக்கீடு செய்வதுதான் ஏற்கக் கூடிய அணுகுமுறையாக இருக்கும்.

தென் மாநிலங்களிலேயே அதிகளவு மின் தட்டுப்பாடு உடைய மாநிலம் தமிழகம்தான். மின் தட்டுப்பாடு காரணமாகப் பிற மாநிலங்களிலிருந்து அதிகம் விலைகொடுத்து தமிழகம் மின்சாரம் வாங்க வேண்டியுள்ளது.

இந்நிலையில் நெய்வேலியில் அமைக்கப்பட்டு வரும் இரண்டாவது உலகில் உற்பத்தி செய்யப்படும் மின்சாரம் முழுவதையும் தமிழகத்துக்கு ஒதுக்கீடு செய்யாவிட்டால் மாநிலத்தின் மின் தட்டுப்பாடு மிகவும் மோசமாகி மாநிலத்தின் நலன் பெரிதும் பாதிக்கப்படும்.

கம்பீரமான தொனியில் அற்புதமான சரளமான ஆங்கிலப் புலமை யுடன் ஜெயலலிதா ஆற்றிய கன்னி உரைக்கு நாடாளுமன்றம் கைதட்டி ஆரவாரம் செய்து வரவேற்றது குறிப்பிடத்தக்கது.

◻

ஜெயலலிதா எதிர் கொண்ட சவால்!

திருச்செந்தூர் தொகுதி அ.தி.மு.க. எம்.எல்.ஏ.வாக இருந்த எஸ்.கேசவ ஆதித்தன் மரணமடைந்ததைத் தொடர்ந்து 1983-ஆம் ஆண்டு மார்ச் மாதம் அங்கு இடைத் தேர்தல் நடந்தது.

அ.தி.மு.க. சார்பில் அமிர்தராஜ் என்பவர் வேட்பாளராக அறிவிக்கப் பட்டார். அவரை எதிர்த்து தி.மு.க. சார்பில் இந்தப் பகுதியில் பிரபலமான நெல்லை நெடுமாறன் களம் இறக்கப்பட்டார். இதனால் போட்டி சவாலாக இருந்தது.

1982-ஆம் ஆண்டு அ.தி.மு.க. உறுப்பினராகி 1983-ஆம் ஆண்டு அ.தி.மு.க. கொள்கைப் பரப்புச் செயலாளராக ஜெயலலிதா நியமிக்கப் பட்ட பின் நடக்கும் முதல் தேர்தல் இந்த திருச்செந்தூர் இடைத் தேர்தல்.

ஜெயலலிதாவின் திறமையை பரிசோதிப்பதற்காக இந்த இடைத் தேர்தல் பொறுப்பாளராக அவரை எம்.ஜி.ஆர். நியமித்தார்.

அச்சமயம் ஜெயலலிதா, திருச்செந்தூர் தொகுதிக்குட்பட்ட காயல்பட்டினம், ஆறுமுகநேரி, குரும்பூர் உள்ளிட்ட அனைத்து கிராமங்

களுக்கும் பயணம் செய்து வீடு வீடாக வாக்கு சேகரித்தார். குறிப்பாக பெண்களை சந்தித்து ஆதரவு தேடினார்.

இந்தத் தேர்தலில் அ.தி.மு.க. வேட்பாளர் அமிர்தராஜ் *1710 வாக்குகள்* வித்தியாசத்தில் வெற்றி பெற்றார். அதன் மூலம் ஜெயலலிதாவும் தனது சவாலில் வெற்றி கண்டார்.

◻

ஜெயலலிதாவின் அரசியல் பயணம்

1982 - அ.தி.மு.க.வில் இணைகிறார்

1983 - ஜெ. அ.தி.மு.க. கொள்கை பரப்புச் செயலாளராகிறார்

1984 - ஜெ. மாநிலங்களவை உறுப்பினராகிறார்

1989 - சட்டமன்றத் தேர்தலில் போடிநாயக்கனூரில் போட்டியிட்டு முதல் முறை எம்.எல்.ஏ. ஆகிறார்.

1989 - தமிழக சட்டசபையின் முதல் பெண் எதிர்க்கட்சித் தலைவரா கிறார்.

1989 - பிளவுபட்ட அதிமுக மீண்டும் ஒன்றிணைகிறது.

1989, மார்ச் 25 - சட்டமன்றத்தில் ஜெயலலிதா தாக்கப்படுகிறார்.

1991 - தமிழக முதல்வராகிறார் ஜெ.

1996 - சட்டமன்றத் தேர்தலில் அ.தி.மு.க. தோல்வி. பர்கூரில் ஜெ. தோல்வி

1996, ஜுன் 14 - ஜெ. மீது சொத்துக்குவிப்பு வழக்கு தொடரப்படுகிறது.

1996, டிசம்பர் *7* - கலர் டி.வி. வழக்கில் ஜெ. கைதாகிறார்.

2000, அக்டோபர் *9* - டான்சி வழக்கில் இரண்டு ஆண்டுகள் கடுங்காவல் தண்டனை.

2001, மே *14* - அ.தி.மு.க. ஆட்சியைக் கைப்பற்றுகிறது.

2001, செப்டம்பர் - உச்சநீதிமன்றத்தில் தகுதி நீக்கம் செய்யப்படுகிறார். இவருக்கு பதிலாக ஓ.பன்னீர்செல்வம் முதல்வராகிறார்.

2001, டிசம்பர் *4* - டான்சி பிளெசண்ட் டே வழக்குகளிலிருந்து விடுதலை

2002 , மார்ச் - ஆண்டிப்பட்டி இடைத்தேர்தல் வெற்றி - மூன்றாவது முறையாக மீண்டும் முதல்வர்.

2004 - எம்.பி. தேர்தலில் அதிமுக படுதோல்வி. ஒரு சீட் கூட வெற்றி பெறவில்லை.

2006 - சட்டமன்றத் தேர்தலிலும் தோல்வி

2011, மே *16* - நான்காவது முறையாக முதல்வராகிறார் ஜெ.

2014, செப்டம்பர் *27* - சொத்துக் குவிப்பு வழக்கில் *4* ஆண்டு சிறை ரூ.*100* கோடி அபராதம்.

2015, மே *11* - சொத்துக் குவிப்பு வழக்கில் விடுதலை.

2015, மே *23* - ஐந்தாவது முறையாக மீண்டும் முதல்வராகிறார் ஜெ.

2015, ஜுன் *27*- ஆர்.கே. நகர் இடைத்தேர்தலில் வெற்றி.

2016, மே *19* - 6வது முறையாக முதல்வராகிறார் ஜெ.

2016, 23 செப்டம்பர் - உடல்நலக் குறைவால் அப்போலோ மருத்துவ மனையில் அனுமதி.

2016, டிசம்பர் *5* இரவு *11.30* - முதலமைச்சர் மாரடைப்பால் மரணம் என மருத்துவமனை அறிவிப்பு.

❐

இந்திய அரசியல் போராளி

வரலாற்றுடன் மோதக் கற்றுக்கொண்ட யுத்தகளப் போராளியாக இந்திய அரசியலில் ஜெயலலிதா பல கால கட்டங்களில் பல செயல்பாடு களை முன்னெடுத்துச் செல்லும் வீரியத்தில் காண்பித்துள்ளார்.

சுதந்திர இந்தியாவில் மேற்கொள்ளப்பட்ட மிக மோசமான மாநில உரிமைப் பறிப்பு நடவடிக்கைகளில் ஒன்றான ஜி.எஸ்.டி. விவகாரத்தில் ஒட்டு மொத்த இந்திய மாநிலங்களும் நரேந்திர மோடி பக்கம் சாய்ந்தன. மாநில சுயாட்சிக்கென்றே கொடி பிடித்த தி.மு.க.வினர் கூட நாடாளு மன்றத்தில் ஜி.எஸ்.டி. மசோதாவுக்கு ஆதரவாக வாக்களித்தனர்.

ஆனால் ஜெயலலிதா துவக்கத்திலிருந்தே அதற்கு எதிர்ப்பு தெரிவித்து வருகிறார்.

ஜி.எஸ்.டி.க்கான புதிய அமைப்பு என்பது மாநிலங்களின் சுயாட்சி உரிமைகளை மீறுகிறது என்றும், அது மாநிலங்களின் வரி இறை யாண்மையை நிர்மூலமாக்கும் செயல் என்றும் ஜெயலலிதா கடுமையாக குரல் கொடுத்தார்.

அரசியல் தலைவர்கள் பெரும்பாலும் அரசியல் பலாபலன்களுக்கு

அப்பாற்பட்டு சிந்திப்பதில்லை என்பது நிதர்சனம்.

ஜெயலலிதாவின் கழுத்துக்கு மேல் சொத்துக்குவிப்பு வழக்கு கத்தி தொங்குகிறது. இந்திய பிரதமர் மோடியோ ஜெயலலிதாவுக்கு நெருங்கிய நண்பர். சித்தாந்த ரீதியிலும் அரசியல் பாணியிலும் அவருடன் இணக்கம் கொண்டிருக்கும் தருணத்தில் அவருடன் ஜெயலலிதா அடுக்கடுக்காக பிணக்குகளை மேற்கொள்ள வேண்டியதில்லையே!

எப்போதும் வெளிப்படைத்தன்மை கொண்ட ஜெயலலிதா ஒரு போதும் தன்னை சந்தர்ப்பவாதியாக அடிபணிந்து இறங்கி அரசியல் செய்வதற்கு துணிந்ததில்லை.

2014 ஜுன் மாதம் இந்தி மொழி திணிப்பு விவகாரத்தில் அப்போது புதிதாகப் பதவியேற்றிருந்த நெருங்கிய நண்பர் மோடியின் இரும்பு எஃகு கோட்டை மீது மூர்க்கமாய் மோதத் தயங்கவில்லை ஜெயலலிதா.

முகநூல் டுவிட்டர் உள்ளிட்ட சமூக ஊடகங்களில் அரசின் அதிகாரப் பூர்வ கணக்குகளில் இந்தியைத்தான் பயன்படுத்த வேண்டும் என்று கூறி மத்திய உள்துறை அமைச்சகம் வெளியிட்ட உத்தரவுகளை எதிர்த்து கடுமையாக விமர்சித்து ஜெயலலிதா கடிதம் எழுதினார்.

இந்தியை ஆட்சி மொழியாக ஏற்காத மாநிலங்களுடனான தகவல் தொடர்புகளில் ஆங்கிலம் மட்டுமே பயன்படுத்தப்பட வேண்டும் என்கிற ஆட்சி மொழிச் சட்டத்தின் திருத்த விதியைச் சுட்டிக்காட்டினார் ஜெயலலிதா.

மோடி அரசு தொடர்ந்து இந்தித் திணிப்பு நடவடிக்கையில் ஈடுபட்ட போதும் ஜெயலலிதா தொடர்ந்து எதிர்வினையாற்றி மற்ற மாநிலங்களின் உரிமைக் குரலுக்கும் அச்சாணியாக விளங்கினார்.

விட்டுக் கொடுக்கும் தன்மை, சந்தர்ப்பவாதம், பிழைப்பு வாதம் போன்ற கோழைத்தனமான பண்புகளை ஜெயலலிதா தனது அரசியல் வாழ்வில் ஒருபோதும் அணுகவிடவில்லை என்பது வரலாறு அவருக்களித்த மாபெரும் கௌரவமாக கருதலாம்.

அரசியல் களத்தில் சவால்களும் சபதங்களும் சாதனைகளும் ஜெயலலிதாவின் வாழ்க்கையில் பிரிக்க முடியாத அம்சங்கள் என்று சொன்னால் அது மிகையில்லை.

1989 - 90-ஆம் ஆண்டுகளில் எதிர்க்கட்சித் தலைவராக ஜெயலலிதா இருந்தார். அப்போது சட்டப் பேரவையில் முதல்வராக கருணாநிதி இருந்தார். அந்த நேரத்தில் சட்டப்பேரவையில் அசம்பாவித நிகழ்வு நடை பெற்றபோது ஜெயலலிதா தாக்கப்பட்டார்.

இதையடுத்து அவையில் இருந்து வெளியேறிய ஜெயலலிதா மீண்டும் சட்டப்பேரவைக்கு முதல்வராகவே நுழைவேன் என்று பேட்டியளித்தார். அதுபோலவே 1991-ஆம் ஆண்டு தேர்தலில் வெற்றி பெற்று முதல்வராகவே சட்டப் பேரவைக்குள் நுழைந்தார்.

2006-11-ஆம் ஆண்டுகளில் தி.மு.க. ஆட்சிக்காலத்தில் ஓமந்தூரார் தோட்ட வளாகத்தில் புதிய தலைமைச் செயலகம் கட்டப்பட்டது. இதனால் மக்களுக்கு பாதிப்பு ஏற்படும் என்று கூறி புதிய தலைமைச் செய லகத்துக்குள் நுழைய மாட்டேன். மீண்டும் செயிண்ட் ஜார்ஜ் கோட்டை யிலே தலைமைச் செயலகம் இயங்கும் என்று கூறி புதிய தலைமைச் செயலகத்தில் நடைபெற்ற சட்டப் பேரவை நிகழ்வுகளை எதிர்க்கட்சித் தலைவராக இருந்தபோது ஜெயலலிதா புறக்கணித்தார். இதன்படியே 2011ல் முதல்வராகி செயிண்ட் ஜார்ஜ் கோட்டையிலேயே தலைமைச் செயலகத்தை இயங்கச் செய்தார்.

1998-99-ஆம் ஆண்டுகளில் வாஜ்பாய் பிரதமராக இருந்தபோது பா.ஜ.க. கூட்டணியில் அ.தி.மு.க. அங்கம் வகித்தது. அப்போது தமிழக நலன் சார்ந்த சில கோரிக்கைகளை கட்சியின் பொதுச் செயலாளர் ஜெயலலிதா வைத்தார். அப்போது அதை வாஜ்பாய் ஏற்க மறுத்து விட்டார்.

இதையடுத்து ஆட்சியைக் கவிழ்த்து விட்டுத்தான் திரும்புவேன் என்று சென்னையில் இருந்து டில்லிக்கு பயணம் மேற்கொண்டார். அதைத் தொடர்ந்து காங்கிரஸ் தலைவர் சோனியா, திரிணாமுல் காங்கிரஸ் தலைவர் மம்தா பானர்ஜி, சுப்பிரமணியன் சுவாமி ஆகியோருடன் சேர்ந்து தேநீர் விருந்து நடத்தினார். இதன்படி சில நாட்களில் நடைபெற்ற நம்பிக்கையில்லா தீர்மானத்தில் பா.ஜ.க. அரசும் கவிழ்ந்தது.

பெண்கள் நலனுக்காகவும் அவர்களது வாழ்க்கைத் தரம் உயரவும் முதல்வர் ஜெயலலிதா செயல்படுத்தியுள்ள பல்வேறு திட்டங்கள்தான் 2011-ஆம் ஆண்டு தேர்தல் வெற்றியைத் தொடர்ந்து 2016-ஆம் ஆண்டு தேர்தல் வெற்றியையும் அ.தி.மு.க.வுக்கு அளித்தது.

திரைத்துறையில் சாதனைகள் படைத்த கலையரசி ஜெயலலிதாவை 1982-ஆம் ஆண்டு அரசியல் களத்தில் அதிமுகவில் நுழையச் செய்தவர் எம்.ஜி.ஆர். அ.தி.மு.க.வின் கொள்கை பரப்புச் செயலாளராகவும் சத்துணவுத் திட்டத்தின் உயர்மட்டக்குழு உறுப்பினராகவும் மாநிலங் களவை உறுப்பினராகவும் ஆக்கினார் எம்.ஜி.ஆர்.

அரசியல் பயணத்தின் அனைத்து ரகசியங்களையும் அறிந்த அரசியல் தீர்க்கதரிசியாக ஜெயலலிதா மெல்ல மெல்ல உருமாறி உரம் பெற்றார்.

தன்னுடைய அரசியல் ஆசான் எம்.ஜி.ஆர். மறைந்தபோது கட்சி பிளவு பட்டபோது மிகுந்த ராஜ தந்திரங்களுடன் கட்சியை மீண்டும் ஒருங்கிணைத்து 1989-ஆம் ஆண்டு சட்டப்பேரவைத் தேர்தலில் வெற்றி பெற்று எதிர்க்கட்சித் தலைவராகவும் ஆனார் ஜெயலலிதா.

1977, 1980, 1984, 1991, 2001, 2011 என்று ஆறுமுறை அதிமுக எம்.ஜி.ஆருக்கு முன்னும் பின்னும் ஆட்சியைக் கைப்பற்றி 2016 சட்டப் பேரவைத் தேர்தலிலும் பெருவாரியான வெற்றியைப் பெற்று ஏழாவது முறையாக ஆட்சியைப் பிடித்தார்.

சட்டப்பேரவைத் தேர்தல் மட்டுமின்றி மக்களவைத் தேர்தல்களிலும் ஜெயலலிதாவின் தலைமையில் அமோக வெற்றிகளைக் குவித்துள்ளது.

1977-ஆம் ஆண்டு மக்களவைக்கான பொதுத் தேர்தலை அ.தி.மு.க. முதன்முறையாக எதிர்கொண்டது. அச்சமயம் இந்திரா காங்கிரசுடன் கூட்டணி அமைத்து அதிமுக 21 தொகுதிகளில் போட்டியிட்டு 18ல் வென்றது.

அதன் பின்னர் மத்தியில் ஜனதா கட்சி ஆட்சி அமைத்தபிறகு 1979-ஆம் ஆண்டில் பிரதமரான சரண்சிங் அமைச்சரவையில் அ.தி.மு.க.வைச் சேர்ந்த சத்தியவாணி முத்து உள்பட இரண்டு பேர் இடம் பெற்றனர்.

1980-ஆம் ஆண்டு மக்களவைத் தேர்தலில் ஜனதா கட்சியுடன் கூட்டணி அமைத்து அதிமுக 24 தொகுதிகளில் போட்டியிட்டு 2ல் வெற்றி பெற்றது.

1984-ஆம் ஆண்டில் 12 தொகுதிகளில் போட்டியிட்டு 12யும், 1989, 1991-ஆம் ஆண்டுகளில் 11 தொகுதிகளில் போட்டியிட்டு 11யும் கைப்பற்றியது அ.தி.மு.க.

1996-ஆம் ஆண்டு நடைபெற்ற மக்களவைத் தேர்தலில் அ.தி.மு.க.வுக்கு ஒரு இடம் கூட கிடைக்கவில்லை.

அதற்கடுத்து 1998-ஆம் ஆண்டில் நடைபெற்ற பொதுத் தேர்தலில் பா.ஜ.க., பா.ம.க., ம.தி.மு.க., உள்ளிட்ட கட்சிகளுடன் கூட்டணி அமைத்து 23 தொகுதிகளில் போட்டியிட்டு 18 தொகுதிகளை வென்றது.

1999-ஆம் ஆண்டு மக்களவை தேர்தல் நடைபெற்றபோது காங்கிரசுடன் கூட்டணி அமைத்து 29 தொகுதிகளில் போட்டியிட்டு 10 இடங்களில் அ.தி.மு.க. வென்றது.

2004-ஆம் ஆண்டு பா.ஜ.க.வும் அதிமுகவும் இணைந்து போட்டியிட்டு 32 தொகுதிகளையும் இழந்தது அதிமுக.

2009-ஆம் ஆண்டு பா.ம.க. மதிமுக, கம்யூனிஸ்ட் கட்சிகளுடன் இணைந்து 23 தொகுதிகளில் போட்டியிட்டு 9ல் வென்றது.

இந்நிலையில் 2014 மக்களவைத் தேர்தலில் புதுவை உள்பட 40 தொகுதி களிலும் அ.தி.மு.க. தனித்து போட்டியிட்டு 37 தொகுதிகளில் வெற்றி பெற்று வரலாற்றுச் சாதனை படைத்தது.

தற்போது மக்களவையில் 37 எம்.பி.க்களுடன் மூன்றாவது பெரிய கட்சி யாகவும் மாநிலங்களவையில் 5வது பெரிய கட்சியாகவும் அ.தி.மு.க. உள்ளது.

வழக்கமாக திராவிடக் கட்சிகள் தனித்து தேர்தலை சந்தித்ததில்லை. கூட்டணி அமைத்தே தேர்தலை சந்திக்கும்.

ஆனால் ஜெயலலிதா தனது தீர்க்கதரிசனமான நம்பிக்கையில் 2011-ஆம் ஆண்டு உள்ளாட்சி தேர்தலிலும் சரி 2014ல் நடைபெற்ற மக்களவைத் தேர்தலிலும் சரி.... தனித்து நின்று தைரியமாக போட்டியிட்டு சாதனை படைத்துள்ளார்.

ஜெயலலிதாவின் மக்கள் நலன் பயக்கும் திட்டங்களாலும் சீரான சட்டம் ஒழுங்கு முறையாலும் திருப்தி அடைந்த மக்கள் 2016 சட்டமன்றத் தேர்தலில் 134 தொகுதிகளில் அதிமுகவுக்கு அமோக வெற்றியைத் தந்து சாதனை படைக்கச் செய்திருக்கிறார்கள்.

எந்த முடிவிலும் முன்வைத்த காலை பின் வைக்காதவர் ஜெயலலிதா

என்பது பொதுவான கருத்தாக இருந்த போதிலும் சில விசயங்களில் காலம் கற்றுத் தந்த பாடத்திற்கேற்ப, பட்ட அடிகளின் வலிகளுக்கு ஏற்ப தனது கருத்துக்களை மாற்றிக் கொள்ளவும் செய்திருக்கிறார் என்பதை நாம் மறுக்க முடியாது.

தன்னைத் திருத்திக் கொள்ள முனையும் அந்த செயல்கள் மனித குலத்தின் நலன் சார்ந்து அமையும் போது இத்தகைய மாறும் மனோநிலை போற்றுதலுக்குரியதாகவே இருந்து வந்துள்ளது.

2009 ஈழ இனப் படுகொலைக்குப் பின் ஈழம் தொடர்பான விவகாரங்களில் ஜெயலலிதா அவரது வழக்கத்துக்கு மாறான நிலைப்பாடுகளை எடுத்து அரசியல் விமர்சகர்களை ஆச்சர்யத்துக்குள்ளாக்கியிருக்கிறார்.

"போர் நடக்கும்போது மக்கள் சாகத் தானே செய்வார்கள்" என்று கூறிய ஜெயலலிதாவின் அபவாதக் குரலை யாராலும் மறக்கமுடியாது.

ராஜீவ் காந்தி கொலையுண்டதைத் தொடர்ந்து நடந்த தேர்தலில் முதல் வரான ஜெயலலிதாவின் முதல் ஆட்சிக் காலத்தில் அவர் எப்படியெல்லாம் நடந்து கொண்டார் என்பது யாவரும் அறிந்ததே.

மத்திய அரசோடு அப்படி ஒரு இணக்கம் "தடா" "பொடா" வென்று சட்டச் சிறைகளில் தமிழ் உணர்வாளர்களை அடைத்து மத்திய அரசை குறிவைத்து தமிழ்நாட்டில் ஈழ ஆதரவு அடித்தளத்தை வேரோடு பிடுங்கி எறியும் முயற்சியில் ஈடுபட்டார் ஜெயலலிதா என்பதை நாடு அறியும்.

ஆனால் அத்தகைய தவறுகளுக்கெல்லாம் பிராயச்சித்தமாக 2011க்குப் பின்னர் ஆட்சிக்கு வந்தபோது ஈழம் தொடர்பாக அவரது நிலைப்பாடுகள் எத்தனை மாற்றங்களுடன் எதிர்க்கட்சியினரின் கவனத்தையும் உலகத் தமிழர்களின் கவனத்தையும் ஒருங்கே ஈர்த்தது என்பது நிதர்சனமான உண்மை!

சட்டமன்றத்தில் ஈழச் சிக்கல் தொடர்பாக அவர் நிறைவேற்றிய தீர்மானங்களும் மூன்று பேர்களின் விடுதலை தொடர்பாக அவர் எடுத்த நடவடிக்கைகளும் கருத்து மாற்றங்களை ஏற்றுக் கொண்டேன் என்று பறைசாற்றும் ஜெயலலிதாவாக அடையாளம் காட்டியது.

ஈழத்தில் நடந்தது இனப் படுகொலை என்று குற்றஞ்சாட்டியதிலும் அதற்குப் பன்னாட்டு சுயாதீன விசாரணை நடத்தப் பட வேண்டும் என்று

கோரியதும், 2013ல் காமன்வெல்த் மாநாட்டில் இந்தியா கலந்து கொள்ளக் கூடாது என்று எதிர்த்ததும் ஜெயலலிதாவின் ஈழ ஆதரவுப் போக்கை அம்பலப்படுத்தியது. இந்த விவகாரங்களில் மத்திய அரசின் வெளியுறவுக் கொள்கைகளுக்கு எதிராகவே வெளிப்படையாக நின்றார் என்பது அழுத்தமான உண்மையாகும்.

வரலாறு தனக்களித்த வாய்ப்பை சரியாக பயன்படுத்திக் கொண்ட நிலையில் உலகத் தமிழர்கள் மத்தியில் ஜெயலலிதாவின் பிம்பம் உச்ச நிலையைச் சென்றடைந்தது.

எஸ்மா, டெஸ்மா என்று ஒரே கையெழுத்தில் ஒன்றரை லட்சம் அரசு ஊழியர்களை வீட்டுக்கு அனுப்பி வைத்த தன்னுடைய ஈகோவுக்கு உடனடி எதிர்வினையாக அந்த தேர்தலில் ஆட்சியை பறிகொடுத்தபோது, அடுத்த தேர்தலில் வெற்றி பெற்று முதல்வரான நிலையில், அரசு ஊழியர்களுடன் இணக்கமான உறவு நிலையை கடைப்பிடிக்கும் பாடத்தை கற்றுக் கொண்டவர் ஜெயலலிதா.

தமிழக முதல்வராக ஜெயலலிதா இருந்தபோது நரேந்திர மோடி தலைமையிலான மத்திய அரசின் சில திட்டங்களை ஆதரித்து வந்தார்.

அதே நேரம் மக்களை பாதிக்கும் எந்த திட்டத்துக்கும் மத்திய அரசுக்கு ஆதரவு தருவதில்லை என்று ஜெயலலிதா உறுதியாக இருந்தார்.

குறிப்பாக மத்திய அரசு கொண்டு வர துடித்த தேசிய உணவு பாது காப்புத் திட்டம், உதய் மின் திட்டம், தேசிய அளவிலான தகுதி நுழைவுத் தேர்வு திட்டம் (நீட் அத்தியாவசிய பொருட்களின் விலை உயர வழி வகுக்கும் நான்கு அடுக்கு வரிமுறையான மத்திய விற்பனை வரிமுறை (ஜி.எஸ்.டி) உள்ளிட்ட திட்டங்களை அ.தி.மு.க. ஆதரிக்காது என்று ஜெயலலிதா கூறியதுடன் இந்தத் திட்டங்களுக்கு எதிராக மத்திய அரசை கண்டித்து பல்வேறு அறிக்கைகள் மற்றும் கடிதம் மூலம் பிரதமரை கண்டித்து வந்தவர்.

குறிப்பாக மத்திய அரசின் திட்டங்களை தேசிய உணவு பாதுகாப்புச் சட்டம் மாநிலங்களின் உரிமையைப் பறிக்கும் சொல் என்றும் நாங்கள் கூறும் திருத்தங்களை மேற்கொள்ள வேண்டும் என்றும் ஜெயலலிதா கூறி இருந்தார்.

அதேபோன்று உதய் மின் திட்டம் அமல்படுத்தினால் தனியார் வங்கி களும் தனியார் மின் உற்பத்தி நிறுவனங்களும் தான் பயன்பெறுவார்கள். மக்களுக்கு பாதிப்பு ஏற்படும் என்று வெளிப்படையாக எதிர்த்து வந்தார்.

தேசிய அளவிலான தகுதி நுழைவுத்தேர்வு திட்டம் (நீட்) மாநில உரிமைகளை மீறும் செயல். நீட் நுழைவுத் தேர்வு முறையால் கிராமப்புற மாணவர்கள் சமூக பொருளாதாரத்தில் பின்தங்கிய மாணவர்கள் பாதிக்கப்படுவார்கள். எனவே பொது நுழைவுத்தேர்வு முறையை அமல்படுத்தக் கூடாது என்று எதிர்த்து மத்திய அரசுக்கு 2016ம் ஆண்டு மே மாதம் கடிதம் எழுதினார்.

துரதிஷ்டவசமாக தமிழகத்திற்கு எதிரான திட்டங்கள் என்று கூறி முதல்வர் ஜெயலலிதா ஆதாரங்களுடன் எதிர்த்து வந்த திட்டங்கள் இப்போது ஒவ்வொன்றாக நிறைவேற்றப்பட்டு வருகின்றன.

அதுவும் ஜெயலலிதா உடல் நலம் பாதிக்கப்பட்டு கடந்த செப்டம்பர் 22-ஆம் தேதி மருத்துவமனையில் அனுமதிக்கப்பட்டிருந்த சமயத்தில் எந்தவித சப்தமின்றி தமிழக அரசு ஒப்புதலுடன் நிறைவேற்றி வருகிறது.

தமிழக அமைச்சர்கள் அதிகாரிகள் டெல்லிக்கே சென்று இந்த மக்கள் விரோத திட்டங்களுக்கு ஆதரவு தெரிவித்து கையெழுத்து போட்டு வந்துள்ளனர்.

மறைந்த முதல்வர் ஜெயலலிதாவின் விருப்பத்தின் அல்லது வழிகாட்டு தலின்படி இந்தத் திட்டங்கள் நிறைவேற்றப்பட்டதா என்பதை தெளிவு படுத்த வேண்டும் என்பது அ.தி.மு.க. விசுவாசிகள் மற்றும் பொது மக்கள் கோரிக்கையாக உள்ளது. ஜெயலலிதாவின் வெற்றிடம் மத்திய அரசை எதிர்த்து ஒன்றுமே செய்ய முடியாத சூழ்நிலை அ.தி.மு.க. தலைவர்களுக்கு ஏற்படுத்தியுள்ளது என்று சந்தேகிக்க வேண்டியுள்ளது. 1981ல் அ.தி.மு.க. வில் இணைந்து அக்கட்சியின் கொள்கை பரப்புச் செயலாளரானார் ஜெயலலிதா. அதன்பிறகு 1984-ஆம் ஆண்டு நாடாளுமன்ற மாநிலங் களவை உறுப்பினரான இவருக்கு 185வது இருக்கை அளிக்கப்பட்டது.

எம்.ஜி.ஆரின் மறைவுக்குப் பின்னர் இரண்டு ஆண்டுகள் கழித்து 1989வது ஆண்டில் அதிமுகவின் தலைமைப் பொறுப்பேற்று அதன் பொதுச் செயலாளர் ஆனார்.

முன்னாள் முதல்வர் எம்.ஜி.ஆரின் இறப்புக்குப் பின்னர் அவரது அரசியல் வாரிசாக ஜெயலலிதா தன்னை அறிவித்துக் கொண்டார். ஜானகி ராமச்சந்திரனுக்குப் பிறகு தமிழ்நாட்டின் இரண்டாவது பெண் முதல்வராக தேர்ந்தெடுக்கப்பட்டார்.

1989ல் போடி நாயக்கனூர் சட்டமன்ற தேர்தலில் போட்டியிட்டு வெற்றி பெற்றார் ஜெயலலிதா. 1989 முதல் 1991 வரை சட்டமன்ற எதிர்க் கட்சித் தலைவராக இருந்தார் ஜெயலலிதா.

1991-ஆம் ஆண்டில் பர்கூர், காங்கேயம் தொகுதிகளில் நின்று சட்ட மன்றத் தேர்தலில் வெற்றி பெற்றார். 1991-ஆம் ஆண்டு மே மாதம் நடை பெற்ற சட்டமன்றப் பொதுத் தேர்தலில் ஜெயலலிதா தலைமையிலான அ.தி.மு.க. 168 இடங்களில் போட்டியிட்டு 164 இடங்களில் வெற்றி பெற்று ஆட்சியைக் கைப்பற்றியது. ஜெயலலிதா தமிழகத்தின் 11வது முதல்வரானார். இவர் மீது வழக்குகள் இருந்ததால் உச்சநீதி மன்ற ஆணையின்படி நான்கே மாதத்தில் பதவி விலகினார்.

இவர் மீதான தண்டனை டான்சி வழக்கில் நீக்கப்பட்டதைத் தொடர்ந்து 2002 மார்ச் மாதம் மீண்டும் முதல்வராகப் பதவியேற்றார் ஜெயலலிதா.

1998-ஆம் ஆண்டு நடைபெற்ற நாடாளுமன்ற பொதுத்தேர்தலில் 18 இடங்களில் வெற்றி பெற்று வாஜ்பாய் தலைமையில் அமைந்த மத்திய அரசில் அ.தி.மு.க. அங்கம் வகித்தது.

2001-ஆம் ஆண்டு மே மாதம் நடைபெற்ற சட்டமன்ற பொதுத் தேர்தலில் 132 இடங்களில் வெற்றி பெற்று அ.தி.மு.க. ஆட்சியில் அமர்ந்தது.

2002 பிப்ரவரி 21ல் நடைபெற்ற சட்டமன்ற இடைத்தேர்தலில் ஆண்டிப்பட்டியில் போட்டியிட்டு வென்றார்.

மார்ச் 2, 2002ல் தமிழக முதல்வராகப் பொறுப்பேற்று மே 12, 2006 வரை நீடித்தார் ஜெயலலிதா.

2006ல் நடந்த 13வது சட்டசபைத் தேர்தலில் ஜெயலலிதா தலைமை யிலான அதிமுக 61 இடங்களை மட்டுமே கைப்பற்றி எதிர்க்கட்சி வரிசைக்கு சென்றது. 2006லும் ஜெயலலிதா ஆண்டிப்பட்டி தொகுதியில் நின்றே வெற்றி பெற்றார்.

2011-ஆம் ஆண்டு ஏப்ரல் மாதம் நடைபெற்ற சட்டமன்றத் தேர்தலில் ஜெயலலிதா தலைமையிலான அதிமுக 150 இடங்களில் வெற்றி பெற்றது. ஜெயலலிதா இந்தத் தேர்தலில் ஸ்ரீரங்கம் தொகுதியில் நின்று வெற்றி பெற்று மீண்டும் முதல்வரானார்.

2011-ஆம் ஆண்டு அக்டோபர் மாதம் நடைபெற்ற உள்ளாட்சித் தேர்தலில் அப்போது இருந்த 10 மாநகராட்சிகளிலும் வெற்றி பெற்றது அ.தி.மு.க.

2014-ஆம் ஆண்டு நடைபெற்ற நாடாளுமன்ற பொதுத் தேர்தலில் தமிழகம் மற்றும் புதுவையில் உள்ள 40 தொகுதிகளிலும் ஜெயலலிதாவின் தலைமையில் தனித்துப் போட்டியிட்ட அ.தி.மு.க. 37ல் வென்று வரலாற்று சாதனை புரிந்தது. மேலும் நாடாளுமன்றத்தில் மூன்றாவது பெரிய கட்சி என்ற பெருமையும் பெற்றது. ஜெயலலிதா மீண்டும் முதலமைச்சர் ஆனார்.

1991 - 96 பதவிக் காலத்தில் வருமானத்துக்கு மீறிய சொத்து சேர்த்ததாக தொடரப்பட்ட வழக்கில் 2014-ஆம் ஆண்டு செப்டம்பர் 14ல் பெங்களூரு நீதிமன்றம் ஜெயலலிதா குற்றவாளி என தீர்ப்பு வழங்கியதால் முதல்வர் பதவியை இழந்தார்.

மே 11, 2015ல் சொத்துக் குவிப்பு வழக்குக்கு எதிராக ஜெயலலிதாவால் தொடுக்கப்பட்ட மேல்முறையீட்டு வழக்கில் ஜெயலலிதா விடுவிக்கப் பட்டார்.

மே 23, 2015ல் நடைபெற்ற ஆர்.கே. நகர் இடைத்தேர்தலில் ஜெய லலிதா வெற்றி பெற்று தமிழகத்தின் 18வது முதல்வராக பொறுப்பேற்றார்.

2016ம் ஆண்டு மே 23ல் நடைபெற்ற சட்டமன்றப் பொதுத்தேர்தலில் அ.தி.மு.க. தமிழகத்தில் உள்ள 234 தொகுதிகளில் 227ல் நேரடியாகவும் 7ல் அ.தி.மு.க. கூட்டணியில் இருந்த மற்ற கட்சிகள் அ.தி.மு.க.வின் இரட்டை இலை சின்னத்திலும் போட்டியிட்டு 134 தொகுதிகளில் வென்று ஆட்சியை தக்க வைத்தது. 1984-ஆம் ஆண்டுக்குப் பிறகு ஆளுங்கட்சி மீண்டும் ஆட்சியை தக்க வைத்தது 2016ல் தான். இந்தத் தேர்தலிலும் ஜெயலலிதா ஆர்.கே. நகர் தொகுதியில் நின்று தான் வெற்றி பெற்றார்.

போயஸ் தோட்டத்து விருந்துகள்

சென்னை உயர்நீதிமன்றம் மற்றும் உச்சநீதிமன்றத்தில் இருந்த ஜெயலலிதா மீதான இரண்டு வழக்குகளுக்கு தற்போது மத்திய சட்டம் மற்றும் நீதித்துறை அமைச்சர் ரவிசங்கர் பிரசாத் வழக்கறிஞராக ஆஜராகிய காலத்தில், அந்த வழக்குக்கான பல்வேறு யோசனைகளை மிகவும் கூர்மையாக எடுத்துரைப்பாராம்.

அதனைக் கண்டு வியந்துபோன ரவிசங்கர் பிரசாத் "நீங்கள் எப்போதாவது சட்டத்துறையில் பணியாற்ற விரும்பியது உண்டா?" எனக் கேட்டார்.

"நான் வழக்கறிஞர் ஆகவே விரும்பினேன், ஆனால் எனது குடும்பச் சூழல் என்னை நடிகை ஆக்கிவிட்டது..." என்று ஜெயலலிதா கூறியிருக்கிறார்.

எந்த ஒரு விசயத்தையும் அவர் தெளிவாகவும் விரிவாகவும் புரிந்து வைத்திருப்பதை கவனித்து வந்துள்ளார் ரவிசங்கர் பிரசாத்.

தமிழக போலீசாருக்கு மழை கோட் அளித்ததன் பின்னணியை ஒரு முறை ஜெயலலிதா அவரிடம் பகிர்ந்து கொண்டுள்ளார்.

கடும் மழை பெய்து கொண்டிருந்த போது ஜெயலலிதா தமது வாகனத்தில் சென்று கொண்டிருந்த நிலையில், பெண் போலீசார் மழையில் நனைந்தபடி பாதுகாப்புப் பணியில் ஈடுபட்டிருந்ததைக் கண்டு கவலை அடைந்த அவர் உடனடியாக தமிழக போலீசாருக்கு இலவசமாக மழை கோட் அளிக்க உத்தரவிட்டுள்ளார்.

மறைந்த முன்னாள் முதல்வர் ஜெயலலிதாவின் நெருங்கிய நண்பராக அவருடன் பழகிய பல சந்தர்ப்பங்கள் ஜெயலலிதாவின் அரசியல் வளர்ச்சியை ரவிசங்கர் பிரசாத் அறிந்து கொள்ள வாய்ப்பளித்தது.

வாஜ்பாய் தலைமையிலான அரசில் செய்தி மற்றும் ஒலிபரப்புத் துறை அமைச்சராக இருந்த போது ஜெயலலிதா பற்றி நிறைய அறிந்து கொள்ளும் அனுபவம் அவருக்கு கிட்டியுள்ளது.

அக்கால கட்டத்தில் தொலைக்காட்சிகளுக்கான உரிமைகள் பற்றிய விசயத்தில் இருவரும் பலமுறை ஆரோக்கியமான விவாதம் மற்றும் ஆலோசனைகளில் ஈடுபட்டுள்ளார்கள்.

அதில் பலமுறை கருத்து ரீதியான வேறுபாடுகள் அவர்களுக்கிடையே இருந்துள்ளது. எனினும் அத்தகைய சந்திப்புகள் இருவருக்குமிடையே ஒரு நல்ல நட்பை வளர்த்தது.

2004-ஆம் ஆண்டில் மக்களவை தேர்தலை ஒட்டி பா.ஜ.க. - அ.தி.மு.க. இடையே கூட்டணிப் பேச்சுவார்த்தை நடந்தது. அதன் பொருட்டு சென்னை சென்ற ரவிசங்கர் பிரசாத்துக்கும், அத்வானிக்கும் தனது போயஸ் தோட்ட இல்லத்தில் சிறப்பான விருந்து வைத்தார்.

அதன் பின்னர் ஜெயலலிதா டெல்லிக்கு வந்தாலும் ரவிசங்கர் பிரசாத் சென்னைக்கு வந்தாலும் இருவரும் சந்தித்து நட்பு பரிமாறிக் கொள்வது தொடர்ந்துள்ளது.

தமிழக பா.ஜ.க. பொறுப்பாளராக ரவிசங்கர் பிரசாத் இருந்தபோது அவர்களது சந்திப்புகள் அதிகமாயின.

துக்ளக் இதழின் ஆண்டு விழாவில் பங்கேற்க அப்போது குஜராத் முதல்வராக இருந்த நரேந்திர மோடி சென்னைக்கு வந்திருந்தார்.

அப்போது மோடிக்கு போயஸ் தோட்டத்தில் அளிக்கப்பட்ட விருந்தில் ரவிசங்கர் பிரசாத்தும் கலந்து கொண்டார்.

அந்த விருந்தில் நாற்பத்தெட்டு வகையான தமிழக உணவுகள் பரிமாறப் பட்டன. இது மோடி ஜெயலலிதா இடையே மிகவும் மகிழ்ச்சியான சந்திப்பாக அமைந்தது.

போட்டி நிறைந்த தமிழக அரசியலில் மிகப் பெரிய தலைவராக உருவெடுத்தார் ஜெயலலிதா என்பதை மத்திய அமைச்சர் ரவிசங்கர் பிரசாத் பத்திரிகைகளில் அழுத்தமாக பதிவு செய்துள்ளார்.

❑

நான்காவது முறையாக முதல்வர் பதவியேற்ற கலைஞர்!

தி.மு.க. விடுதலைப் புலிகளுக்கு ஆதரவாக செயல்பட்டது என்று குற்றம் சாட்டி ஆட்சிக்கு வந்த ஜெயலலிதாவின் ஆட்சிக் காலத்தில் விடுதலைப் புலிகள் என்று கூறி சிறைகளில் அடைக்கப்பட்டிருந்தவர்கள் அடிக்கடி தப்பிக்கும் நிகழ்வுகள் நடைபெற்றன.

ஜெயலலிதாவின் ஆட்சி இத்தகைய குற்றச்சாட்டுகளை எதிர் கொண்டிருந்த நிலையில் தி.மு.க.விலும் நிலைமை அமைதியாக இல்லை.

கட்சிக்கு சொல்லாமல் வைகோ யாழ்ப்பாணத்துக்கு ரகசிய பயணத்தை மேற்கொண்ட விவகாரம் கட்சிக்குள் பெரும் சலசலப்பை ஏற்படுத்தி யிருந்தது.

இதனையடுத்து தமிழக அரசின் தலைமை செயலரிடமிருந்து கருணா நிதிக்கு ஒரு கடிதம் அனுப்பப்பட்டது. அந்தக் கடிதத்தில் விடுதலைப் புலிகளால் அவரது உயிக்கு ஆபத்து வரலாம் என மத்திய அரசுக்கு தகவல் தெரிய வந்திருப்பதால் அவருக்கு உரிய பாதுகாப்பை வழங்க முதலமைச்சர் கூறியிருப்பதாக அந்தக் கடிதம் தெரிவித்தது. இந்தச் செய்தியை செய்தியாளர்களிடம் தெரிவித்தார் கருணாநிதி.

இதனையடுத்து அறிக்கை ஒன்றை வெளியிட்ட வைகோ, ''மத்திய அரசின் உளவுத் துறையினர் தி.மு.க.வில் குழப்பத்தை ஏற்படுத்த கடந்த சில மாதங்களாக முயன்று வருவதாக தலைவர் கலைஞர் பலமுறை கூறி யிருப்பதை நினைவு கூர்கிறேன். என்னால் திமுக தலைவர் கலைஞருக்கோ கட்சிக்கோ கடுகளவும் கேடு வராமல் தடுக்க என்னைப் பலியிடத்தான் வேண்டுமென்றால் அதற்கும் நான் சித்தமாக இருக்கிறேன்'' என்று தெரிவித்திருந்தார்.

வை.கோ.வுக்கு ஆதரவாக தி.மு.க.வில் ஒரு பிரிவினர் திரள ஆரம்பித்தனர். இதன் உச்சகட்டமாக வை.கோ.வுக்கு விளக்கம் கேட்டு கடிதம் அனுப்பினார் பொதுச் செயலாளர் க. அன்பழகன். முடிவில் 1993-ஆம் ஆண்டு நவம்பர் மாதம் 11-ஆம் தேதி கட்சியிலிருந்து நீக்கப் பட்டார் வை.கோ.

அவருடன் குறிப்பிடத்தக்க எண்ணிக்கையில் தி.மு.க.வின் மாவட்டச் செயலாளர்கள் பிரிந்து சென்றனர். இதைத் தொடர்ந்து மறுமலர்ச்சி திராவிட முன்னேற்றக் கழகம் என்ற பெயரில் புதிய கட்சியைத் துவங்கிய வைகோ, அ.தி.மு.க.வுக்கும், தி.மு.க.வுக்கும் மாற்றாக அந்தக் கட்சியை முன்வைத்தார்.

ஜெயலலிதாவின் 5 ஆண்டுகால ஆட்சி முடிவை நெருங்கிய போது ஜெயலலிதா மீதும் அவரது அமைச்சர்கள் பலர் மீதும் பெரும் ஊழல் குற்றச்சாட்டுகள் இருந்தன.

பாட்ஷா படத்தின் வெள்ளிவிழாவில் தமிழ்நாட்டின் ஒழுங்கு பிரச்சனை குறித்து ரஜினிகாந்த் குறிப்பிட்ட கருத்துகளுக்கு மேடையில் இருந்த ஆர்.எம். வீரப்பன் மறுப்பு தெரிவிக்கவில்லை என்பதால் அவரை அமைச்சர் பதவியிலிருந்து நீக்கினார் ஜெயலலிதா.

இதற்காக ஆர்.எம்.வீரப்பனிடம் மன்னிப்பு கேட்ட ரஜினிகாந்த் 1995 செப்டம்பர் மாத இறுதியில் அறிக்கை ஒன்றை வெளியிட்டார்.

அதில் ''அ.தி.மு.க.வினரும் எம்.ஜி.ஆர். ரசிகர்களும் தொண்டர்களும் செல்வி ஜெயலலிதா தலைமையில் மறுபடியும் ஆட்சி அமைத்துக் கொடுத்தால் தமிழக மக்களை ஆண்டவனாலும் காப்பாற்ற முடியாது'' என கூறியிருந்தார்.

இப்படியான நிகழ்வுகளுக்கு மத்தியில் தமிழகத்தில் தேர்தல் நெருங்கியது. ஜெயலலிதா மீது கடுமையான எதிர்ப்புணர்வு உருவாக விருந்த நிலையில், கூட்டணிகளை அமைப்பதில் மும்மரம் காட்டியது திமுக.

அதேசமயம் ரஜினிகாந்தை முன்னிலைப்படுத்தி, காங்கிரஸ் தேர்தலைச் சந்திக்க வேண்டும் என்ற குரல்களும் எழுந்து கொண்டிருந்தன.

இந்த நிலையில் திடீரென அதிமுகவுடன் கூட்டணி அமைக்கப் போவ தாக அறிவித்தார் பிரதமர் பி.வி. நரசிம்ம ராவ். இந்த அறிவிப்பு தமிழக காங்கிரஸ் தலைவர்களிடம் பெரும் அதிர்ச்சியை ஏற்படுத்தியது.

அ.தி.மு.க. மீது அதிருப்தி அலை எழுந்திருப்பதால் அக்கட்சியுடன் கூட்டணி வைக்கக்கூடாது என மூப்பனார் உள்ளிட்ட தலைவர்கள் தில்லி சென்று வலியுறுத்தி வந்த நிலையிலும் இந்தக் கூட்டணி அறிவிப்பு வெளி வந்தது.

இதையடுத்து தமிழ்நாடு காங்கிரஸ் கட்சி இரண்டாக உடைந்தது. மூப்பனார், ப.சிதம்பரம் தனியாகப் பிரிந்து தமிழ் மாநில காங்கிரஸ் என்ற கட்சியை உருவாக்கினார். அந்தக் கட்சி தி.மு.க.வுடன் கூட்டணி அமைத்தது.

இந்திய கம்யூனிஸ்ட் கட்சியில் இந்த கூட்டணியில் இணைந்தது. இதற்கு ரஜினிகாந்த்தின் ஆதரவும் இருந்தது.

எஞ்சியிருந்த ம.தி.மு.க., பா.ம.க., சி.பி.எம்., ஜனதா தளம் ஆகியவை தொடர்ந்து பேச்சு வார்த்தை நடத்தின. ஆனால் கூட்டணிக்கு யார் தலைமை ஏற்பது என்பது தொடர்பான உடன்பாடு எட்டப்படாததால் ம.தி.மு.க., பா.ம.க., கூட்டணிகள் ஏற்படவில்லை.

ஆகவே ம.தி.மு.க., மார்க்சிஸ்ட் கம்யூனிஸ்ட் கட்சி, ஜனதா தளம் உள்ளிட்ட கட்சிகளைக் கொண்ட ஒரு கூட்டணியை உருவாக்கினார் வை.கோ.

பாட்டாளி மக்கள் கட்சி, வாழப்பாடி தலைமையில் இருந்த திவாரி காங்கிரஸ் கட்சி உள்ளிட்ட கட்சிகளுடன் சேர்ந்து ஒரு கூட்டணியை அழைத்தது.

அ.தி.மு.க. கூட்டணியை பொறுத்தவரை சட்டமன்ற தேர்தலில் அக் கட்சி 168 தொகுதிகளிலும் காங்கிரஸ் 66 தொகுதிகளிலும் போட்டியிடுவ தென முடிவானது. நாடாளுமன்ற தேர்தலைப் பொறுத்தவரை அ.தி.மு.க. வுக்கு 10 இடங்களும் காங்கிரசுக்கு 30 இடங்களும் ஒதுக்கப்பட்டன.

தி.மு.க. கூட்டணியில் தமிழ் மாநில காங்கிரஸ் கட்சிக்கு 40 சட்ட மன்றத் தொகுதிகளும், நாடாளுமன்றத் தொகுதிகளும் ஒதுக்கப்பட்டன. இந்திய கம்யூனிஸ்ட் கட்சிக்கு 11 சட்டமன்றத் தொகுதிகளும், 2 நாடாளு மன்றத் தொகுதிகளும் ஒதுக்கப்பட்டன.

முஸ்லிம் லீக், அகில இந்திய பார்வர்டு பிளாக் கட்சிக்கு 5, 2 என சட்ட மன்ற தொகுதிகள் ஒதுக்கப்பட்டன. முடிவாக திமுக 176 சட்டமன்றத் தொகுதிகளிலும் 17 நாடாளுமன்ற தொகுதிகளிலும் போட்டியிட்டது.

பாட்டாளி மக்கள் கட்சி கூட்டணியில் அக்கட்சி 116 இடங்களில் போட்டியிட்டது. திவாரி காங்கிரஸ் 50 இடங்களில் போட்டியிட்டது. ம.தி.மு.க. கூட்டணியில் ம.தி.மு.க. 175 இடங்களிலும் மார்க்சிஸ்ட் கம்யூனிஸ்ட் கட்சி 40 இடங்களிலும், ஜனதா தளம் 17 இடங்களிலும் சமாஜ்வாதி கட்சி இரண்டு இடங்களிலும் போட்டியிட்டன. வைகோ விளாத்திகுளம் சட்டமன்ற தொகுதியில் போட்டியிட்டார்.

அ.தி.மு.க. மீது கடுமையான ஊழல் குற்றச்சாட்டுகள் இருந்தாலும் தொட்டில் குழந்தைத் திட்டம் உள்ளிட்ட திட்டங்களை முன்வைத்து பிரம்மாண்டமான பிரச்சாரத்தில் இறங்கினார் ஜெயலலிதா.

ஆனால் தி.மு.க. காங்கிரஸ் கூட்டணியின் பிரச்சாரம் ஜெயலலிதா ஆட்சிக் காலத்தில் நடந்த முறைகேடுகளை குறிவைத்து இருந்தது.

இந்த முறை தமிழ்நாட்டில் தேர்தல் இரண்டு கட்டங்களாக ஏப்ரல் 27-ஆம் தேதியும், மே 2-ஆம் தேதியும் நடைபெற்றன. எதிர்பார்த்தபடியே தி.மு.க. கூட்டணி அபார வெற்றி பெற்றிருந்தது. அந்த அணிக்கு மொத்த மாக 220 இடங்கள் கிடைத்தன. அதில் தி.மு.க. மட்டும் 173 இடங்களிலும், த.மா.கா. 39 இடங்களிலும், சி.பி.ஐ. 8 இடங்களிலும், பார்வர்டு பிளாக் ஒரு இடத்திலும் வெற்றி பெற்றன.

நாடாளுமன்ற தேர்தலைப் பொறுத்தவரை புதுச்சேரியைத் தவிர, அனைத்து இடங்களையும் தி.மு.க. கூட்டணி கைப்பற்றியது.

அ.தி.மு.கூட்டணி சார்பில் டி.ஆர். சுந்தரம், திருநாவுக்கரசு, தாமரைக் கனி, கருப்பசாமி ஆகிய நான்கு பேர் மட்டுமே வெற்றி பெற்றிருந்தனர். காங்கிரஸ் கட்சியைப் பொறுத்தவரை, புதுச்சேரி மக்களவைத் தொகுதியைத் தவிர வேறு எந்தத் தொகுதியிலும் வெற்றி பெறவில்லை. பாட்டாளி மக்கள் கட்சி நான்கு சட்டமன்றத் தொகுதிகளைக் கைப்பற்றியது.

ஆனால் வை.கோ.வின் கூட்டணியில் ம.தி.மு.க. அனைத்து இடங்களிலும் தோல்வி அடைந்தது. கூட்டணி கட்சியான ஜனதா தளத்திற்கும் சி.பி.எம்.மிற்கும் தலா ஒரு இடம் கிடைத்தது.

இந்தத் தேர்தலில் ஜெயலலிதா வைகோ உள்ளிட்ட தலைவர்கள் தோற்றுப் போயினர்.

ஆளுநர் சென்னா ரெட்டி பதவிப் பிரமாணம் செய்து வைக்க மே 13-ஆம் தேதி நான்காவது முறையாக முதல்வராகப் பதவியேற்றார் மு.கருணாநிதி.

இதற்கு முன்பு காமராஜர், எம்.ஜி.ஆர், மு.கருணாநிதி ஆகியோர் மூன்று முறை முதல்வராக பதவியேற்றிருந்தனர்.

மு. கருணாநிதி அமைத்த அமைச்சரவையில் க. அன்பழகன், நாஞ்சில் மனோகரன், ஆற்காடு வீராசாமி, கே.என். நேரு, ரகுமான்கான் உள்ளிட்ட 28 பேர் இடம் பெற்றிருந்தனர்.

❑

புரூக்ளின் மருத்துவமனையிலிருந்தபடியே முதல்வரான எம்.ஜி.ஆர்.

தமிழக முதலமைச்சர் எம்.ஜி.ஆருக்கு திடீரென உடல் நலக் குறைவு ஏற்பட்ட நிலையில், 1984-ஆம் ஆண்டு அக்டோபர் 5-ஆம் தேதியன்று சென்னை அப்பல்லோ மருத்துவமனையில் சேர்க்கப்பட்டார்.

முதலில் ஆஸ்துமா தொந்தரவினால் அவருக்கு மூச்சுத் திணறல் ஏற்பட்டிருப்பதாகச் சொல்லப்பட்டது. விரைவிலேயே அவருக்கு சிறுநீரக செயலிழப்பு ஏற்பட்டிருப்பது கண்டறியப்பட்டது.

மூளையில் ரத்தம் உறைந்ததால் அவருக்கு வலதுபுற கை, கால்களும் செயலிழந்தன. இதையடுத்து அவரை அமெரிக்காவுக்கு அழைத்துச் சென்று சிகிச்சையளிக்க முடிவு செய்யப்பட்டது.

இந்த நிலையில் நாடு முழுவதையும் அதிர வைக்கும் ஒரு சம்பவம் நடைபெற்றது. அக்டோபர் 31-ஆம் தேதியன்று பிரதமர் இந்திரா காந்தி அவருடைய பாதுகாவலர்களாலேயே சுட்டுக் கொல்லப்பட்டார். உடனடியாக அவரது மகன் ராஜீவ் காந்தி பிரதமராகப் பொறுப்பேற்றார்.

அதன்பிறகு நவம்பர் 5-ஆம் தேதியன்று எம்.ஜி.ஆர். தனி விமானம் மூலம் அமெரிக்கா கொண்டு செல்லப்பட்டார்.

இதற்கிடையில் இந்திராவின் மரணத்திற்குப் பிறகு பிரதமராகப் பதவி யேற்றிருந்த ராஜீவ் காந்தி தேர்தலை சந்தித்து தன் பலத்தை நிரூபிக்க விரும்பினார். இதையடுத்து நாடாளுமன்றம் கலைக்கப்படுவதாக நவம்பர் 13-ஆம் தேதி அறிவிப்பு வெளியானது.

இந்தச் சூழலில் மாநில அரசையும் கலைத்துவிட்டு தேர்தலைச் சந்திக்க லாம் என அ.தி.மு.க. தலைவர்கள் விரும்பினார்கள். அந்தத் தருணத்தில் முதலமைச்சர் பொறுப்பினை ஏற்று செயல்பட்டு வந்த நெடுஞ்செழியன் பிரதமரை சந்தித்துப் பேசினார். இதற்கு ராஜீவ் ஒப்புதல் அளித்தார்.

இதன்பிறகு தமிழக சட்டப்பேரவை கலைப்பதற்கான தீர்மானம் நிறை வேற்றப்பட்டது. நவம்பர் 15-ஆம் தேதியன்று ஆளுநர் இதற்கான அறிவிப்பை வெளியிட்டார்.ஆனால் தி.மு.க. இதற்குக் கடும் எதிர்ப்பை தெரிவித்தது.

முதலமைச்சரின் அறிவுரை இல்லாமல் ஆளுநர் இம்மாதிரி முடிவெடுத்தது தவறான முன்னுதாரணம் என்றது தி.மு.க.

ஆனால் விரைவிலேயே தமிழகத்திற்கான தேர்தல் தேதிகள் அறிவிக்கப் பட்டன. டிசம்பர் 24-ஆம் தேதி ஒரே கட்டமாக தேர்தல் நடக்குமென அறிவிக்கப்பட்டு விட்டது.

எதிர்பார்த்ததைப் போலவே அதிமுக காங்கிரஸ் ஆட்சி இடையில் கூட்டணி அமைக்கப்பட்டது. 153 இடங்களில் அ.தி.மு.க.வும், 72 இடங்களில் காங்கிரசும், 4 இடங்களில் கா.கா.தே.கா.வும், 3 இடங்களில் பார்வர்டு பிளாக்கும் போட்டியிடுவதென முடிவு செய்யப்பட்டது. நாடாளுமன்றத் தேர்தலில் காங்கிரசுக்கு கூடுதல் இடங்களை விட்டுக் கொடுத்தது அ.தி.மு.க.

அதன்படி காங்கிரஸ் புதுச்சேரி உட்பட 27 தொகுதிகளில் போட்டி யிட்டது. அ.தி.மு.க. 13 தொகுதிகளில் போட்டியிட்டது. கா.கா.தே.கா. வுக்கு ஒரு இடம் ஒதுக்கப்பட்டது.

ஏற்கனவே அ.தி.மு.க. கூட்டணி முடிவு செய்யப்பட்டு விட்ட நிலையில் தி.மு.க. கூட்டணியில் இடது சாரிக் கட்சிகள், ஜனதா, முஸ்லிம் லீக், தமிழ்நாடு காமராஜ் காங்கிரஸ், உழவர் உழைப்பாளர் கட்சி, தமிழ்நாடு பார்வர்டு பிளாக் ஆகிய கட்சிகள் இடம் பெற்றிருந்தன.

தி.மு.க. 158 இடங்களிலும், ஜனதா கட்சி 17 இடங்களிலும், இந்திய கம்யூனிஸ்ட் கட்சி 17 இடங்களிலும், மார்க்சிஸ்ட் கம்யூனிஸ்ட் கட்சி 16 இடங்களிலும், காமராஜ் காங்கிரஸ் 7 இடங்களிலும், முஸ்லிம் லீக் 6 இடங்களிலும், தமிழ்நாடு பார்வர்டு பிளாக் 3 இடங்களிலும், உழவர் உழைப்பாளர் கட்சி 10 இடங்களிலும் போட்டியிட்டன.

அமெரிக்காவில் சிகிச்சை பெற்று வந்த எம்.ஜி.ஆர். இந்தத் தேர்தலில் ஆண்டிப்பட்டி தொகுதியில் போட்டியிடுவார் என அறிவிக்கப்பட்டது. இதற்காக வேட்புமனு அமெரிக்காவுக்கு எடுத்துச் செல்லப்பட்டு, அந்நாட்டு இந்தியத் தூதுவர் அருண்பட்வர்தன் முன்னிலையில் கையெழுத்திடப்பட்டது.

இப்படி வேட்புமனு தாக்கல் செய்வதற்கு எதிர்க்கட்சிகள் எதிர்ப்புத் தெரிவித்தன. இருந்தபோதும் எம்.ஜி.ஆரின் வேட்பு மனுவை தேர்தல் ஆணையம் ஏற்றுக் கொண்டது.

இந்த நிலையில் எதிர்க்கட்சிகள் எம்.ஜி.ஆரின் உடல்நிலை குறித்து சந்தேகங்களை எழுப்பவே அவரைப் பற்றிய வீடியோ படம் ஒன்று அமெரிக்காவில் உருவாக்கப்பட்டு தமிழ்நாடு முழுவதும் உள்ள திரையரங்குகளில் திரையிடப்பட்டது.

வெற்றித் திருமகன் என்று பெயரிடப்பட்ட 10 நிமிடம் ஓடக்கூடிய அந்த வீடியோ 100 பிரிண்ட்டுகள் போடப்பட்டு காண்பிக்கப்பட்டார்.

இந்தப் படத்தில் எம்.ஜி.ஆர். அமெரிக்காவில் மருத்துவமனையில் எழுந்து அமர்ந்திருப்பது உணவு அருந்துவது, இரட்டை இலையைக் காண்பிப்பது போன்ற காட்சிகள் இடம் பெற்றிருந்தன. இந்தப் படம் வாக்காளர்களின் ஆர்வத்தைப் பெருமளவில் தூண்டியதோடு பெரும் பரபரப்பையும் ஏற்படுத்தியது.

தேர்தல் டிசம்பர் 24-ஆம் தேதி நடக்கவிருந்த நிலையில், அதற்கு ஐந்து நாட்களுக்கு முன்பாக 19-ஆம் தேதியன்று எம்.ஜி.ஆருக்கு சிறுநீரக மாற்று அறுவை சிகிச்சை நடைபெற்றது. அறுவை சிகிச்சை வெற்றி என்றும் அறிவிக்கப்பட்டது.

இந்திரா காந்தியின் மரணத்தால் ஏற்பட்ட அனுதாப அலையும் எம்.ஜி.ஆரின் உடல் நலமில்லாமல் இருப்பதால் ஏற்பட்ட பச்சாதாப உணர்வும் அ.தி.மு.க. கூட்டணிக்கு பெரும் வெற்றியைத் தரும் என்று

கணிக்கப்பட்டது. மேலவை உறுப்பினராக இருந்ததால் இந்தத் தேர்தலில் தி.மு.க. தலைவர் மு. கருணாநிதி போட்டியிடவில்லை.

இந்தத் தேர்தலில்தான் மு.க. ஸ்டாலின் முதன் முதலாக சட்டமன்றத் தேர்தலில் களமிறங்கினார். ஆயிரம் விளக்குத் தொகுதியில் அவர் போட்டியிட்டார்.

டிசம்பர் 24-ஆம் தேதி 38 நாடாளுமன்ற தொகுதிகளுக்கும், 232 சட்டமன்ற தொகுதிகளுக்கும் தேர்தல் நடைபெற்றது. வேட்பாளர்கள் இறந்ததால் வடசென்னை, நாடாளுமன்றத் தொகுதியிலும் பெரம்பலூர், எழும்பூர் சட்டமன்றத் தொகுதிகளிலும் தேர்தல் நிறுத்தப்பட்டது.

டிசம்பர் 28-ஆம் தேதி வாக்கு எண்ணிக்கை முடிவுகள் வெளியானது. எதிர்பார்த்ததைப் போலவே அ.தி.மு.க. கூட்டணி அபார வெற்றி பெற்றிருந்தது. 153 தொகுதிகளில் போட்டியிட்ட அ.தி.மு.க. 132 தொகுதிகளிலும், 72 தொகுதிகளில் போட்டியிட்ட காங்கிரஸ் 61 தொகுதிகளிலும் வெற்றி பெற்றது. கா.கா.தே.கா. இரண்டு தொகுதிகளிலும் வெற்றி பெற்றது.

தி.மு.க.வைப் பொறுத்தவரை 24 இடங்களிலும், மார்க்சிஸ்ட் ஐந்து இடங்களிலும், ஜனதா கட்சி 3 இடங்களிலும், முஸ்லிம் லீக் சி.பி.ஐ. ஆகியவை தலா இரண்டு இடங்களிலும், தமிழ்நாடு பார்வர்டு பிளாக் ஒரு இடத்திலும் வெற்றி பெற்றது.

நாடாளுமன்றத் தேர்தலைப் பொறுத்தவரை அ.தி.மு.க. கூட்டணியில் அனைத்து தொகுதிகளிலும் வெற்றி பெற்றது. தி.மு.க.வின் மத்திய சென்னை வேட்பாளரான அ.கலாநிதி மட்டும் வெற்றி பெற்றார்.

இந்தத் தேர்தலில் தி.மு.க., அ.தி.மு.க. கூட்டணி தவிர, எஸ்.டி. சோம சுந்தரம் தலைமையிலான நமது கழகமும் போட்டியிட்டு படுதோல்வி யடைந்தது. இந்தத் தேர்தலில் அ.தி.மு.க. அபார வெற்றி பெற்றிருந்தாலும் எம்.ஜி.ஆர். அமெரிக்காவில் சிகிச்சை பெற்று வந்ததால் உடனடியாக முதலமைச்சராக பதவியேற்கவில்லை.

அமெரிக்காவுக்கு சென்ற நெடுஞ்செழியன் எம்.ஜி.ஆரைச் சந்தித்துப் பேசினார். பிப்ரவரி முதல் வாரத்தில் சென்னை திரும்புகிறேன். பிறகு பதவியேற்பு குறித்து முடிவு செய்யலாம் என அதில் எம்.ஜி.ஆர். குறிப்பிட்டிருந்தார்.

ஆனால் திருப்தி அடையாத ஆளுநர் குரானா முதலமைச்சராக இருப்பதற்கான தகுதியுடன் எம்.ஜி.ஆர். இருப்பதாக மருத்துவச் சான்றிதழைக் கோரினார். ஆனால் எம்.ஜி.ஆர். சிகிச்சை பெற்று வந்த புரூக்ளின் மருத்துவமனை அப்படி ஒரு சான்றிதழைத் தர மறுத்துவிட்டது.

இந்தப் பிரச்சனைகளுக்கு நடுவில் பிப்ரவரி 4-ஆம் தேதி சென்னை திரும்பிய எம்.ஜி.ஆர். அன்றைய தினமே ஆளுநரைச் சந்தித்துப் பேசினார்.

பிறகு பிப்ரவரி 10-ஆம் தேதி எம்.ஜி.ஆர். முதல்வராக பதவியேற்பார் என முடிவு செய்யப்பட்டது. அதன்படி ஆளுநர் மாளிகையில் எம்.ஜி.ஆர். முதலமைச்சராக பதவியேற்றார். அமைச்சர்கள் யாரும் அன்றைய தினம் பதவியேற்கவில்லை.

இந்தப் பதவியேற்பு ரகசியமாக நடந்ததாகக் குற்றம் சாட்டினார் மு. கருணாநிதி. இந்த விவகாரம் குறித்து கேள்வி எழுப்பியது தி.மு.க. ஆளுநருக்கு உதவவும், ஆலோசனை கூறவும் முதலமைச்சர் தலைமையில் அமைச்சரவை தேவை என்று கூறிய தி.மு.க. வழக்கு ஒன்றையும் தொடர்ந்தது.

நெருக்கடி முற்றிய நிலையில் பிப்ரவரி 14-ஆம் தேதி ஆளுநரைச் சந்தித்த எம்.ஜி.ஆர். அமைச்சரவையில் இடம்பெறுவதற்கான 16 பேர் அடங்கிய பட்டியலை சமர்ப்பித்தார்.

அப்போது அவருடன் நெடுஞ்செழியன், பண்ருட்டி ராமச்சந்திரன், ஆகிய இருவரும் சென்றிருந்தனர். முதலில் இவர்கள் இருவருக்குமாவது பதவிப் பிரமாணம் செய்து வைக்கிறேன் என்று கூறிய கவர்னர் உடனடியாக அவர்களுக்கு பதவிப் பிரமாணம் செய்து வைத்தார். மற்ற 14 பேர்களும் அடுத்த நாள் பதவியேற்றனர். முந்தைய அமைச்சரவையில் இடம் பெற்றிருந்த 6 பேருக்கு இந்த அமைச்சரவையில் இடம் வழங்கப்படவில்லை.

இதற்குப் பிறகு வடசென்னை நாடாளுமன்றத் தொகுதி, எழும்பூர், பெரம்பூர் சட்டமன்றத் தொகுதிகளுக்கு நடந்த இடைத்தேர்தலில் தி.மு.க. வெற்றி பெற்றது.

சட்டமன்றத்தில் முதலமைச்சராகவே நுழைவேன்!

தமிழகத்தின் முதல்வராக நான்கு முறை பதவி வகித்த ஜெயலலிதா தனக்கு முந்தைய நான்கு முதலமைச்சர்களைப் போலவே அரசியலுக்கு வருவதற்கு முன்பாக சினிமா துறையில் இருந்தவர்.

தமிழ், கன்னடம், தெலுங்கு என 1961 முதல் 1980 வரை 140 படங்களில் நடித்துள்ள ஜெயலலிதா, அவருடைய அரசியல் குருவும், அ.தி.மு.க.வின் நிறுவனருமான எம்.ஜி.ஆருடன் இணைந்து 28 படங்களில் நடித்துள்ளார். இந்த நெருக்கமே அவரை இயல்பாக அ.தி.மு.க.வுக்கு அழைத்து வந்தது.

அ.தி.மு.க.வின் நிறுவனர் எம்.ஜி.ஆரால் 1982ல் கட்சியில் இணைத்துக் கொள்ளப்பட்ட ஜெயலலிதா, அடுத்த ஆண்டிலேயே கட்சியின் கொள்கை பரப்புச் செயலாளராக்கப்பட்டார்.

1984ல் உடல் நலம் குன்றுவதற்கு முன்பாக ஜெயலலிதாவை மாநிலங் களவை உறுப்பினராக நியமித்தார் எம்.ஜி.ஆர். கட்சியின் மூத்த தலைவர்கள் பலருக்கு இது ஆச்சர்யத்தைக் கொடுத்தது.

1984ல் எம்.ஜி.ஆர். மருத்துவமனையில் இருந்தபோது நடந்த சட்ட மன்றத் தேர்தலில் கட்சியின் மூத்த தலைவர்கள் பலர், ஜெயலலிதாவின் பிரச்சாரத்தை ஏற்கவில்லை.

சிறுநீரக மாற்று அறுவை சிகிச்சைக்குப் பிறகு எம்.ஜி.ஆர். சென்னை திரும்பியபோது விமான நிலையத்தில் அவரைச் சந்திக்கவும் ஜெயலலிதாவுக்கு அனுமதி அளிக்கப்படவில்லை.

ஆனால் சிறிது காலத்திலேயே முதலமைச்சருடனான கருத்து வேறுபாடுகளை தீர்த்துக் கொண்டார் ஜெயலலிதா.

அதற்குப் பிறகு அவரை அ.தி.மு.க.விலிருந்து நீக்குவதற்கு நடந்த முயற்சிகள் வெற்றி பெறவில்லை. அதற்குப் பிறகு ராயபுரத்தில் நடந்த மிகப் பெரிய பொதுக் கூட்டத்தில் பேசச் சொன்னார் எம்.ஜி.ஆர்.

முதலமைச்சரிடம் இருந்த செல்வாக்கை இந்தச் சம்பவம் வெளிச்சம் போட்டுக் காட்டியது.

ஜெயலலிதாவின் ஆங்கிலப் புலமையை கவனத்தில் கொண்டு அவரை 1984-ஆம் ஆண்டு நாடாளுமன்ற மாநிலங்களவை உறுப்பினராக நியமித்தார் எம்.ஜி.ஆர்.

1987 டிசம்பரில் எம்.ஜி.ஆர். மரணமடைந்ததும் ஜெயலலிதா தலைமையிலும், மறைந்த எம்.ஜி.ஆரின் மனைவியான வி.என்.ஜானகியின் தலைமையிலுமாக அ.தி.மு.க. இரண்டாகப் பிளந்தது.

ஆர்.எம். வீரப்பன் போன்ற மூத்த தலைவர்கள் தன் பக்கம் இருந்த நிலையில் 1988, ஜனவரி 7-ஆம் தேதி புதிய முதல்வராகப் பதவியேற்றார் வி.என். ஜானகி.

234 உறுப்பினர்களைக் கொண்ட சட்டப்பேரவையில் அவருக்கு 97 உறுப்பினர்களின் ஆதரவு இருந்தது.

ஆனால் நம்பிக்கை வாக்கெடுப்பில் முறைகேடுகள் நடந்ததாகக் கூறப்பட்ட நிலையில் மத்திய அரசு ஜானகி தலைமையிலான மாநில அரசைக் கலைத்து தேர்தலை அறிவித்தது.

1989ல் நடந்த இந்தத் தேர்தலில் அ.தி.மு.க. இரு பிரிவுகளாக பிரிந்து போட்டியிட்டது. இரட்டை இலைச் சின்னம் முடக்கப்பட்டு விட்ட நிலையில், ஜெயலலிதா பிரிவு சேவல் சின்னத்திலும், ஜானகி பிரிவு இரட்டைப் புறா சின்னத்திலும் போட்டியிட்டது.

இந்தத் தேர்தலில் தி.மு.க. ஆட்சியைக் கைப்பற்ற ஜெயலலிதா பிரிவு 27 இடங்களில் வெற்றி பெற்றது. ஜானகி அணி வெறும் இரண்டு இடங்களையே கைப்பற்றியது.

ஆண்டிப்பட்டியில் போட்டியிட்ட ஜானகி தோற்றுவிட, போடி நாயக்கனூரில் போட்டியிட்ட ஜெயலலிதா வெற்றி பெற்றார்.

அந்தத் தேர்தலில் தி.மு.க. ஆட்சியைப் பிடித்து விட்டாலும் அ.தி.மு.க.வை ஒன்றாக்கி இரட்டை இலைச் சின்னத்தை மீட்டார் ஜெயலலிதா. தமிழகத்தின் முதல் எதிர்க்கட்சித் தலைவராகவும் அவர் பதவி யேற்றார்.

ஆனால் 1989 மார்ச் 25-ஆம் தேதி முதல்வர் கருணாநிதி நிதிநிலை அறிக்கையை வாசிக்கும்போது ஏற்பட்ட மோதலில் தன் மீது தாக்குதல் நடத்தப்பட்டதாக ஜெயலலிதா குற்றம் சாட்டினார்.

அந்த அவையில் தனக்கு பாதுகாப்பு இல்லை என்றும் முதலமைச்சராகத் தான் மீண்டும் அந்த அவைக்குள் நுழைவேன் என்றும் அவர் கூறினார்.

இரண்டு ஆண்டுகளில் தி.மு.க. ஆட்சி கலைக்கப்பட்டுவிட, அடுத்து நடந்த 1991-ஆம் ஆண்டு சட்டமன்றத் தேர்தலில் காங்கிரஸ் கட்சியுடன் கூட்டணி அமைத்து அந்த சபதத்தை ஜெயலலிதா நிறைவேற்றினார்.

❑

ஆறாவது முறையாக சட்டப் பேரவைக்குள்

மே மாதம் நடந்த சட்டப்பேரவைப் பொதுத் தேர்தலில் ஆர்.கே. நகர் தொகுதியில் வெற்றி பெற்றார் ஜெயலலிதா. தொகுதி மக்களை சந்தித்து நன்றி தெரிவிக்கச் சென்றார்.

இரண்டு மணி நேரம் சுற்றுப்பயணம் மேற்கொண்டு பல்வேறு இடங்களில் வாக்காளர்களைச் சந்தித்து தனக்கு வெற்றியைத் தேடித் தந்த தொகுதி மக்களிடம் மனம் நிறைந்த நன்றியைத் தெரிவித்தார்.

"ஆறாவது முறையாக மற்றும் இரண்டு முறை தொடர்ச்சியாக என்னை முதல்வராக்கியதற்கும் இரண்டாவது முறை தொடர்ச்சியாக ஆர்.கே. நகர் தொகுதி சட்டப்பேரவை உறுப்பினராகத் தேர்வு செய்ததற்கும் நன்றி கூறுகிறேன்.

ஆர்.கே. நகர் தொகுதி வாக்காளர்களாகிய நீங்கள் என் நெஞ்சில் நீங்காத இடத்தைப் பெற்றுள்ளீர்கள். உங்களுக்கு எவ்வளவு நன்றி சொன்னாலும் அது போதாது. கடந்த ஆண்டு இடைத்தேர்தலில் என்னை உங்கள் தொகுதி சட்டப்பேரவை உறுப்பினராகத் தேர்ந்தெடுத்தீர்கள். அதன்பின் கடந்த ஓராண்டாக என் சக்திக்கு உட்பட்ட வரை இந்தத் தொகுதிக்கு பல வளர்ச்சித் திட்டங்களை கொண்டு வரத் திட்டமிட்டிருந்

தேன். விரைவில் அனைத்து வாக்குறுதிகளையும் நிறைவேற்றுவேன் என உத்தரவாதம் அளிக்கிறேன்.

தமிழகத்திலேயே ஆர்.கே. நகர் தொகுதி தான் முன்னேறிய முன்மாதிரி யான தொகுதி என்று அனைவரும் வியக்கும் அளவுக்கு இந்தத் தொகுதிக்கு பல வளர்ச்சித் திட்டங்களைக் கொண்டு வந்து செயல்படுத்துவேன்.

ஒவ்வொரு முறையும் இங்கு வரும்போது நீங்கள் என் மீது பொழியும் அன்பையும் அளிக்கும் வரவேற்பையும் பார்க்கும்போது என் நெஞ்சம் நெகிழ்கிறது.

என் உள்ளத்தில் உள்ள உணர்வுகளை எடுத்துரைக்க வார்த்தைகள் போதவில்லை. ஆகவே எனக்குள் ஏற்படும் நன்றிப்பெருக்கை செயலில் காட்டுவேன்!" என்றார் ஜெயலலிதா.

❍

முன்னாள் முதல்வர் கருணாநிதியின் இரண்டு சாதனைகளை விஞ்சியவர் ஜெயலலிதா. நீண்ட கால முதல்வர் என்ற கருணாநிதியின் சாதனைகளை முறியடிக்கும் முன் மரணம் அவரது உயிரைப் பறித்துக் கொண்டது.

தமிழக முதல்வராக இருந்த அண்ணாவின் மறைவுக்குப் பிறகு தமிழக முதல்வராக முதல்முறையாக கருணாநிதி 1969-ஆம் ஆண்டு பொறுப் பேற்றபோது அவரது வயது 44 ஆண்டுகள் எட்டு மாதங்கள்.

தமிழகத்தில் இளம் வயதில் முதல்வராகப் பொறுப்பேற்றவர் என்ற கருணாநிதியின் இந்தச் சாதனையை 22 ஆண்டுகள் கழித்து 43 வயது 4 மாதங்களில் 1991-ஆம் ஆண்டு ஜுன் 24-ஆம் தேதி முதல் முறையாக முதல்வராகப் பொறுப்பேற்று ஜெயலலிதா முறியடித்தார்.

தமிழகத்தில் 2006-ஆம் ஆண்டு கருணாநிதி முதல்வரானபோது தமிழகத்தில் அதிக முறையாக 5வது முறை முதல்வரானதே சாதனையாக இருந்த நிலையில், 2016-ஆம் ஆண்டு மே 23-ஆம் தேதி 6வது முறையாக முதல்வராகப் பொறுப்பேற்று அதிக முறை முதல்வர் என்ற சாதனையை யும் ஜெயலலிதா விஞ்சினார்.

தமிழக முதல்வர் பொறுப்பை நீண்ட காலம் 6868 நாட்கள் அதாவது 18 ஆண்டுகள் 10 மாதங்கள் வகித்தவர் தி.மு.க. தலைவர் கருணாநிதி.

அண்ணா மறைவுக்குப் பிறகு 1969-ஆம் ஆண்டு முதல்முறையாக முதல்வராகப் பொறுப்பேற்ற கருணாநிதி 5 முறை முதல்வராகி கடந்த 42 ஆண்டுகளில் சுமார் 19 ஆண்டுகள் முதல்வர் பொறுப்பு வகித்துள்ளார்.

தமிழக முதல்வராக ஜெயலலிதா 1991-ஆம் ஆண்டு முதல் முறையாக முதல்வராகி 5 ஆண்டு காலம் முழுமையாக முதல்வர் பொறுப்பு வகித்தார்.

அதன்பிறகு 2001-ஆம் ஆண்டு 2வது முறையாக முதல்வரானார். டான்சி வழக்கு காரணமாக அதே ஆண்டில் பதவி விலகிய ஜெயலலிதா மீண்டும் 2002-ஆம் ஆண்டு முதல்வராகப் பொறுப்பேற்று, 2006-ஆம் ஆண்டு வரை சுமார் நான்கரை ஆண்டுகள் முதல்வராகப் பொறுப்பு வகித்தார்.

2011-ஆம் ஆண்டு முதல்வராகப் பொறுப்பேற்று 3 ஆண்டு 4 மாதங்கள் முதல்வர் பொறுப்பில் இருந்த நிலையில் சொத்துக் குவிப்பு வழக்கு காரண மாக 2014-ஆம் ஆண்டு பதவி விலகி, மீண்டும் 2015-ஆம் ஆண்டு பொறுப் பேற்று அ.தி.மு.க. ஆட்சிக் காலம் முடியும்வரை சுமார் நாலே கால் ஆண்டுகளுக்கு மேலாக இதுவரை 5045 நாட்கள் அதாவது 13 ஆண்டுகள் 10 மாதங்கள் முதல்வர் பொறுப்பில் இருந்தார்.

ஜெயலலிதா மரணமடைந்த நிலையில் 14 ஆண்டுகள் நான்கரை மாதங்கள் என 5242 நாட்கள் தமிழக முதல்வராக இருந்து தமிழகத்தின் நீண்ட முதல்வர் பட்டியிலில் இரண்டாம் இடத்தைப் பெற்றுள்ளார்.

முன்னாள் முதல்வர் கருணாநிதியின் சாதனையை முறியடிக்கும் முன் ஜெயலலிதாவை காலதேவன் முந்திக் கொண்டு இடைமறித்து தமிழக மக்களின் நெஞ்சில் நீங்காத வேதனையை ஆழப் பதித்து விட்டான்.

❒

ஜெயலலிதாவின் வெற்றி தோல்விகள்

தமிழக அரசியல் வரலாற்றில் வெற்றிகளை மட்டுமல்லாது மிகப் பெரிய தோல்விகளையும் எதிர்கொண்டவர் ஜெயலலிதா.

1991 - 96ல் நடந்த ஜெயலலிதா தலைமையிலான அ.தி.மு.க. ஆட்சி மிகப்பெரிய ஊழல் புகார்களை எதிர்கொண்டது.

எதிர்க்கட்சிகள் ஒட்டுமொத்தமாக ஜெயலலிதாவுக்கு எதிராகத் திரண்டன. இதனால் 1996ல் நடந்த தேர்தலில் வெறும் நான்கு தொகுதி களில் மட்டுமே அக்கட்சி வெற்றி பெற்றது. பர்கூர் சட்டமன்றத் தொகுதி யில் போட்டியிட்ட ஜெயலலிதாவும் தோற்றுப் போனார்.

2001 சட்டமன்றத் தேர்தலின்போது நான்கு தொகுதிகளில் வேட்பு மனுக்களைத் தாக்கல் செய்தார். அந்த வேட்பு மனுக்கள் தள்ளுபடி செய்யப்பட்ட நிலையில் கடுமையான பிரச்சாரத்தில் ஈடுபட்டார் ஜெயலலிதா. அந்தத் தேர்தலில் அ.தி.மு.க. வெற்றி பெறவில்லை. அவரை ஆட்சியமைக்க அழைத்தார் அப்போதைய ஆளுநரான ஃபாத்திமா பீவி.

ஆனால் வழக்கு ஒன்றில் தண்டிக்கப்பட்டு பதவி நீக்கம் செய்யப்பட, ஓ. பன்னீர்செல்வத்தை முதல்வராக்கினார். 2002ல் மீண்டும் ஜெயலலிதா முதல்வரானார்.

2001 - 2006ல் ஜெயலலிதாவின் ஆட்சிக்காலம் மிகுந்த பரபரப்பானதாக இருந்தது.

தி.மு.க. தலைவர் கருணாநிதி கைது செய்யப்பட்டது, பல ஆண்டுகால மாக தமிழக கர்நாடக வனப்பகுதியில் சந்தனமரக் கடத்தலில் ஈடுபட்ட தாக கூறப்பட்ட வீரப்பன் கொல்லப்பட்டது, காஞ்சி மடாதிபதி ஜெயேந்திர ஸரஸ்வதி கைது செய்யப்பட்டது, வேலை நிறுத்தத்தில் ஈடுபட்ட அரசு ஊழியர்கள் ஒட்டுமொத்தமாக வேலை நீக்கம் செய்யப் பட்டது ஆகிய சம்பவங்கள் பெரும் பரபரப்பை ஏற்படுத்தியிருந்தன.

ஆனால் 2004 நாடாளுமன்றத் தேர்தல், 2006 சட்டமன்றத் தேர்தல், 2009 நாடாளுமன்றத் தேர்தல் ஆகியவற்றில் அ.தி.மு.க. தோல்வியையே சந்தித்தது. ஆனால் 2011ல் நடந்த சட்டமன்றத் தேர்தலில் முந்தைய ஆளும் கட்சியான தி.மு.க.வை எதிர்க்கட்சியாகக் கூட வரவிடாமல் பெரும் வெற்றி பெற்றார் ஜெயலலிதா. அதற்குப் பிறகு வந்த 2014-ஆம் ஆண்டு நாடாளுமன்றத் தேர்தலில் இரு இடங்களைத் தவிர எல்லா இடங்களை யும் கைப்பற்றியது அ.தி.மு.க.

ஆனால் 2014 செப்டம்பர் 27ல் சொத்துக்குவிப்பு வழக்கில் வந்த தீர்ப்பு ஜெயலலிதாவுக்கு பெரும் பின்னடைவாக அமைந்தது.

அவருக்கும் அவருடைய கூட்டாளிகளுக்கும் நான்காண்டு சிறைத் தண்டனையும், 100 கோடி ரூபாய் அபராதமும் விதிக்கப்பட்டது. இதை யடுத்து கர்நாடக மாநிலத்தில் சிறையில் அடைக்கப்பட்ட ஜெயலலிதா முதல்வர் பதவியையும் இழந்தார். கர்நாடக உயர்நீதிமன்றத்தால் விடுவிக்கப்பட்ட அவர் 2015ல் மீண்டும் முதல்வராகப் பதவியேற்றார்.

2016-ஆம் ஆண்டில் நடைபெற்ற சட்டமன்றத் தேர்தல் ஜெய லலிதாவைப் பொறுத்தமட்டில் குறிப்பிடத்தக்க ஒரு தேர்தல். பல தேர்தல் கணிப்புகள் தி.மு.க.வுக்கு சாதகமாக இருந்தாலும் மீண்டும் அ.தி.மு.க.வே வெற்றி பெற்று ஆட்சியைப் பிடித்தது.

1984-ஆம் ஆண்டுக்குப் பிறகு ஆளும் கட்சியே மீண்டும் ஆட்சி யமைக்கும் சாதனையைச் செய்தார் ஜெயலலிதா. ஆனால் நான்காவது முறையாக ஆட்சிக்கு வந்து சில மாதங்களிலேயே உடல்நலம் குன்றியது. செப்டம்பர் 22-ஆம் தேதி இரவு அப்பல்லோ மருத்துவமனையில் அனுமதிக்கப்பட்டார் ஜெயலலிதா.

❐

மகத்தான வெற்றியும், மண்டியிட வைத்த குற்றங்களும்

ராஜீவ் காந்தியின் மரணத்திற்குப் பிறகு நடந்த 1991 தேர்தலில் பெரும் வெற்றி பெற்று ஆட்சிக்கு வந்த ஜெயலலிதா மலிவு விலை மதுவை தடை செய்யும் உத்தரவில் தனது முதல் கையெழுத்தை இட்டார்.

அந்தத் தருணத்தில் ராஜீவ் காந்தி கொலை வழக்கு விசாரணைகள் தீவிர மடைந்ததால், புலிகள் இயக்கம் அதன் ஆதரவாளர்கள் மீதான ஒடுக்கு முறையும் தீவிரமாக இருந்தது.

தடா என்ற சட்டத்தின் கீழ் பலர் கைது செய்யப்பட்ட நிகழ்வும் பெரும் விமர்சனத்தை ஏற்படுத்தியது.

விலைவாசி உயர்வைக் கண்டித்து 1992-ஆம் ஆண்டு பிப்ரவரி மூன்றாம் தேதி ஆளுநர் மாளிகையை நோக்கிச் சென்ற தி.மு.க. மற்றும் கூட்டணிக் கட்சியினரின் ஊர்வலத்தின் மீது காவல்துறையினர் துப்பாக்கிச் சூடு நடத்தியதில் ஒருவர் கொல்லப்பட்டு பலர் காயமடைந்திருந்தனர்.

ஜெயலலிதாவின் இந்த முதலாவது ஆட்சிக் காலத்தில் பத்திரிகைகள் கடும் ஒடுக்குமுறைக்கு ஆளாக்கப்பட்டன. நக்கீரன், தினகரன், இல்லுஸ்ட்ரேட்டர் வீக்லி, முரசொலி, மாலை முரசு ஆகிய பத்திரிகைகள் மீது வழக்குகள் தொடரப்பட்டன.

மெல்ல மெல்ல அதிமுக அரசு மீதான விமர்சனங்கள் அதிகரித்து வந்த நிலையில், 1992 பிப்ரவரியில் கும்பகோணத்தில் நடந்த நிகழ்வு ஜெயலலிதா அரசுக்கு பெரும் கரும்புள்ளியாக அமைந்தது.

கும்பகோணத்தில் நடந்த மகாமகத்தில் ஜெயலலிதாவும் அவரது தோழி சசிகலாவும் பங்கேற்ற நிலையில், அந்நகரில் கடும் நெரிசல் ஏற்பட்டு அதில் சிக்கியும், கட்டிட இடிபாடுகளில் சிக்கியும் சுமார் 60 பேர் வரை உயிரிழந்தனர். இந்த நிகழ்வு நாடு முழுவதும் பெரும் அதிர்ச்சியை ஏற்படுத்தியது.

அதே ஆண்டு மே மாதம் 19-ஆம் தேதி ஐ.ஏ.எஸ். அதிகாரியாக இருந்த எஸ்.சந்திரலேகா மீது அமிலம் வீசப்பட்டது. இவர் தமிழ்நாடு தொழில் வளர்ச்சி கழகத்தின் பொறுப்பில் இருந்தபோது ஸ்பிக் நிறுவனத்தின் பங்குகளை தனியாருக்கு விற்பதில் அரசுக்கு ஒத்துழைக்கவில்லை என ஏற்கனவே பேச்சுக்கள் இருந்த நிலையில் இந்த அமிலத் தாக்குதல் சம்பவம் நடைபெற்றது.

இதற்கிடையில் விவசாயிகளின் ஆத்திரத்தை ஏற்படுத்தும் வகையிலான ஒரு நடவடிக்கையை அறிவித்தார் ஜெயலலிதா. அதன்படி விவசாய பம்ப் செட்களுக்கு முந்தைய தி.மு.க. அரசால் வழங்கப்பட்ட இலவச மின்சாரத்தை ரத்து செய்வதாக அறிவித்தார். இது கடும் எதிர்ப்பை ஏற்படுத்தியதால் அந்த உத்தரவு பிறகு திரும்பப் பெறப்பட்டது.

இந்த நிலையில்தான் அதிமுகவின் வெற்றியைக் கொண்டாட வீர வரலாற்றின் வெற்றி மாநாடு என்ற பெயரில் ஒரு மிகப் பெரிய மாநாட்டை மதுரையில் நடத்தினார் ஜெயலலிதா.

இந்த மாநாட்டில் பேசிய ஜெயலலிதா "கடந்த தேர்தலில் அதிமுகவுக்கு மக்கள் அளித்த மகத்தான வெற்றிக்கு ராஜீவ் காந்தி மரணத்தால் ஏற்பட்ட அனுதாப அலைதான் காரணம் என்று சொல்வதை ஏற்க முடியாது" என்றார். இவரது இந்தப் பேச்சு காங்கிரஸ் கட்சிக்குள் பெரும் அதிருப்தியை ஏற்படுத்தியது.

தமிழ்நாடு காங்கிரஸ் கமிட்டியின் தலைவராக இருந்த வாழப்பாடி கே. ராமமூர்த்தி, ஜெயலலிதாவின் அரசை கடுமையாக விமர்சிக்க ஆரம்பித்தார். இதன் விளைவாக மத்திய அரசுக்கு அளித்து வந்த ஆதரவை விலக்கிக் கொண்டார் ஜெயலலிதா.

அதே நேரம் ஜெயலலிதா அரசு மீதான ஊழல் புகார்கள் குவிந்தபடி இருந்தன. அரசுக்கு சொந்தமான டான்சி நிலத்தை குறைந்த விலைக்கு வாங்கியதாகக் குற்றச்சாட்டு, ஸ்பிக் நிறுவன பங்குகளை விற்பதில் ஊழல், அரசுக்கு சொந்தமான பீர் தொழிற்சாலையை டெண்டர் விடாமல் தனியாருக்கு விற்றதில் ஊழல் உள்ளிட்ட குற்றச்சாட்டுகளை அரசு எதிர் கொண்டிருந்த நிலையில், ஜெயலலிதா நடத்திய ஒரு திருமணம் பெரும் சர்ச்சையை ஏற்படுத்தியது.

ஜெயலலிதாவின் தோழி வி.கே. சசிகலாவின் அக்காள் மகனான வி.என்.சுதாகரனை தனது வளர்ப்பு மகனாகத் தத்தெடுத்த ஜெயலலிதா அவருக்கு திருமணம் செய்ய முடிவெடுத்தார்.

அதன்படி நடிகர் சிவாஜி கணேசனின் பேத்தியோடு திருமணம் நிச்சயம் ஆனது. இந்தத் திருமணத்திற்காக செய்யப்பட்ட செலவுகளும் ஏற்பாடு களும் பெரும் சர்ச்சையை ஏற்படுத்தின.

இந்தத் திருமணத்திற்காக அரசு எந்திரம் முறைகேடாக பயன்படுத்தப் பட்டதாக குற்றம் சாட்டப்பட்டது.

❑

அம்மா உணவகம் முதலான அம்மாவின் திட்டங்கள்

அம்மா உணவகம் என்பது தமிழ்நாட்டின் தலைநகரான சென்னை, சென்னை மாநகராட்சி மற்றும் தமிழகத்தின் அனைத்து மாநகராட்சிகள் மூலமாக இயங்கும் மலிவு விலை உணவகத்திற்கு இடப்பட்டுள்ள பெயராகும்.

இது சென்னையின் அனைத்து பகுதிகளிலும் வாழும் ஏழை எளிய மக்கள் அன்றாடக் கூலி வேலை செய்பவர்கள், ஓட்டுநர்கள், பாரம் தூக்கு பவர்கள் என குறைந்த ஊதியத்தில் பணிபுரிபவர்கள் பயன்பெறும் வகையில் திறக்கப்பட்டுள்ளது.

சென்னை மாநகராட்சியின் திட்டமான மலிவுவிலை உணவகம் திட்டம் 2013 மார்ச் 19-ஆம் நாள் சென்னை சாந்தோமில் முதல்வர் ஜெயலலிதாவால் தொடங்கப்பட்டது. அதே நாளில் 15 இடங்களில் மலிவு விலை உணவகங்கள் செயல்பாட்டிற்கு வந்தன.

அரசு பொது மருத்துவமனை வளாகங்களில் அம்மா உணவகம் திறக்கப் பட வேண்டும் என்ற பொதுமக்களின் கோரிக்கையினை நிறைவேற்றிடும் வகையில் முதற்கட்டமாக 20.11.2013 அன்று சென்னை அரசு பொது மருத்துவமனை வளாகத்திலும் இரண்டாம் கட்டமாக 21.2.2014 அன்று

ஸ்டான்லி மருத்துவமனை வளாகங்களிலும் அம்மா உணவகங்களை ஜெயலலிதா திறந்து வைத்தார்.

இந்த உணவகங்களில் இட்லி ஒரு ரூபாய்க்கும், சாம்பார் சாதம் 5 ரூபாய்க்கும், தயிர் சாதம் 3 ரூபாய்க்கும் விற்கப்படுகின்றன.

அம்மா குடிநீர் என்பது தமிழ்நாட்டின் அரசுப் பேருந்துகளிலும், பேருந்து நிலையங்களிலும் ரூ.10க்கு ஒரு லிட்டர் மினரல் வாட்டர் (அம்மா குடிநீர்) விற்பனை செய்யும் திட்டம் ஆகும். இத்திட்டம் அண்ணாத்துரை பிறந்த செப்டம்பர் 15-ஆம் தேதி தொடங்கப்பட்டது.

அரசுப் போக்குவரத்துக் கழகத்தின் சார்பில் திருவள்ளூர் மாவட்டத்தில் ரூ.10.5 கோடியில் அம்மா குடிநீர் உற்பத்தி நிலையம் அமைக்கப்பட்டது.

இந்தக் குடிநீர் உற்பத்தி நிலையம் 2.47 ஏக்கர் பரப்பில் அரசு விரைவுப் போக்குவரத்துக் கழகத்தின் சார்பில் சாலைப் போக்குவரத்து நிறுவனம் மூலம் கும்மிடிப்பூண்டியில் ஆரம்பிக்கப்பட்டது. இந்த ஆலையில் நாள் ஒன்றுக்கு மூன்று லட்சம் லிட்டர் குடிநீர் உற்பத்தி செய்யப்படுகிறது.

அரசு நிறுவனமே பிளாஸ்டிக் உபயோகிப்பதை ஊக்கப்படுத்துவது போல இந்த குறைந்த விலை குடிநீர் விற்பனைத் திட்டம் அமைந்திருப்ப தாக சுற்றுச்சூழல் ஆர்வலர்கள் கருதுகின்றனர்.

மலிவுவிலை சிற்றுண்டி உணவகம் என்ற பெயரை "அம்மா உணவகம்" என்று மாற்றுவதற்கு சென்னை மாநகராட்சியில் தீர்மானம் 2013 மார்ச் 23-ஆம் தேதியில் நிறைவேற்றப்பட்டது. அப்போது மலிவு விலை உணவகங்களின் எண்ணிக்கை 73 ஆக இருந்தன.

சென்னை மாநகராட்சியின் சார்பில் நூற்றி இருபத்தி ஏழு அம்மா உணவகங்களை ஜெயலலிதா திறந்து வைத்தார். இந்த நிகழ்ச்சி காணொளிக் காட்சி முறையில் நடந்தது. இதன் மூலம் அம்மா உணவகங் களின் எண்ணிக்கை 200 ஆக மாறியது.

சென்னை மாநகராட்சியைத் தொடர்ந்து மற்ற மாநகராட்சிகளுக்கும் இத்திட்டம் விரிவுபடுத்தப்படுமென சட்டசபையில் ஜெயலலிதா அறிவித்தார். தமிழகத்தில் அமைந்துள்ளது போல் ராஜஸ்தான் மாநிலத்தி லும் மலிவு விலையில் உணவகங்கள் திறக்க முடிவு செய்யப்பட்டது. தமிழகத்தில் அம்மா உணவகம் போன்று ஆந்திர மாநிலத்தின் 2015-16-ஆம்

ஆண்டுக்கான பட்ஜெட்டில் "அண்ணா அம்ருதஹஸ்தம்" எனும் திட்டத்துக்காக ரூ.104 கோடி ஒதுக்கப்பட்டது.

மழைநீர் சேகரிப்பு என்பது மழை நீரைத் திரட்டி ஒருங்கே குவித்து சேமித்து வைப்பது ஆகும். மழை நீரைச் சேகரித்து பொதுமக்களின் குடிநீர் தேவைகளுக்கு, கால்நடைகளுக்கு, நீர்ப்பாசனம் மற்றும் நிலத்தடி நீர் மட்டத்தை உயர்த்துவதற்குப் பயன்படுத்தலாம்.

வீடுகள் நிறுவனங்களுக்கான கட்டடங்களின் மேற்கூரைகளில் இருந்தும் இதற்காக தயார் செய்யப்பட்ட தரைவழியாகவும் சேகரிப்பதும் மழைநீர் குடிநீருக்கான முக்கியமான ஆதாரமாகப் பயன்படுத்தலாம்.

சில சூழ்நிலைகளில் மழைநீர் ஒன்றே எளிதில் கிடைக்கக்கூடிய சிக்கன மான நீர் ஆதாரம். இத்திட்டம் உள்ளூரிலேயே கிடைக்கும் விலை மலிவான மூலப்பொருள்களைக் கொண்டு எளிதாகக் கட்டமைக்கப்பட்டு, பெரும்பாலான வசிப்பிடங்களில் வெற்றிகரமாகச் செயல்படுத்தக்கூடியது.

கட்டடங்களின் மேற்கூரைகளில் சேகரிக்கப்படும் மழைநீர் பெரும் பாலும் நல்ல தரமானதாகவும், அதிக தூய்விப்புக்கு உட்படுத்தத் தேவை யில்லாமலும் இருக்கிறது. வேறு வகை நீர் ஆதாரம் இல்லாதபோது, ஆண்டு மழைப்பொழிவு 200 மி.மீ.க்கு கூடுதலான இடங்களில் குடும்பத்தின் குடிநீர் தேவைக்காக மழைநீர் வடிகால் அமைப்பு ஏற்படுத்துவது சிறப்பானது.

மழைநீர் சேகரிக்க எளிமையானது முதல் சிக்கலானது வரை பல வகை யான அமைப்புகளை உருவாக்கலாம். தரை வழியாகவோ கட்டடங்களின் மேற்கூரைகள் வழியாகவே மழைநீர் சேகரிக்கப்படுகிறது. அமைப்பின் திட்ட அளவு, செயல்திறன், மழைப்பொழிவின் அளவு ஆகியவற்றைப் பொருத்து மழைநீர் சேகரிப்பு விகிதம் அமையும்.

சராசரியாக நிலத்தில் பெய்யும் மழையில் 40% நிலத்தின் மேல் ஓடி கடலில் கலப்பதாகவும், 35% வெயிலில் ஆவியாவதாகவும், 14% பூமியில் உறிஞ்சப்படுவதாகவும், 10% மண்ணின் ஈரப்பதத்திற்கு உதவுவதாகவும் கணக்கிடப்படுகிறது.

ஆனால் தற்போது பெருநகரங்களில் வீடுகள், கட்டடங்கள் அருகருகே கட்டப்படுவதும், தவிர திறந்தவெளிகளையும் சிமெண்ட் தளங்கள்

அமைத்தும், தார்ச்சாலைகள் அமைத்தும் மூடி விடுவதால் இங்கு பெய்யும் மழைநீரில் 5% அளவிற்கு கூட நிலத்தில் உறிஞ்சப்படுவதில்லை.

கடலோர நகரங்களில் நிலத்தினுள் புகும் நீர் அளவு குறைந்து ஆழ்குழாய் கிணறுகள் மூலம் நிலத்தடி நீர் அதிகமாக எடுக்கப்படும்போது கடல் நீர் நிலத்தடியில் கலந்து பயன்படுத்த இயலாத அளவிற்கு மாறி விடுகிறது. இதனை மழைநீர் சேகரிப்பு முறைகள் மூலம் தவிர்க்கலாம்.

அண்டாக்களை வைத்து அதன் வாயை வெள்ளை வேட்டித் துணி கொண்டு வேடு கட்டிப் பிடித்து சேமித்து வைக்கப்படும். பின்னர் சேமிக்கப்பட்ட நீரை தேவைப்படும்போது எடுத்து சுடவைத்து அருந்துவது இன்னும் வழக்கத்தில் இருக்கிறது.

தரைவழி வடிகால் அமைப்பு மழைநீரை தயார்படுத்தப்பட்ட வடிகால் பகுதியிலிருந்து சேமிப்புப் பகுதிக்கு கொண்டு செலுத்துகிறது. முறைப்படி வடிவமைக்கப்பட்டு கூடிய அளவு நீரைச் சேகரிப்பதன் மூலம் இது சிறிய சமுதாய மக்களுக்குப் பயனுள்ளதாக இருக்கும்.

இந்த வகையான அமைப்பில் மேற்கூரையில் விழும் மழை நீரை ஒருங்கே திரட்டி நீர்த்தாரைகள் மற்றும் குழாய்கள் மூலம் சேமிப்புப் பகுதிக்கு கொண்டு செல்லப்படுகிறது. வறண்ட காலத்துக்குப் பிறகு பெய்யும் முதல் மழையின் நீரை சேகரிக்காமல் விட்டுவிடுவது நல்லது. இதில் தூசி, பறவை எச்சம் போன்றவைகள் கலந்திருக்கலாம். மேற்கூரை நீர்த்தாரைகள் போதுமான சரிவுடனும் பெருமழையைத் தாங்கக்கூடிய அளவு பெரியதாகவும் பலமானதாகவும் அமைத்தால் நீர் தேங்காமல் பார்த்துக் கொள்ளலாம்.

கொசு உற்பத்தி, நீர் ஆவியாதல், நீர் மாசுபடுதல், பாசி வளர்ப்பு ஆகியவைகளைத் தடுக்கச் சேமிப்புத் தொட்டிகளை நன்றாக மூட வேண்டும். மழைநீர் சேகரிப்புத் திட்டம் நல்ல முறையில் செயல்படவும் தூய்மையாகவும் இருக்க அதற்கு வழக்கமான பராமரிப்பு மற்றும் தூய்மைப் பணிகளும் செய்ய வேண்டும்.

பல ஆண்டுகளுக்கு முன்பே செட்டிநாடுகளில் உள்ள அனைத்து வீடு களிலும் மழைநீர் சேகரிக்கவென்று சிறப்பான அமைப்புகள் வைத்து கட்டப்பட்டிருக்கின்றன.

வானம் பார்த்த ஊர்களான சிவகங்கை, ராமநாதபுரம் மாவட்டங்களில் மழை நீரை நம்பியே வேளாண்மை உள்ளது. நூறு ஆண்டுகளுக்கு முன்பே நகரத்தார், காரைக்குடி, கோணாபட்டு, ஆத்தங்குடி, கானாடுகாத்தான், கோட்டையூர், தேவகோட்டை ராஜ்ஜியம், சிறுகூடல்பட்டி பகுதிகளில் கட்டப்பட்டுள்ள தங்களின் வீடுகளில் மழைநீர் சேகரிப்பு அமைப்புக்களை கட்டி வைத்துள்ளனர்.

தங்களுக்கு தேவையான நீரை அகழியில் பிடித்தது போக மேல் கொண்டு மிஞ்சும் மழை நீரை வீணடிக்காமல் தங்களது வீட்டின் ஓரத்திலேயே கால்வாய்கள் அமைத்து வீட்டின் பின்புறம் கிணறு போன்ற உறையுடன் கூடிய மழைநீர் சேகரிப்பு தொட்டியையும் கட்டி வைத்து அதனுள் விழுமாறு அமைத்துள்ளனர்.

இப்படி இப்பகுதியில் உள்ள வீடுகளில் அந்தக் காலத்திலேயே வடிவமைக்கப்பட்ட மிகச் சிறந்த கட்டடக்கலையினால் சிறுதுளி தண்ணீர் கூட வீணாகாமல் நிலத்தடியில் சேமித்து வைக்கப்படுகின்றது. அதேபோல கழிவு நீரும் வெளியே தெருவில் செல்லாதபடி நிலத்துக்குள்ளேயே கால்வாய் அமைத்து வெளியேற்றப்படுகிறது.

இப்படி வீடுகளில் மட்டுமில்லாமல் கோயில்கள், தெருக்கள் என எல்லா இடங்களிலும் மழைநீரை சேமித்து வைக்கும் தொலைநோக்கு அவர்களுக்கு இருந்துள்ளது. எப்படி என்றால் மருத்துவ குணங்கள் அதிகம் நிறைந்த செம்புரான் எனப்படும் பாறைக்கற்களால் கட்டப்பட்டுள்ள குளங்கள் அங்கு ஒவ்வொரு ஊரிலும் அமைக்கப்பட்டுள்ளது. மழைநீர் எங்கு நோக்கி ஓடினாலும் கடைசியில் இந்தக் குளத்தில் கலக்கும் விதமாக கால்வாய்கள் வெட்டி வைக்கப்பட்டுள்ளன.

நிலத்தடி நீர் மட்டம் உயர மழை நீர் சேகரிப்புத் திட்டம் மிகவும் பயனுள்ளதாக இருக்கிறது. நிலத்தடி தொட்டி, கிணறு, தெப்பக்குளம் அல்லது குட்டைகளால் சேமிக்கப்படும் மழைநீர் தானாக நிலத்தடிக்கு உறிஞ்சிக் கொள்ளப்படுகிறது.

மழைநீர் சேகரிப்புத் திட்டம் நகர்ப்புறங்களில் ஏற்படும் தண்ணீர் பற்றாக்குறையை சமாளிக்கவும் நிலத்தடி நீரின் மட்டத்தை உயர்த்தவும் மற்றும் மழை வெள்ளத்தை மட்டுப்படுத்தவும் பயன்படுகிறது.

சேமிக்கப்படும் மழைநீர் அன்றாட வீட்டு உபயோகத் தேவைகளுக்கும் கழிப்பறைகளிலும் சலவை மற்றும் குளியலுக்கும் பயன்படுத்தலாம்.

இந்திய மாநிலமான தமிழ்நாட்டில் கடந்த 2001-ஆம் ஆண்டு முதல் கட்டாய மழை நீர் சேகரிப்புத் திட்டம் என்ற சட்டம் நடைமுறையில் உள்ளது.

ஜெயலலிதா அவர்களின் தலைமையில் நடந்த அ.தி.மு.க. ஆட்சிக் காலத்தில் குறைந்து வரும் நிலத்தடி நீர் மட்டத்தை உயர்த்த இச்சட்டம் கொண்டு வரப்பட்டு தீவிரமாக நடைமுறைப்படுத்தப்பட்டது.

இச்சட்டத்தின்படி அனைத்து வீடு மற்றும் அனைத்து கட்டடங்களும் கட்டாயமாக மழைநீர் சேகரிப்பு அமைப்பை உருவாக்க வேண்டும். தேவைப்படுவோருக்கு தமிழ்நாடு குடிநீர் வடிகால் வாரியம் உருவாக்கிக் கொடுக்கும். தவறினால் மின்சாரம் மற்றும் குடிநீர் இணைப்புத் துண்டிக்கப்படும்.

நெரிசலான பெருநகரங்களில் வீடுகள் கட்டடங்களில் விழும் மழை நீரை குழாய்கள் மூலமாக பூமியில் அமைக்கப்படும் "சம்ப்" நீர்த்தொட்டி யில் சேமிக்கலாம். மழை பருவத்திற்கு முன் கூரைகளை சுத்தம் செய்வதும் பொதுவாகவே கூரை, மொட்டை மாடியை சுத்தமாக வைத்துக் கொள்வதும் நல்லது.

தற்போது நகரங்களில் அடுக்குமாடி கட்டடங்கள் மற்றும் வீடுகளைச் சுற்றி வெளிப்புற சுவர் வரை சிமெண்ட் தளங்கள் அமைத்து விடுவதால் அங்கு பெய்யும் மழை முழுவதுமாகவே பயனில்லாமல் சாலைக்கு ஓடி கால்வாய்கள் மூலமாக சாக்கடையுடன் கலக்கிறது. சென்னை போன்ற கடலோர நகரங்களில் இவை முழுவதுமாக கடலில் சென்று கலந்து விடுகிறது.

இதைத் தவிர்த்து நிலத்தடி நீரை பாதுகாக்க கட்டடங்களைச் சுற்றி ஆங்காங்கு 3 அடி ஆழமும் 12 அங்குல விட்டமும் கொண்ட துளைகள் அமைத்து அவற்றை கூழாங்கல், மணல் முதலியவற்றால் நிரப்பி துளைகள் இடப்பட்ட சிலாப்கள் கொண்டு மூடிவிடலாம்.

இந்த முறையில் சுமார் ஒரு கிரவுண்டு இடத்தில் கட்டப்பட்ட வீடு களைச் சுற்றி சுமார் 5 அல்லது 6 உறிஞ்சு குழிகள் அமைப்பது நிலத்தடி நீரின் அளவையும் தரத்தையும் உயர்த்த உதவும். சாதாரணமாக இவ்வாறு

உறிஞ்சு குழிகள் அமைக்கப்பட்டபின் அருகிலுள்ள வற்றிய கிணறுகளில் நீர் மட்டம் உயர 2 வருடங்கள் ஆகும்.

மஹாத்மா காந்தி பிறந்த வீட்டில் மழைநீர் சேகரிக்கப்பட்ட முறை, போர்பந்தரில் குஜராத் மாநிலம் மஹாத்மா காந்தி பிறந்த அறைக்கு பின்புறமாக வீட்டின் மூன்று பகுதிகளுக்கு நடுவில் அமைந்த வராண்டா வின் அடியில் 20 அடி நீளம் , 20 அடி அகலம், 15 அடி ஆழமும் கொண்ட சுமார் இருபதாயிரம் கலன்கள் கொள்ளளவு கொண்ட ஒரு தொட்டியை அமைத்திருந்தனர். போர்பந்தர் பகுதியில் நிலத்தடி நீர் உப்பு கலந்து கடின மாக இருப்பதால் சமையலுக்கு உபயோகிக்க இயலாததாக இருக்கிறது.

பருவமழை தொடங்கும் முன் மேல் தளங்களின் கூரையை கவனமாக கழுவி விடுவார்கள். இங்கு விழும் மழைநீர் குழாய்கள் வழியாக கீழே இறங்கி குழாய் முனையில் சுண்ணாம்பினால் வடிகட்டி சுத்தம் செய்யப் பட்டு இத்தொட்டியில் நிறையும்.

‘தொட்டில் குழந்தை திட்டம்’ என்பது தமிழ்நாட்டில் சில மாவட்டங் களில் மட்டும் நடைபெற்று வந்த பெண் குழந்தைக் கொலையை முற்றிலும் ஒழித்திடும் நோக்கத்தில் கொண்டு வரப்பட்ட திட்டமாகும்.

இத்திட்டம் 1992-ஆம் ஆண்டில் இந்தியாவிலேயே முதன்முறையாக தமிழ்நாட்டில் அறிமுகம் செய்யப்பட்டது. முதன்முதலாக சேலம் மாவட்டத்தில் நடைமுறைப்படுத்தப்பட்ட இத்திட்டம் 2011-ஆம் ஆண்டில் மதுரை, தேனி, திண்டுக்கல் மற்றும் தருமபுரி மாவட்டங்களுக்கு விரிவுபடுத்தப்பட்டது.

தமிழ்நாட்டில் பெண் குழந்தைகள் பிறந்த பின்னர் அவர்களைப் பல்வேறு காரணங்களுக்காக சுமை என்று எண்ணுவோர் அவர்களைக் கொலை செய்வது அல்லது பொது இடங்களில் வீசியெறிவது போன்ற செயல்கள் சில மாவட்டங்களில் அதிக அளவில் நடந்து வருகிறது.

இதனைத் தடுக்க அரசு மருத்துவமனைகள், ஆதரவற்றோர் இல்லங்கள் ஆரம்ப சுகாதார மையங்கள் போன்ற இடங்களில் தொட்டில் வைக்கப்படு கின்றன. பெண் குழந்தைகளைக் கொலை செய்வதற்கு பதில் இத் தொட்டில்களில் குடும்பத்தார் இட்டுச் செல்கின்றனர். இக்குழந்தைகள் தமிழ்நாடு அரசால் ஏற்படுத்தப்பட்டுள்ள தொட்டில் குழந்தை மையங் களால் வளர்க்கப்படுகின்றன.

தமிழ்நாட்டில் 2001-ஆம் ஆண்டில் 1000 ஆண் குழந்தைகளுக்கு 942 பெண் குழந்தைகள் என இருந்த பாலின விகிதம் 2011-ஆம் ஆண்டில் 946 ஆக அதிகரித்துள்ளது. தொட்டில் குழந்தைத் திட்டம் அறிமுகப்படுத்தப் பட்ட சேலம், மதுரை, திண்டுக்கல், தேனி மற்றும் தருமபுரி மாவட்டங் களில் பெண் குழந்தை விகிதங்கள் அதிகரித்துள்ளது.

2001-ஆம் ஆண்டிலிருந்து 2011-ஆம் ஆண்டுக்கானக் கணக்கெடுப்பில் 1000 ஆண் குழந்தைகளுக்கு பெண் குழந்தைகளின் விகிதம் தொட்டில் குழந்தைத் திட்டம் அறிமுகப்படுத்தப்பட்ட மாவட்டங்களில் கீழ்க்கண்ட வாறு அதிகரித்துள்ளது.

சேலம் 851 லிருந்து 917

மதுரை 926 லிருந்து 939

தேனி 891 லிருந்து 937

திண்டுக்கல் 930 லிருந்து 942

தருமபுரி 826 லிருந்து 911

2011-ஆம் ஆண்டு மக்கள் தொகை கணக்கெடுப்பில் தமிழ்நாட்டில் பெண் குழந்தைகள் விகிதம் குறைந்துள்ள கடலூர், அரியலூர், பெரம்பலூர், விழுப்புரம் மற்றும் திருவண்ணாமலை ஆகிய 5 மாவட்டங் களுக்கு தொட்டில் குழந்தைத் திட்டம் விரிவாக்கம் செய்திட தமிழ்நாடு முதலமைச்சர் ஜெ.ஜெயலலிதா உத்தரவிட்டுள்ளார்.

❑

பாதுகை சுமக்கும் பரதன்

ஜெயலலிதா முதல்வராக ஆட்சியைத் தொடர்வதில் சிக்கல் ஏற்படும் போதெல்லாம் முதல்வர் கிரீடத்தை தற்காலிகமாக ஏந்துவதற்கு அ.தி.மு.க.வில் ஒரு கௌரவிக்கப்பட்ட தலையாக ஓ.பி.எஸ். வாய்ப்பு பெற்று வந்துள்ளார்.

ஜெயலலிதா எதிர்பாராதவிதமாக மரணமடைந்துவிட்ட நிலையில் அன்று நள்ளிரவே இம்முறை ஓ.பி.எஸ்.ஸுக்கு மூன்றாம் முறையாக தமிழக முதல்வர் பதவி கிரீடமாக சூட்டப்பட்டுள்ளது.

ஓ.பன்னீர்செல்வம் தமது பள்ளிப்படிப்பை தேனி மாவட்டம் பெரிய குளம் விக்டோரியா அரசு நினைவுப் பள்ளியில் படித்தார். பி.யு.சி. மதுரை வெள்ளைச்சாமி நாடார் கல்லூரியிலும், பி.ஏ. பட்டப்படிப்பை உத்தம பாளையம் கருத்தராவுத்தர் கல்லூரியிலும் முடித்தார்.

அதன் பின்னர் பெரியகுளத்தில் டீக்கடை வைத்து நடத்தி வந்த போது அரசியலில் ஈடுபட்டு அ.தி.மு.க.வில் உறுப்பினர் ஆனார்.

எம்.ஜி.ஆர். இறந்தபோது கட்சி இரண்டாக உடைந்தபோது கடந்த 1989-ஆம் ஆண்டு (அ.தி.மு.க.) ஜானகி அணியில் பெரியகுளம் நகர

செயலாளராக நியமிக்கப்பட்டார். 1998-ஆம் ஆண்டு மாவட்ட எம்.ஜி.ஆர். இளைஞர் அணிச் செயலாளராகவும், 1996-ஆம் ஆண்டு தேனி மாவட்டச் செயலாளராகவும் இருந்துள்ளார்.

இதற்கிடையில் 1991-ஆம் ஆண்டு பெரியகுளம் கூட்டுறவு நகர வங்கியில் இயக்குநராக நியமிக்கப்பட்டார்.

பின்னர் 1996-ஆம் ஆண்டு முதல் 2001-ஆம் ஆண்டு வரை பெரியகுளம் தொகுதியில் போட்டியிட்டு வெற்றி பெற்று எம்.எல்.ஏ.வாகி மே மாதம் 2001-ஆம் ஆண்டு செப்டம்பர் வரை வருவாய்த் துறை அமைச்சராக இருந்தார்.

ஜெயலலிதா மீண்டும் முதல்வராக பொறுப்பேற்ற பிறகு 2002-ஆம் ஆண்டு மார்ச் 2-ஆம் தேதி முதல் 2006-ஆம் ஆண்டு டிசம்பர் வரை பொதுப் பணித்துறை அமைச்சராக இருந்தார்.

அதன்பிறகு 2006-ஆம் ஆண்டு மீண்டும் பெரியகுளம் தொகுதியில் போட்டியிட்டு வெற்றி பெற்று 2011-ஆம் ஆண்டுவரை எதிர்க்கட்சித் தலைவராகவும் துணைத்தலைவராகவும் இருந்தார்.

2011-ஆம் ஆண்டு போடி தொகுதியில் போட்டியிட்டு வெற்றி பெற்று நிதியமைச்சரானார்.

பின்னர் 2014-ஆம் ஆண்டு செப்டம்பர் 29-ஆம் தேதி முதல் 2015 மே 22-ஆம் தேதி வரை 2வது முறையாக முதலமைச்சராக இருந்துள்ளார்.

2016-ஆம் ஆண்டு மீண்டும் போடி தொகுதியில் போட்டியிட்டு நிதி அமைச்சரானார்.

முதலமைச்சர் ஜெயலலிதா உடல்நலக்குறைவு காரணமாக மருத்துவ மனையில் அனுமதிக்கப்பட்டதையடுத்து அக்டோபர் 11-ஆம் தேதி முதலமைச்சர் ஜெயலலிதா கவனித்து வந்த இலாக்காக்கள் இவரிடம் ஒப்படைக்கப்பட்டது.

இந்நிலையில் ஜெயலலிதா மறைந்ததையொட்டி மூன்றாவது முறையாக ஓ.பி.எஸ். முதல்வராக பதவியேற்றுள்ளார்.

ஜெயலலிதாவின் நம்பிக்கைக்குப் பாத்திரமானவர். பணிவுக்கும் விசுவாசத்திற்கும் பெயர் போனவர் என்றாலும் 2016 சட்டப்பேரவைத்

தேர்தல் சமயத்தில் அவர் மீதும் வேட்பாளர் பேரக் குற்றச்சாட்டுகள் எழுந்ததை மறுக்க முடியாது.

தேர்தலில் போட்டியிடும் வாய்ப்பு கூட அவருக்கு மறுக்கப்படும் என்று யூகம் கிளம்பியதைத் தாண்டி மீண்டும் அவருக்கு தேர்தலில் வாய்ப் பளித்தார் ஜெயலலிதா. மீண்டும் அமைச்சராக்கினார்.

அந்த நம்பிக்கையின் தொடர்ச்சியாகவே இப்போதும் மூன்றாம் முறை யாக அவர் முதல்வர் ஆக்கப்பட்டுள்ளார். ஆயினும் அவருக்கு முன்னெப்போதையும் விட மிகக் கடினமான சவால்கள் அவர் முன் நிற்கின்றன.

கட்சிக்குள் நிழல் அதிகாரங்களையும் புதிதாக உருவெடுக்கும் அதிகார மையங்களையும் சமாளித்துச் செல்ல வேண்டும்.

மாநிலங்களின் உரிமைகளுக்காக தொடர்ந்து குரல் கொடுத்து வந்த சிங்கத் தலைவியின் சிம்ம கர்ஜனையை ஓ.பி.எஸ். எப்படியேனும் சுவீகரித்தாக வேண்டும்.

◻

பாராட்டுதலைப் பெற்ற திட்டங்கள்

முதல்வர் ஜெயலலிதா தனது ஆட்சிக்காலத்தில் நிறைவேற்றிய மக்கள் நலத்திட்டங்கள் ஏராளம். அவற்றுள் மக்களைப் பெரிதும் கவர்ந்து பாராட்டுதலைப் பெற்ற திட்டங்கள் :

- ➢ பெண் சிசுக்கொலைகளை தடுக்க தொட்டில் குழந்தைகள் திட்டம்
- ➢ அம்மா உணவகங்கள்
- ➢ கோயில்களில் ஒரு கால பூஜை திட்டம்
- ➢ மலிவு விலை மது ஒழிப்பு
- ➢ மகளிர் சுய உதவிக் குழுக்கள்
- ➢ மாணவர்களுக்கு இலவச காலணிகள், கல்வி உபகரணங்கள்
- ➢ மாணவர்களுக்கு இலவச சைக்கிள் திட்டம்
- ➢ அம்மா பூங்காக்கள்
- ➢ பெண்களின் பிரச்சனை தீர்க்க மகளிர் காவல் நிலையங்கள்
- ➢ இளம் பெண்களின் திருமணத்துக்கு தாலிக்கு தங்கம்

- விலையில்லா அரிசி
- குறைந்த விலையில் அம்மா குடிநீர்
- பள்ளிகளில் இலவச கல்வி உபகரணங்கள்
- பள்ளி மாணவர்களுக்கு விலையில்லா மடிக்கணினி
- விலையில்லா பாடப் புத்தகங்கள்
- முதியோர் உதவித் தொகை ரூ.1000 ஆக உயர்வு
- மக்கள் குறைகளை தீர்க்க அம்மா அழைப்பு மையம்
- அம்மா திட்ட முகாம்கள்
- ஏழை கர்ப்பிணிகளுக்கு வளைகாப்பு
- பிரசித்திப் பெற்ற கோயில்களில் அன்னதானம் வழங்கும் திட்டம்
- விலையில்லா மிக்ஸி, கிரைண்டர், மின் விசிறி
- கிறிஸ்தவர்கள் - இஸ்லாமியர்கள் புனித பயணம் மேற்கொள்ள நிதியுதவி
- நில அபகரிப்பு சட்டம் கொண்டு வந்து பறிக்கப்பட்ட நிலங்களை மீட்டுக் கொடுத்தது
- அம்மா உடற்பயிற்சி நிலையம்
- அம்மா மகளிர் சிறப்பு உடல் பரிசோதனை திட்டம்
- அம்மா ஆரோக்கியத் திட்டம்
- அம்மா உப்பு
- அம்மா மகப்பேறு சஞ்சீவி திட்டம்
- அம்மா மருந்தகம்

தமிழகத் தலைவர்கள் பற்றி ஜெயலலிதா பேசிய கருத்துகள்

பெரியார் முதல் தன்னை அரசியலுக்கு கொண்டு வந்த எம்.ஜி.ஆர். உள்ளிட்ட தமிழகத் தலைவர்கள் பற்றி ஜெயலலிதா பேசிய கருத்துகள் :

தந்தை பெரியார் குறித்து : "தந்தை பெரியாரின் வாழ்க்கை வரலாறு பலரும் படித்துத் தெரிந்து கொள்ள வேண்டிய அனுபவச் சுரங்கம். இறக்கும் வரை சமூக மேம்பாட்டுக்காக உழைத்த ஒரு பெரிய தலைவர் நம்மிடம் உண்டென்றால் அது தந்தை பெரியார்தான். பெண்கள் முன்னேற்றத்தைப் பற்றிப் பேசி அதற்காக உழைத்த தலைவர்களின் வரிசையில் தந்தை பெரியாருக்கு முதலிடம் என்றைக்குமே உண்டு.

பேரறிஞர் அண்ணா பற்றி : பேரறிஞர் அண்ணா அரசியலில் கருத்து மாறுபட்டவர்களையும் வாழ்த்தியவர். கட்சித் தொண்டர்களிடம் குடும்பப் பாசத்தைப் புகுத்திய திறனும், எழுத்தாற்றலில் பொருள் பொதிந்த அடுக்கு மொழிகளை அறிமுகப்படுத்திய விதமும், கலைத் துறையை முழுமையாக அரசியலுக்குப் பயன்படுத்தி வெற்றி கண்ட தன்மையும் அண்ணா ஒருவருக்கு மட்டுமே கை வரப்பெற்ற கலையாகும்.

ஏழைகளின் சிரிப்பில் இறைவனைக் காண்கிறேன் என்ற அண்ணாவின் முழக்கம் என்றென்றும் அவர் வழி நடப்போர்களின் செவிகளில் ஒலித்துக்

கொண்டே இருக்கிறது. அண்ணாவின் பெருந்தன்மை அகில உலகப் பெயர் பெற்றது. அவரது சகிப்புத்தன்மை இமாலயப் பெருமை கொண்டது. உறுதியான கொள்கைப் பிடிப்புள்ள வலுவான தொண்டர் களின் தலைவரான அண்ணா வன்முறையை நாடாத வரலாற்று நாயகர்.

எம்.ஜி.ஆர் பற்றி : கோடிக்கணக்கான ஏழைகளின் உதடுகளுக்குப் புன்னகையாகவும், புது நம்பிக்கையாகவும், தனது இளமைக்காலம் முதல் திரைப்படத் துறையிலும் அரசியல் வாழ்க்கையிலும் திகழ்ந்தவர் புரட்சித் தலைவர் எம்.ஜி.ஆர்.

மக்களோடு பழகி மக்களோடு வாழ்ந்து மக்களுக்காகவே உழைத்து மக்களுக்கு வாரி வழங்கி மக்களுக்காக சிந்தித்து மக்கள் திலகமாய், மன்னாதி மன்னனாய் வாழ்ந்து மறைந்த அவரைத்தான் இன்று லட்சோப லட்சம் தமிழ் மக்கள் தங்கள் இதயக் கோயிலில் தங்க சிம்மாசனமிட்டு அமர்த்தி மகிழ்கிறார்கள். அவர் மக்களிடம் காட்டிய அன்பும் பரிவும் மக்கள் அவரிடம் காட்டிய ஆர்வமும் பாசமும் உலக வரலாறு காணாத அற்புதங்கள்.

காமராஜர் குறித்து : "காமராஜரின் எளிமை தமிழகத்தை மட்டுமல்ல... இந்தியாவை மட்டுமல்ல...உலகத்தையே வசீகரித்தது. பெருந்தலைவர் காமராஜர் உடையில் மட்டுமல்ல, உணவில், பிறருடன் பழகுவதில், மேடைப் பேச்சு இப்படி எல்லாவற்றிலும் அவருடைய எளிமை ஒளி வீசியது.

காமராஜரின் அத்தனை பண்புகளையும் கைக்கொள்ள முடியாவிட்டா லும் அவற்றில் ஒரு சிலவற்றையாவது இன்று அரசியலுக்கு வர விரும்பு வோர் பின்பற்ற வேண்டும் என்பதே அவரது வாழ்க்கை நமக்கு சுட்டிக் காட்டும் உண்மையாகும்.

காமராஜர் பிறந்து நூற்றாண்டுகள் கடந்த போதிலும் நம்முடைய நினைவில் அவருடைய எளிமையால் தன்னலமற்ற தொண்டால் நாட்டுப்பற்றால் புரிந்த தியாகத்தால் வாழ்ந்து கொண்டிருக்கிறார் என்றால் அது மிகையாகாது.

ஜெ. மரணத்தின்போது மு. கருணாநிதியின் இரங்கல்

திரைப்பட உலகில் கதாநாயகியாக 120க்கும் அதிகமான தமிழ், தெலுங்கு, கன்னட மொழித் திரைப்படங்களில் நடித்து புகழ் எய்தியவர் ஜெயலலிதா. அதன் பின்னர் எனது அருமை நண்பர் புரட்சி நடிகர் எம்.ஜி.ஆரால் அரசியலுக்கு அழைத்து வரப்பட்டார்.

1984 முதல் 1989 வரை மாநிலங்களவை உறுப்பினராகவும், அ.தி.மு.க.வின் கொள்கை பரப்புச் செயலாளராகவும் செயல்பட்டார்.

எம்.ஜி.ஆர். மறைவுக்குப் பிறகு அ.தி.மு.க. பொதுச் செயலாளராகவும், தமிழக முதல்வராகவும் இருந்து வந்த ஜெயலலிதா திடீரென மருத்துவ மனையில் அனுமதிக்கப்பட்டார். மருத்துவமனையில் தொடர் சிகிச்சை பெற்று விரைவில் வீடு திரும்புவார் என எதிர்பார்க்கப்பட்ட நிலையில் அவர் மறைந்துவிட்டார் என்ற செய்தி அறிந்து பெரிதும் வருந்துகிறேன்.

கட்சிகளைப் பொறுத்து எத்தனையோ கருத்து வேறுபாடுகள் இருந்த போதும், தனது கட்சியின் நலனுக்காக துணிச்சலோடு காரியங்களை ஆற்றியவர் என்பதில் எவருக்கும் வேற்றுக் கருத்து இருக்க முடியாது.

குறைந்த வயதிலேயே அவர் மறைந்து விட்டார். எனினும் அவர் புகழ் என்றென்றும் நிலைத்திருக்கும் என்பதில் சந்தேகமில்லை. அவரை இழந்து

வாடும் அவருடைய கட்சியின் முன்னணியினருக்கும், லட்சக்கணக்கான தோழர்களுக்கும், நண்பர்களுக்கும் என்னுடைய ஆழ்ந்த இரங்கலை தெரிவித்துக் கொள்கிறேன்.

ஜெயலலிதாவின் வலி மிகுந்த வாழ்க்கை

ஒரு புகழ்பெற்ற சினிமா நட்சத்திரமாகவும், அரசியல் தலைவராகவும், ஆட்சியாளராகவும் மிகவும் வெற்றிகரமான மனிதராக ஜெயலலிதா காட்சியளித்தாலும் அதற்குப் பின்னால் வலி மிகுந்த வாழ்க்கை இருந்தது.

அவர் சினிமாவில் நுழைந்த சிறிது காலத்திலேயே அவரது தாயார் இறந்துவிட, சினிமாத் துறையில் தன்னந்தனியாக போராட வேண்டிய நிலைக்குத் தள்ளப்பட்டார் ஜெயலலிதா. இந்தப் போராட்டம் அவரை மேலும் மேலும் உறுதியானவராக்கியது.

எம்.ஜி.ஆர். இருக்கும்போதே அ.தி.மு.க.விலிருந்து அவரை நீக்க நடந்த முயற்சிகள், எம்.ஜி.ஆரின் இறுதி ஊர்வலத்தின்போது கவச வாகனத்தி லிருந்து அவர் வலுக்கட்டாயமாக இறக்கப்பட்டது, சட்டப்பேரவையில் அவரை தாக்கப்பட்டதாகச் சொல்லப்படும் சம்பவங்கள் அவரது மன உறுதியை வலுப்படுத்தியதாகக் கூறப்படலாம்.

இருந்தபோதும் கட்சி அவரது கட்டுப்பாட்டிற்கு வந்தபிறகு, அசைக்க முடியாத ஒரு தலைவராக உருவெடுத்தார் ஜெயலலிதா. கட்சியில் இருந்த அவரை விட மூத்த தலைவர்கள் கூட அவரது காலில் விழத் தயங்கவில்லை.

பத்திரிகையாளர்களோடு ஒருபோதும் அவர் நெருக்கமாக இருந்த தில்லை. தனிப்பட்ட பேட்டி அளித்த சம்பவங்கள் மிகக் குறைவு.

பத்திரிகையாளர்கள் மீதும் செய்தியாளர்கள் மீதும் அவரால் தொடுக்கப்பட்ட அவதூறு வழக்குகளின் எண்ணிக்கை ஏராளம்.

90களில் ஜெயலலிதாவின் உற்ற தோழியான சசிகலாவின் உறவினரான வி.என். சுதாகரனை வளர்ப்பு மகனாகத் தத்தெடுத்ததும் அவருக்கு மிக ஆடம்பரமாக திருமணம் செய்து வைத்ததும் அகில இந்திய அளவில் விமர்சனங்களையும் அதிர்வலைகளையும் ஏற்படுத்தியது.

ஜெயலலிதா மரணம் அடைந்து மூன்று மாதங்கள் முடிவதற்குள் சொத்துக் குவிப்பு வழக்கில் தீர்ப்பு வெளியானது. உச்சநீதிமன்றத் தீர்ப்பு வெளிவந்தபோது ஜெயலலிதா மரணம் அடைந்திருந்ததால் அவர் மட்டும் வழக்கிலிருந்து விடுவிக்கப்பட்டிருந்தார்.

❑

கருணாநிதியின் கல்லறை எங்கே?

2018 ஜூலை 30-ஆம் நாள். தி.மு.க. தொண்டர்களால் மறக்க முடியாத நாள்.

மாலை ஆறு மணி. சென்னை காவேரி மருத்துவமனையில் அனுமதிக்கப் பட்டிருந்த தி.மு.க. தலைவர் மு. கருணாநிதியின் உடல்நலம் குறித்து மோச மான தகவல்கள் பரவத் தொடங்கின.

அடுத்த ஒரு மணி நேரத்திற்குள்ளேயே மிக வேகமாக தி.மு.க. தொண்டர்கள் மருத்துவமனை முன்பு குவிந்தனர். மாலை 7.30 மணி யளவில் மருத்துவமனையின் வாயில் பகுதி முழுவதும் தி.மு.க. தொண்டர் களின் தலை மட்டுமே தென்பட்டது.

கருணாநிதியின் உடல்நலம் மோசமடைந்தது என்ற செய்திகள் தொலைக்காட்சியில் ஒளிபரப்பாக ஆரம்பிக்க மருத்துவமனை முன்பு கோஷங்கள் எழத் துவங்கின. "எழுந்து வா... எங்கள் தலைவா... எழுந்து வா... எழுந்துவா....அண்ணாவின் தம்பியே எழுந்து வா.." என்ற கோஷங் களை மாறி மாறி தி.மு.க. தொண்டர்கள் தொடர்ந்து எழுப்ப ஆரம் பித்தனர்.

அதே நேரத்தில் மழையும் பெய்ய ஆரம்பித்தது. அந்த மழையில் நின்ற படி பல தொண்டர்கள் அழுதபடி கோஷங்களை எழுப்பிக் கொண்டே இருந்தனர். இந்த நிலையில் இரவு 9.45 மணியளவில் காவேரி மருத்துவ மனையின் அறிக்கை வெளியானது.

இந்த அறிக்கையில் கருணாநிதியின் உடல் நலம் பின்னடைவைச் சந்தித்தது உண்மைதான் என்றாலும் தற்போது மருந்துகளின் உதவியால் அவரது உடல் நலம் மேம்பட்டு வருவதாகக் கூறப்பட்டிருந்தது.

தி.மு.க. தொண்டர்கள் மரணத்தின் பிடியிலிருந்து மீண்டு விட்டதாகவே நம்பினர்.

ஆனால் அவர்கள் நம்பிக்கை இழக்கும் வண்ணமாக காவேரி மருத்துவ மனையில் அதற்கடுத்து, அடுத்து ஒவ்வொரு இரவும் இதுபோல தொடர்ந்து கோஷங்களை எழுப்பி வந்தனர்.

கலைஞரது உடல் நிலையில் தொடர்ந்து ஏற்ற இறக்கங்கள் இருந்த நிலையில் ஆகஸ்ட் 5-ஆம் தேதியிலிருந்து கருணாநிதியின் உடல்நிலை தொடர் பின்னடைவை சந்திக்க ஆரம்பித்தது.

அன்றைக்கு அவரது மனைவி தயாளு அம்மாள் மருத்துவமனைக்கு அழைத்து வரப்பட்டார். அவர் கருணாநிதியை பார்த்துவிட்டு வீட்டுக்குச் சென்றார்.

ஆகஸ்ட் 6-ஆம் தேதியன்றும் கருணாநிதியின் உடல்நலத்தில் எந்தவித முன்னேற்றமும் இல்லை.

ஆகஸ்ட் 7-ஆம் தேதியன்று காலையில் இருந்தே காவேரி மருத்துவ மனை முன்பாக தொண்டர்கள் குவிய ஆரம்பித்தனர்.

பிற்பகலில் முதலமைச்சர் எடப்பாடி கே. பழனிச்சாமியை மு.க.ஸ்டாலின், மு.க.அழகிரி ஆகியோர் சந்தித்துப் பேசினர்.

மாலை ஐந்து மணியளவில் மருத்துவமனை வெளியிட்ட அறிக்கையில் மு. கருணாநிதியின் உடல்நிலை கவலைக்கிடமாக இருப்பதாகக் கூறப்பட்டது.

அதிரடிப் படையும் வரவழைக்கப்பட்டது. மாநிலம் முழுவதும் காவல் துறையினர் உஷார்படுத்தப்பட்டனர்.

மு.கருணாநிதி மரணமடைந்து விட்டார் என்ற அறிவிப்பை மாலை 6.40 மணியளவில் காவேரி மருத்துவமனையில் வெளியிடப்பட்டது.

மருத்துவமனையில் கூடியிருந்த தி.மு.க. தொண்டர்களின் கூக்குரல் பேரலையாக எதிரொலித்தது.

ஆனால் மறைந்த தலைவரின் உடலை எங்கே நல்லடக்கம் செய்வது என்பது குறித்து எந்த அறிவிப்பும் வெளியாகவில்லை. இதனால் தொண்டர்கள் மத்தியில் தொடர்ந்து சலசலப்பு நீடித்தபடியே இருந்தது.

இந்த நிலையில் தமிழக அரசின் தலைமைச் செயலாளர் கிரிஜா வைத்தியநாதன் ஒரு அறிக்கையை வெளியிட்டார். அதில் கருணாநிதியின் உடலை அடக்கம் செய்ய சென்னை சர்தார் படேல் சாலையில் காமராஜர் நினைவகத்திற்கு அருகே இரண்டு ஏக்கர் நிலத்தை ஒதுக்கீடு செய்ய அரசு தயாராக இருப்பதாகக் கூறப்பட்டிருந்தது.

தி.மு.க.வின் சார்பில் அண்ணா நினைவிடத்துக்கு அருகில் இடம் ஒதுக்கப்பட கோரப்பட்டிருந்தாலும் சட்டச் சிக்கல்களின் காரணமாக அங்கே இடம் ஒதுக்க முடியவில்லையென்றும் தெரிவிக்கப்பட்டிருந்தது. இந்தச் செய்தி பரவியதும் இரவு 8 மணியளவில் காவேரி மருத்துவமனை முன்பாகக் கூடியிருந்த தொண்டர்கள் அரசுக்கு எதிராக கோஷங்களை எழுப்ப ஆரம்பித்தனர்.

அதற்கடுத்து காவேரி மருத்துவமனை முன்பாக வைக்கப்பட்டிருந்த இரும்புத் தகடுகளைத் தூக்கி எறிந்தும், அடித்து நொறுக்கியும் தங்கள் எதிர்ப்பைக் காண்பித்தனர். இதையடுத்து காவல்துறை தடியடியாக இறங்கியது.

இதற்கு சில நிமிடங்கள் கழித்து ஆம்புலன்ஸ் மூலம் மு.கருணாநிதியின் உடல் மருத்துவமனையிலிருந்து கோபாலபுரம் இல்லத்திற்கு கொண்டு செல்லப்பட்டது. சாலையின் இருபுறமும் தொண்டர்கள் கூட்டம் அலை மோதியதால் ஒன்றரை கிலோமீட்டர் தூரத்தைக் கடக்க ஒரு மணி நேரத்திற்கு மேலானது.

இரவு 11 மணியளவில் கோபாலபுரம் இல்லத்தில் மு. கருணாநிதியின் உடல் அஞ்சலி செலுத்துவதற்காக வைக்கப்பட்டது. அதே நேரத்தில் பொது மக்கள் அஞ்சலி செலுத்துவதற்காக ராஜாஜி ஹாலை தயார் செய்யும் பணிகள் துவங்கின. தி.மு.க.வின் முன்னாள் அமைச்சர்கள் இந்தப்

பணியில் ஈடுபட ஆரம்பித்தனர். அதிகாலை 1 மணி வரை கோபாலபுரம் இல்லத்திலிருந்த அவரது உடல், பிறகு சி.ஐ.டி. காலனி இல்லத்திற்கு கொண்டு செல்லப்பட்டது. அங்கிருந்து அதிகாலை மூன்று மணியளவில் ராஜாஜி ஹாலுக்கு புறப்பட்டது. காலை 4 மணியளவிலிருந்து தொண்டர்கள் தங்கள் தலைவருக்கு இறுதி அஞ்சலி செலுத்த அனுமதியளிக்கப் பட்டனர்.

இதற்கிடையில் மு. கருணாநிதியின் உடலை மெரீனா கடற்கரையில் நல்லடக்கம் செய்ய அனுமதிக்க வேண்டுமென தி.மு.க.வின் சார்பில் வழக்கு தொடரப்பட்டது. அதற்கு அனுமதியளித்து நீதிமன்றம் உத்தர விட்ட செய்தி வெளியானதும் ராஜாஜி ஹாலின் முன்பாக கூடியிருந்த தொண்டர்கள் கதறலுடன் கோஷங்களை எழுப்பினர்.

மு.க. ஸ்டாலின், துரைமுருகன் உள்ளிட்ட தலைவர்கள் இந்தச் செய்தியைக் கேட்டுக் கதறியழுதனர். இதற்குப் பிறகு மறைந்த முதலமைச்சர் சி.என்.அண்ணாதுரையின் நினைவிடத்திற்குப் பின்னால் ஒரு இடம் குறிக்கப்பட்டு கருணாநிதியின் உடலை நல்லடக்கம் செய்வதற் கான ஏற்பாடுகள் துவங்கப்பட்டன.

ஆகஸ்ட் 8-ஆம் தேதி காலை ராஜாஜி ஹாலிலிருந்து மு.கருணாநிதியின் பூத உடலை ஏற்றிய வாகனம் வாலாஜா சாலை வழியாக அண்ணா நினைவிடத்திற்கு வந்தடைந்தது. அங்கு அவரது குடும்பத்தினர் முக்கியத் தலைவர்கள் கூடியிருக்க அரசு மரியாதையுடன் அவரது உடலை நல்லடக்கம் செய்தவதற்கான ஏற்பாடுகள் துவங்கின.

அவரது உடலைப் போர்த்தியிருந்த தேசியக் கொடி மடிக்கப்பட்டு மு.க ஸ்டாலினிடம் வழங்கப்பட்டது. கண்ணாடிப் பேழையில் வைக்கப் பட்டிருந்த அவரது உடல் "ஓய்வெடுக்காமல் உழைத்தவன் இதோ ஓய்வு கொண்டிருக்கிறான்" என்ற வாசகம் பொறிக்கப்பட்ட சந்தனப் பேழைக்கு மாற்றப்பட்டது.

ராணுவ வீரர்கள் 21 குண்டு முழக்கிய பிறகு அந்த சந்தனப் பேழை இரவு 7 மணியளவில் நல்லடக்கம் செய்யப்பட்டது.

❒

அன்பின் இலக்கணம் அண்ணாவும் கலைஞரும்

இன்று அண்ணன் பிறந்த காஞ்சியில் அண்ணன் அவர்களால் நமக்காக உருவாக்கித் தரப்பட்ட, அறிஞர் அண்ணா அவர்களுடைய அன்புத் தம்பியாக உண்மைத் தம்பியாக விளங்கி, மறைந்தும் மறையாமலும் நம்முடைய உள்ளத்தில் இன்றைக்கும் குடி கொண்டிருக்கக்கூடிய நம்முடைய தலைவர் கலைஞர் அவர்களுடைய திருவுருவச் சிலை திறப்பு விழா.

கலைஞருடைய சிலை திறப்பு விழா மட்டுமல்ல. ஏற்கனவே மார்பளவுச் சிலையாக காட்சியளிதது்க் கொண்டிருந்த அறிஞர் அண்ணா அவர்களுக்கும் முழு உருவச் சிலை என்ற நிலையில் மாற்றப்பட்டு அறிஞர் அண்ணாவின் முழு உருவச் சிலையையும் திறந்து வைத்திருக்கிறோம்.

அறிஞர் அண்ணா அவர்களுடைய சிலையும், தலைவர் கலைஞர் அவர் களுடைய சிலையும் அமைந்திருக்கக்கூடிய இடம் திருக்கச்சி நம்பி தெரு என்பது உங்களுக்கெல்லாம் நன்றாக தெரியும்.

அந்த திருக்கச்சி நம்பித் தெருவில் உள்ள இந்தக் கட்டிடத்தில் இருந்து தான் அறிஞர் அண்ணா அவர்கள் நடத்திய “திராவிட நாடு” இதழ் வெளி வந்திருக்கின்றது.

1998ல் தலைவர் கலைஞர் பவளவிழா மாளிகை என்ற நிலையில் இருந்த இந்தக் கட்டிடத்தின் முகப்பில் அறிஞர் அண்ணா அவர்களின் சிலை திறப்பு விழா நிகழ்ச்சியில் பங்கேற்றுப் பெருமை சேர்த்தவர் கலைஞர் அவர்கள்.

அப்படி நடைபெற்ற அந்த விழாவில் தலைவர் கலைஞர் அவர்கள் தமிழகத்தினுடைய முதல்வராக வந்து பங்கேற்றார்.

நான் அன்றைக்கு சென்னை மாநகரத்தின் மேயர் என்ற அந்த நிலையில் தலைவரோடு வருகை தந்து அதில் பங்கேற்றேன்.

வாழ்வு மூன்று எழுத்து வாழ்வுக்குத் தேவையான பண்பு மூன்றெழுத்து, பண்பிலே பிறக்கும் அன்புக்கு மூன்றெழுத்து, அன்பிலே சுரக்கும் காதல் மூன்றெழுத்து, காதல் விளைவிக்கும் வீரம் மூன்றெழுத்து, வீரம் செல்லும் களம் மூன்றெழுத்து, களத்திலே பெறும் வெற்றி மூன்றெழுத்து, அந்த வெற்றிக்கு நம்மை அழைத்துச் செல்லும் அண்ணா மூன்றெழுத்து என்று பேரறிஞர் அண்ணா அவர்களைப் பற்றி தலைவர் கலைஞர் அவர்கள் திராவிட முன்னேற்றக் கழகத்தினுடைய முதலாவது மாநாட்டில் வரவேற்றுப் பேசுகின்ற நேரத்தில் குறிப்பிட்டுச் சொன்னார்.

அப்படிப்பட்ட பெருமைக்குரிய அண்ணா பிறந்த மண்ணில் இன்று நம் தலைவர் கலைஞர் அவர்களுக்கு சிலை எழுப்பப்பட்டிருக்கின்றது.

என்னுடைய அரசியல் பயணத்திறகு எத்தனையோ உந்து சக்திகள் இருக்கலாம். ஆனால் அனைத்திற்கும் சிகரம் வைத்தாற்போல் இருந்த உந்து சக்தி எது என்று கேட்டால் இந்தக் காஞ்சி நகரம் தான்.

முதன்முதலாக 12 அல்லது 13 வயதில் என்னைப் பொதுவாழ்வில் ஈடுபடுத்திக் கொண்ட நேரத்தில் கோபாலபுரம் பகுதியில் இளைஞர் திமுக என்ற ஓர் அமைப்பை ஏற்படுத்தி அந்த அமைப்பின் மூலமாக நான் பல நிகழ்ச்சிகளை நடத்திக் கொண்டிருந்தேன்.

அதையொட்டி 1971-ஆம் ஆண்டு அறிஞர் அண்ணா துயில் கொண்டிருக்கக்கூடிய அவருடைய கல்லறையில் மலர் வளையம் வைத்து மரியாதை செய்து வணங்கி அங்கிருந்து கையில் ஒரு தீப்பந்தத்தை அண்ணா ஜோதியை கையில் ஏந்தி தொடர் ஓட்டமாக நான் புறப்பட்டு நேராக அண்ணாசாலையில் இருக்கக்கூடிய அண்ணா சிலைக்கு சென்று மாலை அணிவித்து, அதைத் தொடர்ந்து சென்னையிலிருந்து தொடர்

ஓட்டமாக இந்தக் காஞ்சி நகரத்துக்கு வந்து அன்று காஞ்சிபுரத்தில் நடந்து கொண்டிருந்த திராவிட முன்னேற்றக் கழகத்தினுடைய மாநாட்டு மேடையில் தலைவர் கலைஞர் கரத்தில் தொடர் ஓட்டமாகக் கொண்டு வந்த அண்ணா ஜோதியை நான் ஒப்படைத்தேன்.

அதை ஒப்படைத்த நேரத்தில் கலைஞருக்கு பக்கத்தில் இருந்தவர்கள் யார் யார் என்று கேட்டால், அன்றைக்கு பொதுச் செயலாளராக இருந்த நாவலர் அவர்கள், பொருளாளராக இருந்த மரியாதைக்குரிய எம்.ஜி.ஆர். அவர்கள்.

அறிஞர் அண்ணா அவர்களுடைய தீபத்தை பெற்ற தலைவர் கலைஞர் அவர்கள் இன்றைக்கு சிலையாக நிற்கின்றார்.

அண்ணாவின் தீபத்தை ஒப்படைத்த நான் இன்றைக்கு இந்த மேடை யில் இயக்கத்தினுடைய தலைவராக நின்று கொண்டிருக்கிறேன். இதுதான் திராவிட இயக்கத்தினுடைய பயணம் என்பது. முடிகின்ற ஓட்டம் அல்ல. தொடர்கின்ற ஓட்டம். தொடர்ந்து கொண்டே இருக்கக் கூடிய ஓட்டம். அந்தக் கொள்கை என்பது ஒரு அணையா தீபமாகும்.

இன்று தேதி பிப்ரவரி 14. உலகமே இன்று காதலர் தினத்தைக் கொண்டாடிக் கொண்டிருக்கின்றது.

காதல் என்றால் அன்பு என்று பொருள். அன்பினுடைய இலக்கணமாக இருந்தவர்கள் தான் அறிஞர் அண்ணாவும், தலைவர் கலைஞர் அவர்களும்.

அண்ணா என்ற காதலனை கலைஞர் என்ற காதலி எப்போது பார்த் தாரோ அன்றிலிருந்து அவர்களுக்குள்ளே அந்தக் காதல் வந்துவிட்டது. அன்பு வந்துவிட்டது. இன்னும் சொல்லப் போனால் அண்ணாவின் மரணம் வரையில் அது மாறாமல் இருந்தது. ஏன் அவருடைய மரணத் திற்குப் பிறகும் தொடர்ந்தது.

"இயற்கையின் சதி எமக்குத் தெரியும் அண்ணா. நீ இருக்கும் இடம் தேடி நான் வரும் வரையில் இரவலாக உன் இதயத்தை தந்திடு அண்ணா... நான் வரும்போது மறவாமல் கையோடு கொணர்ந்து உன் கால் மலரில் வைப்பேன் அண்ணா" என்று 1969ல் அறிஞர் அண்ணா மறைந்த நேரத்தில் கண்ணீர் மல்க கவிதை அஞ்சலி செலுத்தினாரே தலைவர் கலைஞர் அவர்கள். நான் அதை எண்ணிப் பார்க்கிறேன்.

50 ஆண்டுகள் கழித்து, கலைஞர் இறந்தபோது அவருடைய அரை நூற்றாண்டு காலக் கனவை அண்ணாவின் மீது அவர் வைத்திருந்த அழியாக் காதலை நிறைவேற்றுவதற்கு நாம் நடத்திய போராட்டம் சாதாரண போராட்டம் அல்ல. ஒரு மிகப் பெரிய சட்டப் போராட்டம் நடத்தினோம்.

இது நமக்கு கிடைத்த பெருமைகளில் ஒன்று. இது எனக்கு தனிப்பட்ட பெருமை அல்ல. ஒட்டு மொத்த திராவிட முன்னேற்றக் கழகத்தில் இருக்கக் கூடிய ஒவ்வொருவருக்கும் கிடைத்திருக்கக்கூடிய பெருமை.

திருவாரூர் என்பது தலைவர் கலைஞர் பிறந்த ஊர். காஞ்சிபுரம் என்பது அவர் புகுந்த ஊர். அறிஞர் அண்ணா அவர்கள் கலைஞரைத் தவிர வேறு யார் மீதும் இவ்வளவு பாசம் வைத்திருக்க மாட்டார்.

அதேபோல கலைஞர் அவர்களும் அண்ணாவைத் தவிர வேறு யார் மீதும் இவ்வளவு மரியாதை வைத்திருக்க மாட்டார்கள். இந்த இரண்டு தலைவர்களைப் பற்றி அறியும்போதும், அவர்களைப் பற்றி படிக்கின்ற நேரத்தில் ஒரு காவிய நட்பு - காவிய பாசம் கொண்டவர்களாக இருவரும் இருந்திருக்கின்றார்கள் என்பது புரியும்.

தலைவர் கலைஞர் அவர்களுடைய எழுத்து முதன்முதலாக எந்த ஏட்டில் வந்தது என்றால் அறிஞர் அண்ணா அவர்களால் நடத்தப்பட்ட திராவிட நாடு இதழில் தான்.

1963-ஆம் ஆண்டு கைது செய்யப்பட்டு தலைவர் கலைஞர் அவர்கள் நீண்ட காலம் திருச்சி மத்திய சிறையில் அடைக்கப்பட்டிருக்கின்றார்.

அப்போது அறிஞர் அண்ணா அவர்கள் வேலூரில் இருக்கக்கூடிய மத்திய சிறையில் அடைபட்டிருக்கின்றார். தலைவர் கலைஞர் அவர்கள் விடுதலை செய்யப்படுவதற்கு இரண்டு நாட்களுக்கு முன்பு அறிஞர் அண்ணா விடுதலை செய்யப்படுகின்றார்.

அறிஞர் அண்ணா திருச்சியில் இருந்து இரண்டு நாட்களுக்குப் பிறகு விடுதலையாகக் கூடிய தலைவர் கலைஞர் அவர்களை வரவேற்க திருச்சிக்கே செல்கின்றார்.

அதற்குப் பிறகு விடுதலையான தலைவர் கலைஞர் அவர்கள் நேராக சென்னைக்கு வரவில்லை. தாம் பிறந்த திருவாரூருக்கு செல்லுகின்றார். காரணம் அங்கே வரவேற்பு நிகழ்ச்சிகள் ஏற்பாடு செய்யப்பட்டிருக்

கின்றது. அங்கிருந்து சென்னை செல்லலாம் என்று தலைவர் கலைஞர் தயாராகிக் கொண்டிருந்த நேரத்தில், அண்ணா அவர்கள் கலைஞர் அவர்களுடன் தொலைபேசியில் தொடர்பு கொண்டு "நீ நேராக காஞ்சி புரத்துக்கு வா. நீ வந்ததற்குப் பிறகு இருவரும் சேர்ந்து சென்னைக்கு செல்லலாம்" என்று நம்முடைய தலைவருக்கு அண்ணா உத்தரவிடு கின்றார்.

தலைவர் கலைஞர் காஞ்சிபுரம் வருகின்றார். அதற்குப் பிறகு அண்ணாவும், தலைவர் கலைஞர் அவர்களும் சேர்ந்து சென்னை வருகிறார்கள். மிகப் பெரிய வரவேற்பு கொடுக்கப்படுகின்றது.

அதற்குப் பிறகு அண்ணாவும், தலைவரும் கோபாலபுரம் இல்லத்திற்குச் செல்கின்றார்கள். வாசலில் வழி மேல் விழி வைத்து கலைஞரை ஈன்றெடுத்த அவருடைய தாயார் அன்னை அஞ்சுகம் அம்மையார் அவர்கள் எதிர்பார்த்து காத்துக் கொண்டிருக்கிறார்கள்.

அப்போது அண்ணா அவர்களைப் பார்த்து, அன்னை அஞ்சுகம் அம்மையார் அவர்கள் ஒரு வார்த்தை சொன்னார்கள்.

அது என்னவென்று கேட்டால், "உங்களை உங்கள் அம்மா ஒரே ஒரு நாள் பிரசவ வேதனையில் பெற்றிருப்பார்கள். அதனால் தான் வேலூர் சிறையிலிருந்து நேராக காஞ்சிபுரம் சென்றீர்கள். ஆனால் என் பிள்ளையை பல நாள் இடுப்புவலி பிரசவ வேதனைக்குப் பிறகு நான் பெற்றெடுத்தேன். அதனால்தான் திருச்சியில் விடுதலையாகி திருவாரூருக்குச் சென்று மூன்று நாள் கழித்து என்னைப் பார்க்க என் பிள்ளை வந்திருக்கின்றது" என்று அண்ணா அவர்களிடத்தில் உரிமையோடு அஞ்சுகம் அம்மையார் சொல்லுகின்றார்.

அப்போது அண்ணா அவர்கள் அன்னை அஞ்சுகம் அம்மையாரைப் பார்த்து, "ஏன் நீங்கள் திருச்சிக்கே வந்திருக்கலாமே?" என்று சொல்கின்ற போது, "நான் போனால் என்ன நீங்கள் போனால் என்ன இரண்டு பேரும் ஒன்று தானே..." என்றார் அன்னை அஞ்சுகம் அம்மையார் அவர்கள்.

அதாவது அண்ணா வேறு அஞ்சுகம் வேறு அல்ல. கலைஞரைப் பொறுத்தவரையில் இரண்டு பேரும் ஒன்று தான் என்று தம்முடைய பொது வாழ்வில் இருந்து வந்திருக்கிறார்.

தம்முடைய உயிரினும் மேலான உடன்பிறப்புகளாக இருக்கக்கூடிய உங்களைத்தான் நினைத்தார்.

அதேபோல தலைவர் கலைஞர் அவர்கள் தம்முடைய தாயினும் மேலாக தாயாக அண்ணாவைத்தான் நினைத்தார்.

அதனால்தான் இன்றைக்கு அண்ணா பிறந்த இந்த மண்ணில் தலைவர் கலைஞருக்குச் சிலை திறந்து வைக்கப்பட்டிருக்கின்றது.

தமக்குப் பின்னால் கலைஞர்தான் என்பதை மிக இளமைக் காலத்தி லேயே அறிஞர் அண்ணா அவர்கள் சுட்டிக் காட்டியிருக்கின்றார். அதற்குப் பல உதாரணங்கள் உண்டு.

திருச்சி தி.மு.க.வில் தோழர்களிடத்தில் சில பிரச்சனை. அப்பொழுது திருச்சிக்கு நான் போகமாட்டேன் என்று அண்ணா திட்டவட்டமாகச் சொல்கின்றார். திருச்சியைச் சேர்ந்த தோழர்கள் அண்ணாவை அழைத்தார்கள். முடியாது வரமுடியாது என்றார் அண்ணா. திருச்சியைச் சேர்ந்த மொத்த தோழர்களும் வருகின்றார்கள்.

நான் முதலில் வரமாட்டேன், வேண்டுமானால் என் தம்பி கருணா நிதியை முதலில் அனுப்பி வைக்கின்றேன். அனுப்பி வைக்கின்ற நேரத்தில் தி.மு.க. என்பது அங்கு உயிரோடிருந்தால் நான் வருகின்றேன், என்று அவர் களை அனுப்பி வைத்தார். அந்தளவுக்குத் தமக்குப் பதிலாக கலைஞரைத் தான் நினைத்தார் அண்ணா அவர்கள்.

கல்லக்குடி போராட்டமா? கலைஞரைத் தான் தலைமை தாங்க உத்தர விட்டார். சென்னை மாநகராட்சியைக் கைப்பற்றிய காரணத்தால் அறிஞர் அண்ணா அவர்கள் கலைஞரை உச்சிமுகர்ந்து பாராட்டி, கை விரலில் கணையாழி அணிவித்தாரே, அந்தக் கணையாழியைக் கூட அவரே கடைக்குச் சென்று அவரே போய் வாங்கி அந்தக் கணையாழியைத் தலைவா கலைஞருக்கு அணிவிக்கின்ற நேரத்தில் சொன்னாரே... ''என்னுடைய மனைவிக்குக் கூட நகை வாங்க கடைக்குச் சென்றது கிடையாது. உனக்காக வாங்கியிருக்கின்றேன்'' என்று சொல்லி அதை அணிவித்து மகிழ்ந்தாரே பேரறிஞர் அண்ணா அவர்கள்.

இந்தக் கழகத்தில் பல தரப்பட்ட உணர்வுள்ளவர்கள், பல எண்ணங்கள் கொண்டவர்கள் யாராக இருந்தாலும் சிறப்பாகப் பணியாற்றக் கூடிய வர்கள் உண்டு. எதையும் நிதானமாக பணியாற்றக் கூடியவர்கள் உண்டு.

அவர்களை இன்னும் சிறப்பாக திறம்படச் செயல்பட வைக்க திறமை சாலிகள் வேண்டும். அத்தகைய சிறப்புக்களைப் பெற்றவர் என் தம்பி கருணாநிதிதான் என்று பலமுறை தலைவர் கருணாநிதி அவர்களைப் பற்றி அண்ணா அவர்கள் சொல்லியிருக்கிறார்.

"ஒரு நாளைக்கு கருணாநிதி எத்தனை மணி நேரம் தூங்குகிறார் என்பதை அவருக்குத் தெரியாமல் அதைக் கண்காணித்தால் தான் கண்டு பிடிக்க முடியும். இல்லை என்றால் கண்டுபிடிக்க முடியாது" என்று அண்ணா அவர்களால் பாராட்டப் பெற்றவர்.

"என் தம்பிகள் நான் சொல்வதை செய்து முடிப்பார்கள். ஆனால் தம்பி கருணாநிதி மட்டும்தான் நான் சொல்லாமலேயே செய்து முடிக்கக் கூடிய ஆற்றலைப் பெற்றிருப்பவர்" என்று அறிஞர் அண்ணா அவர்களால் பாராட்டப்பட்டவர்.

அதனால்தான் தலைவர் கலைஞர் அவர்களும் தம்முடைய இறுதி மூச்சு நிற்கின்ற வரையில் அண்ணா, அண்ணா என்று தான் சொல்லிக் கொண்டிருந்தார்.

நான் இன்னமும் சொல்லுகின்றேன். வயது மூப்பின் காரணமாக, பேசமுடியாத நிலையில் தொண்டையில் டியூப் போடப்பட்டு சைகை மூலமாக எங்களிடத்தில் வரக்கூடிய முன்னோடிகளிடத்தில் தம்முடைய உணர்வை வெளிப்படுத்திக் கொண்டிருந்த நேரத்தில் மருத்துவர்கள் அவரைப் பேச வைப்பதற்காக சில முயற்சிகள் சில பயிற்சிகள் நடந்தன.

அவர் கையில் ஒரு பேனாவைத் தந்து கையில் ஒரு வெள்ளைக் காகிதத்தைக் கொடுத்து எழுதுங்கள் என்று சொன்னால் அவர் எழுதிய முதல் எழுத்து அண்ணாதான். அதேபோல பேச்சுப் பயிற்சி நடைபெறு கின்ற போது கூட நாங்கள் எல்லோரும் ஏதாவது பேசுங்கள் என்றால் "அண்ணா...அண்ணா..." என்றுதான் சொல்லுவார்.

கலைஞருக்கு எல்லாமே அண்ணாதான். அண்ணாதான் என்ற நிலை யிலேயே அவர் கடைசி நிமிடம் வரையில் வாழ்ந்திருக்கிறார்.

அதனால்தான் அறிஞர் அண்ணா அடக்கம் செய்யப்பட்டிருக்கின்ற அந்த நினைவிடத்தின் பக்கத்திலேயே அவருக்கு இடம் கிடைத்திருக் கின்றது.

அண்ணா அறிவாலயத்தில் கம்பீரமாக நிற்கக்கூடிய அறிஞர் அண்ணா வினுடைய திருவுருவச் சிலைக்கு அருகில்தான் கலைஞருடைய சிலை அமைந்திருக்கின்றது.

இதோ காஞ்சிபுரத்தில் இப்போது திறந்து வைத்திருக்கின்றோமே இங்கேயும் இந்தச் சிலைக்கு அருகில் தானே அந்த வாய்ப்பு கிடைத்திருக்கின்றது. இது ஒன்றே போதும் அவர்களது காதலைச் சொல்ல. காதலில் தெய்வீகக் காதல் என்பார்கள். அண்ணாவுக்கும் கலைஞருக்கும் இருந்த காதல் தெய்வீகக் காதல் அல்ல, கொள்கைக் காதல்!

■

தி.மு.க.வின் தலைவரானார் ஸ்டாலின்

முத்துவேல் கருணாநிதி ஸ்டாலின் 1953-ஆம் ஆண்டு கருணாநிதி - தயாளு அம்மாள் தம்பதியினரின் மூன்றாவது மகனாக சென்னையில் பிறந்தார்.

சோவியத் ஒன்றியத்தின் ஆட்சித் தலைவராக இருந்த ஜோசப் ஸ்டாலின் மறைந்த 4 நாட்களுக்குப் பிறகு பிறந்ததால் அவரது நினைவாக தம் மகனுக்கு ஸ்டாலின் எனப் பெயர் சூட்டினார் கருணாநிதி.

ஸ்டாலின் மெட்ராஸ் கிறிஸ்டியன் கல்லூரி மேல்நிலைப் பள்ளியில் பள்ளிப் படிப்பை முடித்தார். விவேகானந்தா கல்லூரியில் பல்கலைக் கழகத்திற்கு முந்தைய படிப்பை முடித்தார்.

1973ல் சென்னைப் பல்கலைக்கழகத்தின் மாநிலக் கல்லூரியில் வரலாற்றுப் பட்டம் பெற்றார். ஆகஸ்ட் 1, 2009 அன்று அண்ணா பல்கலைக் கழகம் மு.க.ஸ்டாலினுக்கு கௌரவ முனைவர் பட்டம் வழங்கியது.

மு.க.ஸ்டாலின் ஆகஸ்ட் 25, 1975ல் துர்கா என்பவரைத் திருமணம் செய்து கொண்டார். இவர்களுக்கு உதயநிதி ஸ்டாலின் என்ற மகனும் செந்தாமரை என்ற மகளும் உள்ளனர்.

ஸ்டாலின் சென்னை அண்ணா சாலையில் உள்ள சர்ச் பார்க் கான்வென்ட்டில் படிக்க விண்ணப்பித்தபோது அவரது புரட்சிப் பெயரைக் கண்டு அவரைப் பள்ளியில் சேர்த்துக் கொள்ள பள்ளி நிர்வாகம் மறுத்தது. இதனால் சென்னை சேத்துப்பட்டு கிறிஸ்தவக் கல்லூரி மேல் நிலைப்பள்ளியில் சேர்ந்து மேல்நிலை வரை கல்வி பயின்றார்.

தந்தையின் அரசியல் பணிகள் காரணமாகவும். ஸ்டாலினுக்கும் இளம் வயதிலேயே அரசியலில் ஆர்வம் இருந்த காரணத்தாலும் இவர் தி.மு.க. உறுப்பினரானார்.

இவர் வசித்து வந்த கோபாலபுரம் பகுதியிலேயே இவர் அரசியலில் நடவடிக்கைகளை மேற்கொண்டார்.

1967-68 இடைப்பட்ட ஆண்டுகளில் மு.க.ஸ்டாலின் பள்ளி மாணவராகப் படித்துக் கொண்டிருந்தபோது தன் நண்பர்களை இணைத்துக் கொண்டு கோபாலபுரம் இளைஞர் தி.மு.க. என்ற அமைப்பினை முடி திருத்தும் கடையில் ஏற்படுத்தி அதன் மூலம் அரசியல் வாழ்க்கையையும் தொடங்கினார்.

இவ்வமைப்பின் மூலம் அந்தப் பகுதியில் உள்ள மக்களுக்குப் பொதுப் பணிகளையும் சமூகப் பணிகளையும் செய்து வந்தார்.

இதன் பின் படிப்படியாக இளைஞரணி அமைப்பு 1980ல் மதுரையில் உள்ள ஜான்சி ராணி பூங்காவில் தொடங்கப்பட்டது.

1980ல் திருச்சியிலே 2-ஆம் ஆண்டு விழாவிலே 7 பேரைக் கொண்ட ஓர் அமைப்புக் குழுவில் மு.க.ஸ்டாலின் ஒரு அமைப்பாளராக நியமிக்கப் பட்டார்.

தமிழ்நாடு முழுவதும் அந்த அமைப்புக்குழு சுற்றுப்பயணம் நடத்தி, மாவட்ட, ஒன்றிய, நகர அளவில் இளைஞரணி என்ற ஓர் அமைப்பு உருவாக்கப்பட்டது.

ஒவ்வொரு ஊரிலும் இளைஞரணியை கட்டியமைத்தார். இதனால் அவருக்கு இளைஞரணி மாநிலச் செயலாளர் பொறுப்பு தரப்பட்டது.

தி.மு.க. இளைஞரணி தலைமையகத்திற்காக அன்பகத்தைப் பெறுவதற் காகத் தி.மு.க. இளைஞரணிச் செயலாளராக இருந்த ஸ்டாலின் தமிழகம் முழுவதும் சுற்றுப்பயணத்தை மேற்கொண்டு 11 லட்ச ரூபாய் நிதி

திரட்டினார். ஸ்டாலின் ஆரம்பத்திலிருந்தே சென்னை ஆயிரம் விளக்குத் தொகுதியில்தான் போட்டியிட்டு வருகிறார். இந்தத் தொகுதியை அண்ணா தி.மு.க. கட்சியிடமிருந்து பறித்தவர் ஸ்டாலின்.

நான்கு முறை இங்கு இவர் தேர்ந்தெடுக்கப்பட்டுள்ளார். 1984-ஆம் ஆண்டு முதல் முறையாக இங்கு அவர் போட்டியிட்டார். அந்தத் தேர்தலில் தோல்வியுற்றார் ஸ்டாலின்.

இளைஞரணியின் செயலாளராகத் தீவிரமாக ஈடுபட்டு வந்த நிலையில் அவரைச் சென்னை மாநகராட்சி மேயர் பதவிக்கான வாய்ப்பை அன்றைய முதல்வராக இருந்த மு.கருணாநிதி வழங்கினார்.

ஸ்டாலின் மேயராவதற்கு முன்புவரை மக்களால் நேரடியாகத் தேர்ந் தெடுக்கப்படும் வகையில் மேயர் பதவி இல்லை. மாநகராட்சி உறுப்பினர்கள் தான் மேயரைத் தேர்ந்தெடுத்தனர்.

ஆனால் முதன்முறையாக 1996-ஆம் ஆண்டு பஞ்சாயத்து ராஜ் சட்டம் திருத்தப்பட்ட பின்னர் நடந்த தேர்தலில் ஸ்டாலின் மக்களால் தேர்ந் தெடுக்கப்பட்ட முதல் மேயர் என்ற பெருமையைப் பெற்றார்.

2001-ஆம் ஆண்டு 2வது முறையாக அவர் மேயராகத் தேர்ந்தெடுக்கப் பட்டார்.

இருப்பினும் 2002-ஆம் ஆண்டு அப்போதைய முதல்வர் ஜெ.ஜெயலலிதா சட்டத்திருத்தம் ஒன்றைக் கொண்டு வந்தார்.

ஒரே நபர் இரு அரசுப் பதவிகளில் இருக்க முடியாது என்று அந்தச் சட்ட திருத்தம் கூறியபடியால் தனது சட்டமன்ற உறுப்பினர் பதவியை வைத்துக் கொண்டு மேயர் பதவியிலிருந்து விலகினார் ஸ்டாலின்.

மு.கருணாநிதி தலைமையில் சட்டமன்றத் தேர்தலில் தி.மு.க. அணி வெற்றி பெற்று மு.கருணாநிதி ஐந்தாவது முறையாக முதல்வர் பொறுப்பை ஏற்க, முதன்முறையாக மு.க.ஸ்டாலின் தமிழகத்தின் உள்ளாட்சித்துறை அமைச்சரானார்.

தமிழக முதல்வராக இருந்த மு.கருணாநிதி 2009ல் முதுகெலும்பு அறுவை சிகிச்சைக்கு உட்படுத்தப்பட்டார். அது முதல் அவருக்கு சக்கர நாற்காலி தரப்பட்டது.

அவரது உடல்நிலை காரணமாக அவரது துறைகளில் இருந்து பல துறைகளில் கவனம் செலுத்தமுடியவில்லை. எனவே ஸ்டாலினுக்கு சில துறைகள் ஒதுக்கீடு செய்ய முடிவு செய்தார். இவர் உள்ளாட்சி துறை அமைச்சராகவும் இருந்து வந்த காரணத்தால் தமிழ்நாட்டின் முதல் துணை முதலமைச்சராகப் பதவியேற்றார். இவர் அந்த பதவியில் 29 மே 2009 முதல் 15 மே 2011 வரை பதவி வகித்தார்.

2016 சட்டமன்றத் தேர்தலின் போது ஸ்டாலின் இளைஞர்களைக் கவரும் விதமாக நமக்கு நாமே என்ற தலைப்பில் மாநிலம் தழுவிய சுற்றுப் பயணத்திற்குச் சென்றார்.

அந்தத் தேர்தலில் கொளத்தூர் தொகுதியில் போட்டியிட்டு ஸ்டாலின் வென்றார். மேலும் எதிர்க்கட்சித்தலைவராகவும் நியமிக்கப்பட்டார்.

2017-ஆம் ஆண்டில் ஸ்டாலின் மற்றொரு முறை நமக்கு நாமே சுற்றுப் பயணத்திற்கு சென்றார். பின்னர் 2018-ஆம் ஆண்டில் அவரது தந்தை கருணாநிதி மறைவுக்குப் பின் ஸ்டாலின் தி.மு.க. தலைவராகப் பொறுப் பேற்றார்.

மு.க.ஸ்டாலின் தேசிய ஐக்கிய முற்போக்கு கூட்டணியின் கீழ் தமிழகத்தில் மதச்சார்பற்ற முற்போக்குக் கூட்டணியை உருவாக்கி மாநிலத்தில் 2019 பொதுத் தேர்தலில் கூட்டணிக்குத் தலைமை தாங்கினார்.

மதச்சார்பற்ற முற்போக்குக் கூட்டணி 40 நாடாளுமன்ற இடங்களில் 39 இடங்களையும், சட்டமன்ற இடைத் தேர்தலில் 21ல் 12 இடங்களையும் 52% வாக்குகளையும் பெற்று வென்றது.

தி.மு.க. தலைவராகப் பொறுப்பேற்ற பின்னர் இவர் பெற்ற முதல் வெற்றியாகும்.

2021 சட்டமன்றத் தேர்தலில் தி.மு.க. தலைமையிலான மதச்சார்பற்ற முற்போக்குக் கூட்டணியின் முதலமைச்சர் வேட்பாளராக மு.க.ஸ்டாலின் அறிவிக்கப்பட்டார்.

தேர்தல் முடிவுகளில் இவரது கூட்டணி 159 இடங்களில் வென்று தனிப் பெரும்பான்மை பெற்றது.

இதையடுத்து மே 7-ஆம் நாளன்று மு.க.ஸ்டாலின் தமிழ்நாட்டின் முதலமைச்சராகப் பொறுப்பேற்றார்.

சாதாரண உறுப்பினராகச் சேர்ந்து களப் பணியாற்றி, வட்டப் பிரதிநிதி, மாவட்டப் பிரதிநிதி, பொதுக்குழு, செயற்குழு உறுப்பினர் என முறைப்படி தேர்வு பெற்று களப்பணிகள் வாயிலாக கட்சியின் பொறுப்புப் படிக்கட்டுகளில் ஒவ்வொரு படியாக உயர்ந்து இளைஞர் அணிச் செயலாளர், துணைப் பொதுச் செயலாளர், பொருளாளர் என்று உயர்ந்தவர் ஸ்டாலின்.

அரசியல் வாழ்க்கையில் எதிர்க்கட்சிகளை விட தி.மு.க.வுக்குள்ளேயே வைகோவை சமாளிக்க ஸ்டாலின் பெரும்பாடுபட்டார் என்று கூறப்படுகிறது. வைகோவின் வளர்ச்சி ஸ்டாலின் வளர்ச்சிக்கு தடையாக இருக்கும் என கூறப்பட்டது. ஒரு கட்டத்தில் வைகோ கட்சியிலிருந்து நீக்கப்பட்டார்.

வைகோவின் வெளியேற்றத்திற்குப் பின் ஸ்டாலின் தி.மு.க.வில் வேகமாக வளர்ந்தார் என்று அரசியல் பார்வையாளர்களால் கருதப்பட்டது.

2017 ஜனவரியில் தி.மு.க.வின் செயல் தலைவர் பதவி இவருக்கு வழங்கப்பட்டது. 2018ல் தி.மு.க. தலைவர் கருணாநிதின் மறைவுக்குப் பின் தி.மு.க.வின் தலைவரானார் ஸ்டாலின்.

◻

முத்துவேல் கருணாநிதி ஸ்டாலின் எனும் நான்...!

"முத்துவேல் கருணாநிதி ஸ்டாலின் எனும் நான்..." என்று ஆளுநர் மாளிகையில் முதல்வர் பதவியேற்பு விழாவில் மு.க.ஸ்டாலின் ஒருமுறை சொல்லி நிறுத்தி, முன்னால் அமர்ந்திருந்த அவரது மனைவி துர்கா ஸ்டாலினை முகம் உயர்த்திப் பார்த்தபோது, சுறீலென ஒரு மின்னோட்டம் மறைந்து ஆனந்தக் கண்ணீர் வழிய கையால் தன் முகத்தை மூடிக் குனிந்ததை "க்ளிக்" என இந்த உலகக் கண்ணாடி பத்திரமாக பதிவு செய்து கொண்டது.

அந்த அழுகையின் ரசாயனத்தில் அமிழ்ந்து கிடந்த வலியை அவரே உணர்வார்.

எத்தனை நீண்ட கால கஷ்டங்கள், போராட்டங்கள், வேதனைகள், ஏமாற்றங்கள், துரோகங்கள், விரோதங்கள் அதில் நீச்சலடித்துக் கொண்டிருக்கின்றன என்பது துர்கா ஸ்டாலினுக்கு மட்டுமே தெரியும்.

தீவிர நாத்திக அரசியல் குடும்பத்தில் கலைஞரின் மருமகள் சாந்தாவாக வரவேற்கப்பட்ட துர்கா ஸ்டாலினுக்கு போராட்டங்கள் புதிதல்ல.

கணவர் மு.க.ஸ்டாலின் ஆகட்டும், மறைந்த கலைஞர் கருணாநிதி ஆகட்டும் ஒவ்வொருவரும் எதிர்கொண்ட எதிர் நீச்சல்களையும்

போராட்டங்களையும் அருகிலிருந்தே பார்த்து வளர்ந்தவர் துர்கா ஸ்டாலின்.

கலைஞரின் மகன் என்ற முத்திரை குத்தி அவரை மட்டம் தட்ட முனைந்த கூட்டத்தை பொருட்படுத்தாமல் புறம் தள்ளிவிட்டு போர்க் களமாக தனது வாழ்வை மாற்றிக் கொண்டவர் ஸ்டாலின்.

ஸ்டாலின் சந்தித்த ஒவ்வொரு அவமானம், விரோதம், கேலி, கிண்டல் களுக்கெல்லாம் மிகப் பெரிய ஆறுதலாக இருந்தவர் துர்கா ஸ்டாலின் மட்டுமே.

கணவருக்கு ஆறுதலாக மட்டும் இல்லாமல் அவருக்கு உற்ற உறுதுணை யாக இருந்து அவரது ஒவ்வொரு அரசியல் பயணத்தின் ஒவ்வொரு அடித்தளத்தையும் இலகுவாக்கி கொடுத்தவர் அவர்தான்.

அவரது இறை நம்பிக்கைக்கு ஸ்டாலினும் சரி... கலைஞரும் சரி... யாருமே இடையூறு செய்ததில்லை. அவரவர் அவர் பாதையில் பயணித்தனர்.

கணவருக்காக ஒரு மனைவியாக, ஒரு தோழியாக என பல அவதாரம் எடுத்து அனைத்து வகையிலும் ஸ்டாலின் துவண்டு போய் விடாமல் பார்த்துக் கொண்டதில் மிக மிக முக்கியமானவர் துர்கா ஸ்டாலின்.

தனக்கு தோன்றுவதை கணவரிடம் ஒளிவு மறைவில்லாமல் சொல்லி அவருக்கு ஊக்கம் கொடுக்கவும் அவர் தவறியதில்லை.

ஸ்டாலினின் கனவு என்பதை விட கருணாநிதி குடும்பத்தாரின் மிகப் பெரிய கனவு என்பது ஸ்டாலின் அரசியலிலும், ஆட்சியிலும் உச்சம் பெற வேண்டும் என்பது.

இன்று இரண்டையும் தொட்டுவிட்டார் ஸ்டாலின். இத்தனை நாள் ஸ்டாலின் பட்ட கஷ்டத்திற்கு கிடைத்த பலனை எண்ணி உலகிலேயே அனைவரையும் விட அதிக மகிழ்ச்சி அடைந்தவர் துர்கா ஸ்டாலினாக மட்டுமே இருக்க முடியும்.

அவசர நிலை பிரகடனத்தின்போது ஸ்டாலினை கைது செய்ய தமிழக போலீஸ் தயாராக இருந்தது.

மதுராந்தகம் சென்றுவிட்டு கோபாலபுரம் திரும்பிய ஸ்டாலினிடம், ஆட்சி கலைக்கப்பட்டு முதல்வர் பதவியை இழந்திருந்த கருணாநிதி "காவல்துறை உன்னைத் தேடுகிறது. சிறை கோட்டம் செல்ல தயாராக இரு..." என்றார்.

ஸ்டாலினும் குளித்து உடை மாற்றிவிட்டு சிறைக்குத் தயாரானார். உண்மையில் சொல்லப் போனால் சாவை தொட்டு விட்டு வரத் தயாரானார்.

மு.க.ஸ்டாலினுக்கு அப்போது வயது 23. திருமணமாகி ஐந்தே மாதங்கள்தான் ஆகியிருந்தன.

சிறைக்குத் தயாராக இருக்கும் ஸ்டாலின் முன்னே கலங்கிய கண் களுடன் வந்து நின்றார் துர்கா ஸ்டாலின்.

"நான் பத்து நாள் சுற்றுப்பயணம் செல்வதாக நினைத்துக் கொள். அதற்குள் வந்து விடுவேன். பிரச்சனை ஒன்றும் ஆகாது..." என்று சொல்ல துர்கா ஸ்டாலினும் தலையாட்டினார்.

கனத்த மனதுடன் இருந்த ஸ்டாலினுக்கு நிச்சயம் நன்றாகவே தெரியும். பத்து நாட்களுக்குள் நிச்சயம் விடமாட்டார்கள். கூடவே மரணத்தின் வாசல் நோக்கியேதான் நகர்கிறோம்... என்று.

ஆனால் புது மனைவியிடம் இதை சொன்னால் அவர் நொறுங்கி விடுவார் என்று வழியில்லாமல் பொய் சொன்னார்.

கருணாநிதியை நோக்கி ஸ்டாலின் தலையாட்டியதும் போலீஸ் கமிஷனர் அலுவலகத்துக்கு போன் போட்ட கருணாநிதி, "ஸ்டாலின் வந்துவிட்டான். வந்து அழைத்துச் செல்லுங்கள்" என்றார்.

இதற்குள் ஸ்டாலின் கைதாகிப் போகும் விஷயம் சென்னையைச் சேர்ந்த கழகத் தொண்டர்களுக்குத் தெரியவர அவர்கள் கோபாலபுரம் இல்லத்தின் முன் வந்து குவிந்து விட்டார்கள்.

அங்கு வந்த போலீஸ் ஸ்டாலினை எளிதாக கைது செய்தது. ஆனால் கோபாலபுரம் வீட்டு வாசலில் இருந்து தெருமுனையைத் தொட முடிய வில்லை.

போலீஸ் வாகனத்தைக் கண்ட தொண்டர்கள் ஆவேசமாய் முழங்கிய படி வாகனத்தை முற்றுகையிட்டனர்.

கண்ணீர் கடலுக்கு நடுவே ஸ்டாலின் சிறை நோக்கி பயணப்பட்டார்.

"பத்து நாள்ல திரும்பி விடுவேன். பிரச்சனை இருக்காது" என்று ஸ்டாலின் தன் மனைவி துர்கா ஸ்டாலினிடம் அன்று சொன்ன பொய்யை இன்று வரை அவர் மறக்கவே இல்லை.

◻

துக்க வீடாக காட்சியளித்த எமர்ஜன்சி காலம்

தி.மு.க. தலைவர் மு.க. ஸ்டாலினின் மனைவி துர்கா ஸ்டாலின் தனது கணவர் குறித்து, "அவரும் நானும்" என்ற தலைப்பில் நூல் ஒன்று எழுதியுள்ளார்.

இந்நூலை மனுஷ்ய புத்ரனின் உயிர்மை பதிப்பகம் வெளியிட்டுள்ளது.

தளபதி ஸ்டாலின் அவர்களின் அக வாழ்க்கையையும், புற வாழ்க்கையையும் துர்கா ஸ்டாலின் தனது வார்த்தைகளில் ஆழமாக சித்தரித்துள்ள நூல் இது.

இந்த நூலின் உள்ளடக்கங்கள் சிநேகிதி எனும் பத்திரிகையில் 2011 முதல் 2015 வரை, "தளபதியும் நானும்" என்ற தலைப்பில் தொடராக வெளிவந்தது.

ஒரு நடுத்தர வர்க்க தம்பதியினர் அனுபவிக்கும் அத்தனை போராட்டங்களையும் ஸ்டாலினும், அவரது மனைவியும் சந்தித்திருப்பதை துர்கா ஸ்டாலின் பதிவு செய்துள்ளார்.

தமிழகத்தின் கவனத்துக்குரிய ஒரு அரசியல் குடும்பத்தில் ஸ்டாலின் மனைவியாக, தி.மு.க. தலைவர் மு.கருணாநிதியின் மருமகளாக இளம்

வயதில் குடும்ப வாழ்க்கையில் காலடி வைத்து ஐந்து மாதங்களில் இந்தியா வின் பெரிய அரசியல் குழப்பத்தில் சிக்குவோம் என்று அவர் எதிர் பார்த்திருக்கவில்லை.

நெருக்கடி நிலை காலகட்டத்தில் அவரது கணவர் சிறையில் தள்ளப் பட்டதே காரணம்.

நெருக்கடி நிலை பிரகடன அனுபவம் மு.க.ஸ்டாலின் அரசியல் பிரவேசத்துக்கான பாதையாக அமைந்தது.

கணவரும் மனைவியும் சேர்ந்து பட்ட கஷ்டங்களை விரிவாக இந் நூலில் பதிவிட்டுள்ளார். அதாவது நெருக்கடி நிலை. அரசியல் தோல்விகள், வெற்றிகள் ஆகியவற்றுடனான தங்கள் போராட்டத்தினை பதிவு செய்துள்ளார்.

எமர்ஜென்சி காலக்கட்டத்தில் கோபாலபுரம் வீடு துக்க வீடு போல காட்சியளித்தது. கதவுகள் எப்போதும் திறந்தே இருக்கும்.

கைது செய்யப்பட்ட கட்சிக்காரர்களின் குடும்பத்தினர் தொடர்ந்து இங்கு வந்த வண்ணம் இருந்தனர்.

அவர்கள் கண்ணீர் விட்டுக் கதறும்போது என் மாமியார் என்னைப் பார்த்து தேற்றிக் கொள்ளுமாறு கூறுவார். அதாவது திருமணமாகி 5 மாதங்களேயான நானும் கணவரைப் பிரிந்ததை எடுத்துக் கூறுவார்.

முன்னால் மேயர் சிட்டிபாபுவின் குடும்பத்தினரை அவர் தேற்றும் போது, கலைஞர் அவர்கள் பாளையங்கோட்டை சிறையில் இருந்தபோது என் கணவர் (ஸ்டாலின்) குழந்தையாக இருந்ததை அவர்களிடம் கூறுவார்.

சமையல் வேலையில் இருந்த தாயம்மா கூட பயத்தில் வேலையை விட்டுச் சென்றார் என மாமியார் கூறுவார்.

"எமர்ஜென்சி நம் உண்மையான நண்பர்கள் யார் என்று காட்டியது என்பார்" என்று தன் புத்தகத்தில் துர்கா ஸ்டாலின் நினைவு கூர்ந்துள்ளார்.

மேலும் நெருக்கடி நிலை காலக்கட்டத்தில் இரவு நேரங்களில் தான் அழுததையும் பதிவு செய்துள்ளார்.

ஒரு நோட்டில் ராமஜெயம் என்று எழுதியதையும் குறிப்பிட்டுள்ளார். கபாலீஸ்வரர் கோயிலுக்கு ரெகுலராக சென்றதையும் பதிவிட்டுள்ளார்.

மிக இயல்பான மொழியில் எண்ணற்ற நினைவுகளை யாரும் அறிந்திராத புதிய செய்திகளை துர்கா ஸ்டாலின் இந்நூலில் பதிவு செய்துள்ளார்.

பொது வாழ்க்கையிலும் குடும்ப வாழ்க்கையிலும் தளபதியின் பன்முகத் தன்மை கொண்ட பரிமாணங்களை செயல் திறமையை அனைவரையும் அரவணைக்கும் பண்பை அற்புதமாக இந்நூலில் அவர் விவரித்துள்ளார்.

ஒரு அரசியல் குடும்பம் எதிர்கொள்ளக்கூடிய நெருக்கடிகளை, சவால்களை, கடினமான கால கட்டங்களையும், நெகிழ்ச்சியான இனிய நினைவுகள் யாவற்றையும் விவரித்துள்ளார்.

❏

அண்ணா வழியில் அயராது உழைப்போம்!

தீரர்களின் கோட்டமாக விளங்கிக் கொண்டிருக்கக்கூடிய இந்தத் திருச்சி மாவட்டக் கழகத்தின் சார்பில் அறிவாலயத்தில் தலைவர் கலைஞர் அவர்களுக்கு சிலை, கலைஞர் அவர்களை நமக்கு உருவாக்கித் தந்திருக்கிற பேரறிஞர் பெருந்தகை அறிஞர் அண்ணா அவர்களுக்குச் சிலை, இரண்டு தலைவர்களுக்கும் தளகர்த்தராக விளங்கிய அன்பிலார் அவர்களுக்கும் சிலை ஆகிய மூன்று சிலைகளைத் திறந்து வைத்திருக்கின்றார்கள்.

வெறும் சிலை திறப்பு விழாக்களோடு நிறுத்திக் கொள்ளாமல், தலைவர் கலைஞர் அவர்களின் 96வது பிறந்த நாளையும் இணைத்து அதோடு வாக்காளர்களுக்கு நன்றி தெரிவிக்கக் கூடிய நிகழ்ச்சியையும் இணைத்து ஒரு மாபெரும் பொதுக்கூட்டமாக நம்முடைய நேரு அவர்கள் முன்னின்று நடத்திக் கொண்டிருக்கிறார்கள்.

தி.மு. கழகத்தின் தீரர்கள் கோட்டம் திருச்சி. அதனால் தான் அண்ணா அவர்கள் அடிக்கடிச் சொல்வார்கள், திருச்சி என்பது திராவிட முன்னேற்றக் கழகத்தின் மாடி வீடு என்று கலைஞர் அவர்கள் சொல்லு வார்கள். திருச்சி என்பது திராவிட முன்னேற்றக் கழகத்தின் கோட்டை என்று. எல்லோரும் சொல்வார்கள் இது தீரர்களின் கோட்டை என்று.

தீரர்கள் கோட்டை மட்டுமல்ல. அத்தோடு இன்னொரு வார்த்தையையும் சேர்த்துச் சொல்கின்றேன். திராவிட முன்னேற்றக் கழகத்தின் தீரர்கள் கோட்டம் இந்தத் திருச்சி என்பதை நான் பெருமையோடு குறிப்பிட விரும்புகிறேன்.

நடந்து முடிந்த நாடாளுமன்றத் தேர்தலின்போது இதே தென்னூரில் பிரச்சாரத்திற்கு நான் வந்திருக்கிறேன். கொளுத்துகின்ற வெயில். அந்த வெயிலைக் கூடப் பொருட்படுத்தாமல் இங்கு மக்கள் திரண்டிருந்த காட்சி.

அந்தக் கூட்டத்தில் நான் பேசுகின்ற போது குறிப்பிட்டுச் சொன்னேன். அதிலும் குறிப்பாக வேட்பாளராக நிற்கக்கூடிய மதிப்பிற்குரிய திருநாவுக்கரசர் அவர்களிடத்தில் தெளிவாகச் சொன்னேன்.

எப்பொழுது நீங்கள் இந்தத் திருச்சி நாடாளுமன்றத்தின் வேட்பாளராக அறிவிக்கப்பட்டு விட்டீர்களோ அப்பொழுதே நீங்கள் மிகப்பெரிய வெற்றியைப் பெற்றுவிட்டீர்கள் என்று நான் அப்பொழுதே எடுத்துச் சொன்னேன்.

மூன்று லட்சத்திற்கு மேல் அதிக வாக்குகளைப் பெற்று இன்றைக்கு வெற்றி பெற்றிருக்கிறீர்கள் என்று சொன்னால் அது நிரூபிக்கப்பட்டிருக்கின்றதா இல்லையா?

இதே திருச்சியை, தி.மு.க.வின் மலைக்கோட்டையாக மாற்றிக் காட்டிய பெருமை அன்பிலார் அவர்களுக்கு உண்டு. அன்பிலார் அவர்கள் கலைஞர் அவர்களுடைய நம்பிக்கைக்குரிய ஒருவராகவே வாழ்ந்து காட்டினார். கலைஞர் அவர்களின் அன்பைப் பெற்றிருந்தார்.

கலைஞருக்கும் அன்பிலாருக்கும் இடையே ஆழ்ந்த நட்பு, தலைவர் கலைஞர் அவர்கள் அதிகமான அளவுக்கு அன்பிலார் அவர்களிடத்தில் பாசம் கொண்டிருந்த காரணத்தினால் தலைவர் கலைஞர் அவர்களுக்கும், அன்பிலார் அவர்களுக்கும் உரிமையோடு சிறு சிறு சண்டைகள் அடிக்கடி ஏற்படுவதுண்டு.

கலைஞர் அவர்களுக்கும் அன்பிலார் அவர்களுக்கும் இடையிலான நட்பைப் பார்த்து பேராசிரியர் அவர்கள் அடிக்கடி குறிப்பிட்டுக் காட்டுவார்.

கணவன் மனைவி நட்பைப் போன்றது கலைஞர் அன்பிலார் ஆகியோரின் நட்பு என்று. அதில் யாரும் தலையிட முடியாது. கணவனுக்கும் மனைவிக்கும் சண்டை வந்தால் யாராவது தலையிட முடியுமா? தலையிடவும் கூடாது. அதை அவர்களாகவே சரி செய்து கொள்வார்கள்.

அதைப் பொருள் பட நம்முடைய பேராசிரியர் அவர்கள் பல நேரங்களில் குறிப்பிட்டுக் காட்டியிருக்கின்றார்.

மிக இளம் வயதில் அன்பிலார் அவர்கள் அண்ணாவின் அன்பைப் பெற்றிருந்தார், ஒரு செய்தியைச் சொல்ல வேண்டும்.

ஒரு செய்தியைச் சொல்ல வேண்டும் என்று சொன்னால் தந்தை பெரியார் அவர்களும், அறிஞர் அண்ணா அவர்களும் பிரிந்தார்கள். அப்படிப் பிரிந்த நேரத்தில் அன்பிலார் அவர்கள் யார் பக்கம் போவார்? யாரிடத்தில் சென்று அடைக்கலமாவார் என்ற ஒரு கேள்விக்குறி இருந்தது.

ஆனால் அன்பிலார் அவர்கள் தைரியமாக துணிச்சலாக தந்தை பெரியாரிடத்தில் சென்று நான் உங்களிடத்தில் இருக்க மாட்டேன். அண்ணாவிடத்தில் தான் இருப்பேன் என்று வெளிப்படையாக கூறி விட்டு அண்ணாவிடத்தில் வந்து சேர்ந்தவர்தான் நம்முடைய அன்பிலார் அவர்கள்.

1962-ஆம் ஆண்டு சட்டமன்ற பொதுத்தேர்தல் நடைபெறுகின்றது. அப்பொழுது லால்குடியில் வேட்பாளராக நம்முடைய அன்பிலார் அவர்கள் நிறுத்தப்பட்டார்கள். அவரை எதிர்த்து காங்கிரஸ் கட்சி போட்டி யிடுகின்றது.

அப்பொழுது தந்தை பெரியார் அவர்கள் நம்மை எதிர்த்து தேர்தல் பிரச்சாரத்தில் ஈடுபட்டிருக்கின்றார். நம்முடைய அன்பில் அவர்கள் நிற்கின்ற லால்குடி தொகுதிக்கு பெரியார் வருகின்றார்.

காங்கிரஸ் கட்சியின் வேட்பாளரை ஆதரித்துப் பேசுவதற்காக அமைக்கப்பட்டிருக்கக்கூடிய மேடையில் வந்து உட்கார்ந்து இருக்கின்றார்.

அப்படி உட்கார்ந்திருக்கின்ற போது திடீரென்று அன்பிலார் அவர்கள் மேடையேறி வருகின்றார்.

அது காங்கிரஸ் கட்சிக்காக நடக்கின்ற பிரச்சார மேடை. தந்தை பெரியாரைப் பார்க்க வேகமாக வருகின்றார். ஒரு சால்வையைக் கொண்டு வந்து பெரியாருக்கு போர்த்திவிட்டு அவருடைய வாழ்த்தைப் பெற்று விட்டுப் போய் விடுகிறார்.

பெரியார் அதிர்ச்சியடைந்தது மட்டுமல்ல, அவர் அந்தப் பிரச்சாரக் கூட்டத்தில் கலந்து கொண்டு பேசுகின்ற போது சொல்லுகின்றார்.

இப்பொழுது என்னிடம் வந்து வாழ்த்து பெற்றவர் யாரென்று கேட்டால் என்னுடைய செல்லப்பிள்ளை அன்பில் என்கிறார். சொல்லி விட்டு அத்தோடு இன்னொன்றையும் சொல்லுகின்றார். கூப்பிட்ட குரலுக்கு ஓடிவரக் கூடியவன். அவர்தான் சிறந்த செயல்வீரன், காங்கிரஸ் வேட்பாளர் செல்வச் சீமான். காமராஜருக்கு மிக மிக வேண்டியவர். யார் உங்களுக்கு உழைப்பார்களோ யார் உங்களுக்கு பாடுபடுவார்களோ அவர்களைச் சிந்தித்து நீங்கள் தேர்ந்தெடுங்கள் என்று சொல்லிவிட்டுச் சென்றுவிட்டார் தந்தை பெரியார். அந்த அளவிற்கு அன்பிலார் மீது தந்தை பெரியார் பாசத்தை வைத்திருந்தார்கள்.

அதேபோல் தான் அண்ணா அவர்கள் அவரை அம்பில்... அம்பில்... என்று தான் செல்லமாக அழைப்பார். அந்த அளவிற்கு அண்ணாவிடத்திலும் அன்பைப் பெற்று இருந்தார்.

1957ல் முதன் முதலில் சட்டமன்றத் தேர்தல் களத்திற்கு திராவிட முன்னேற்றக் கழகம் வருகின்றது. களத்தில் போட்டியிடலாமா வேண்டாமா என்று முடிவு செய்ய திருச்சியில் மிகப்பெரிய மாநில மாநாடு நடை பெற்றது. அந்த மாநாட்டில்தான் முடிவெடுத்து அறிவித்தோம். அந்த மாநாட்டை முன்னின்று நடத்தியவர் அன்பிலார் அவர்கள்.

அப்பொழுதுதான் அண்ணா கடிதம் எழுதினார். அந்தக் கடிதத்துக்கு என்ன தலைப்பு என்று தெரியுமா? "அன்பில் அழைக்கிறார்". அந்தக் கடிதம் இன்றுவரை பேசப்படுகிறது. வரலாற்றுச் சிறப்பிற்குரிய இடத்தில் அந்தக் கடிதம் இடம் பெற்றிருக்கிறது.

அது மட்டுமல்ல 18 ஆண்டுகாலம் தந்தை பெரியாரும் அண்ணா அவர் களும் பிரிந்திருந்த நேரம். 1967ல் பொதுத் தேர்தல் நடைபெறுகின்றது. மிகப் பெரிய வெற்றியை பெறுகின்றோம். ஆட்சிப் பொறுப்பை ஏற்கின் றோம். அண்ணா அவர்கள் முதல் அமைச்சராகப் பொறுப்பேற்கின்றார்.

முதலமைச்சராகப் பொறுப்பேற்ற அண்ணா அவர்களின் உள்ளத்தில் ஓர் ஆசை ஏற்பட்டது.

பக்கத்திலிருந்த அன்பிலாரிடத்திலும் தலைவர் கலைஞர் இடத்திலும் சொல்லுகின்றார். என்னவென்று தெரியுமா? தி.மு.க. ஆட்சிக்கு வந்து விட்டது. நான் முதலமைச்சராகப் பொறுப்பேற்றுள்ளேன்.

எப்படியாவது தந்தை பெரியார் அவர்களை பார்க்க வேண்டும். 18 வருடமாக நாம் அவரோடு எந்தத் தொடர்பும் வைத்திருக்கவில்லை. எப்படியாவது சென்று ஒரு வாழ்த்தைப் பெற வேண்டும் என்று ஒரு வார்த்தை சொல்லுகின்றார்.

சொன்ன அடுத்த வினாடி அன்பிலார் அவர்கள் திருச்சியில் தான் தந்தை பெரியார் அவர்கள் இருக்கின்றார். நான் உடனே ஏற்பாடு செய்கின்றேன் என்று சொல்லி, சென்னையிலிருந்து காரில் புறப்பட்டு தந்தை பெரியார் அவர்களைப் பார்க்க அண்ணா அவர்களையும் தலைவர் கலைஞர் அவர்களையும் அழைத்துக் கொண்டு வந்து தந்தை பெரியார் அவர்களைப் பார்க்க வைத்தது ஒரு பெரிய திருப்பத்தை, திராவிட இயக்கத்திற்கு மட்டுமல்ல, தி.மு. கழகத்திற்கு மட்டுமல்ல இந்த தமிழ் உலகத்திற்கே ஒரு மிகப்பெரிய திருப்புமுனை வரலாற்றை உருவாக்கித் தந்த மிகப் பெரிய பொறுப்பை ஏற்றுக்கொண்டு அதைச் செய்து முடித்தவர் அன்பிலார் அவர்கள்.

எப்பொழுதும் தேர்தல் பிரச்சாரங்களில் தலைவர் கலைஞர் அவர்களோடு உடன் செல்லக்கூடியவர்களில் மிகவும் முக்கியமாக அன்பிலார் அவர்கள் இருப்பார்!

தேர்தல் பிரச்சாரம் மட்டுமல்ல...திருச்சி, தஞ்சை, கடலூர், விழுப்புரம், திருவாரூர், நாகப்பட்டினம் போன்ற எந்த மாவட்டத்திற்கு சுற்றுப் பயணம் செய்தாலும் கலைஞர் அவர்கள் காரில் தான் பயணம் செய்வது வழக்கம். அப்பொழுது உடன் வரக்கூடியவர்களால் அன்பிலார் அவர்கள் நிச்சயம் இருப்பார்.

ஒருமுறை 1967ல் தேர்தல் நடந்த நேரத்தில் தலைவர் கலைஞரைக் கொலை செய்திட வேண்டும் என்று திட்டமிட்டு, சைதாப்பேட்டை தொகுதியில் சில ரவுடிகள், கொலைகாரக் கும்பல் ஒன்று சேர்ந்து அவரைக் கொலை செய்வதற்கான முயற்சியில் ஈடுபட ஏழை எளிய

குடும்பத்தை சார்ந்தவர்கள் அவரைக் காப்பாற்றி, விடிந்ததற்குப் பிறகுதான் அவரைக் கொண்டு வந்து விட்டார்கள்.

அப்பொழுது அண்ணா அவர்கள் அன்பிலாரை அழைத்துக் கண்டித் திருக்கிறார். எப்பொழுதும் நீதானே செல்வாய். நீ ஏன் போகவில்லை என்று சத்தம் போட்டிருக்கிறார். அந்த அளவுக்கு ஒரு காவிய நட்போடு தலைவர் கலைஞர் அவர்களும், அன்பிலார் அவர்களும் இருந்திருக்கிறார் கள் என்பதை எண்ணிப் பார்க்கின்ற போது நாமெல்லாம் பெருமைப்படு கிறோம்.

அப்படிப்பட்ட அன்பிலார் அவர்கள் சிலை, கலைஞர் அவர்கள் சிலை, அண்ணா சிலை அனைத்தையும் ஒரே நாளில் அதுவும் திருச்சியில் இன்றைக்குத் திறந்து வைத்திருக்கின்றோம் என்று சொன்னால் நான் அதைத்தான் எண்ணிப் பார்த்துக் கொண்டிருக்கிறேன்.

1971-ஆம் ஆண்டு அண்ணா அவர்கள் மறைவுக்குப் பிறகு திருச்சியில் நடைபெற்ற மாநில மாநாட்டில்தான் தலைவர் கலைஞர் அவர்கள் ஐம்பெரும் முழக்கங்களை நமக்கு உருவாக்கித் தந்தார்கள். அண்ணா வழியில் அயராது உழைப்போம்... ஆதிக்கமற்ற சமுதாயம் அமைத்தே தீரு வோம்.... இந்தித் திணிப்பை என்றும் எதிர்ப்போம்... வன்முறை தவிர்த்து வறுமையை வெல்வோம்... மாநில சுயாட்சி - மத்தியில் கூட்டாட்சி.... என்ற ஐம்பெரும் முழக்கங்கள்.

தலைவர் கலைஞர் அவர்கள் இல்லாமல் கொண்டாடக்கூடிய முதல் பிறந்தநாள், இந்த 96-ஆம் பிறந்தநாள். தேர்தல் பிரச்சாரத்தில் பேசுகின்ற போது நான் குறிப்பிட்டுச் சொன்னேன். அவர் மறையவில்லை. நம் முடைய மனதோடு இருக்கிறார். அவர் மரணமடையவில்லை. நம்முடைய ஊனோடு கலந்திருக்கிறார். நம்முடைய உணர்வில் இருக்கின்றார்.

இன்றைக்கும் நம்மை அவர்தான் இயக்கிக் கொண்டு இருக்கிறார். அவர் தந்திருக்கக்கூடிய அந்த ஊக்கத்தின் உற்சாகத்தின் பயிற்சியின் காரண மாகத்தான் இன்றைக்கு இந்த மாபெரும் வெற்றியை நாம் பெற்றிருக் கின்றோம், மறந்துவிடக் கூடாது.

❑

மு.க.ஸ்டாலின் தலைமையிலான அமைச்சரவை

நடந்து முடிந்த சட்டமன்றத் தேர்தலில் வெற்றி பெற்ற தி.மு.க.வை ஆட்சியமைக்க தமிழக ஆளுநர் பன்வாரிலால் புரோஹித் அழைப்பு விடுத்துள்ளார்.

மு.க.ஸ்டாலின தலைமையிலான இந்தப் புதிய அரசு 2021 மே 7-ஆம் தேதி வெள்ளிக்கிழமை காலை ஆளுநர் மாளிகையில் எளிமையான முறையில் பதவியேற்பு விழா நடைபெற்றது.

மு.க.ஸ்டாலின் அமைச்சரவையின் அமைச்சர்கள் பட்டியல் :

மு.க.ஸ்டாலின் - முதலமைச்சர்

(பொது நிர்வாகம், ஐ.ஏ.எஸ்., ஐ.பி.எஸ்., காவல்துறை, மாவட்ட வருவாய் அலுவலர்கள், உள்துறை சிறப்பு முயற்சி, சிறப்புத் திட்ட அமலாக்கம், மாற்றுத்திறனாளிகள் நலன்)

துரைமுருகன் : நீர்வளத்துறை, (சிறுபாசனம் உள்ளிட்ட பாசனத் திட்டம், மாநில சட்டமன்றம், ஆளுநர் மற்றும் அமைச்சரவை, தேர்தல்கள் மற்றும் கடவுச் சீட்டுகள், கனிமங்கள் மற்றும் சுரங்கங்கள்)

கே.என். நேரு : நகர்ப்புற வளர்ச்சித்துறை (நகராட்சி நிர்வாகம், நகர்ப்புற பகுதி, குடிநீர் வழங்கல்)

ஐ. பெரியசாமி : கூட்டுறவுத்துறை (கூட்டுறவு, புள்ளியல், முன்னாள் இராணுவத்தினர் நலன்)

கே. பொன்முடி : உயர்கல்வித் துறை (உயர்கல்வி உள்ளிட்ட தொழிற் கல்வி, மின்னணுவியல், அறிவியல் மற்றும் தொழில் நுட்பவியல்)

எ.வ. வேலு : பொதுப்பணிகள் (பொதுப்பணிகள் - கட்டிடங்கள் மற்றும் நெடுஞ்சாலைத்துறை மற்றும் சிறு துறைமுகங்கள், கரும்புப் பயிர் மேம்பாடு மற்றும் தரிசு நில மேம்பாடு).

எம்.ஆர்.கே. பன்னீர் செல்வம் : வருவாய்த் துறை மற்றும் பேரிடர் மேலாண்மைத் துறை, வேளாண்மை, உழவன் நலத் துறை)

கே.கே.எஸ்.எஸ்.ஆர். ராமச்சந்திரன் : வருவாய்த் துறை மற்றும் பேரிடர் மேலாண்மைத் துறை (வருவாய்) மாவட்ட வருவாய் நிர்வாகம், துணை ஆட்சியர்கள், பேரிடர் மேலாண்மை)

தங்கம் தென்னரசு : தொழிற் துறை (தொழிற் துறை, ஆட்சி மொழி மற்றும் தமிழ் பண்பாட்டுத் துறை, தொல்பொருள்)

எஸ். இரகுபதி : சட்டத்துறை (சட்டம், நீதிமன்றங்கள், சிறைச்சாலை, மற்றும் ஊழல் தடுப்புச் சட்டம்)

சு. முத்துச்சாமி : வீட்டு வசதி, மற்றும் நகர்ப்புற மேம்பாட்டுத் துறை (வீட்டு வசதி, ஊரக வீட்டு வசதி, நகரமைப்பு திட்டமிடல், வீட்டு வசதி மேம்பாடு, இடவசதி கட்டுப்பாடு, நகர திட்டமிடல், நகர்ப்பகுதி வளர்ச்சி, சென்னை பெருநகர வளர்ச்சிக் குழுமம்)

கே.ஆர்.பெரியகருப்பன் : ஊரக வளர்ச்சித் துறை (ஊரக வளர்ச்சி, ஊராட்சிகள் மற்றும் ஊராட்சி ஒன்றியங்கள், வறுமை ஒழிப்புத் திட்டங்கள், ஊரக கடன்கள்)

தா.மோ.அன்பரசன் : ஊரக தொழிற்துறை (ஊரக தொழில்கள், குடிசைத் தொழில்கள் உட்பட சிறு தொழில்கள், குடிசை மாற்று வாரியம்)

மு.பெ.சுவாமிநாதன் : செய்தித்துறை (செய்தி மற்றும் விளம்பரம், திரைப்படத்தொழில் நுட்பவியல் மற்றும் திரைப்படச் சட்டம், பத்திரிகை

அச்சுக் காகிதக் கட்டுப்பாடு, எழுதுபொருள் மற்றும் அச்சுத்துறை மற்றும் அரசு அச்சகம்)

கீதா ஜீவன் : சமூக நலன் - மகளிர் உரிமை துறை (மகளிர் மற்றும் குழந்தைகள் நலன் உள்ளிட்ட சமூக நலம், ஆதரவற்றோர் இல்லங்கள் மற்றும் குற்றவாளிகள் சீர்திருத்த நிர்வாகம், ஒருங்கிணைந்த குழந்தைகள் வளர்ச்சி மற்றும் இரவலர் காப்பக இல்லங்கள் மற்றும் சமூக சீர்திருத்தம் மற்றும் சத்துணவுத் திட்டம்)

அனிதா ஆர். ராதாகிருஷ்ணன் : மீன் வளத்துறை, மீனவர் நலத்துறை மற்றும் கால்நடை பராமரிப்புத் துறை (மீன்வளம் மற்றும் மீன் வளர்ச்சிக் கழகம் கால்நடை பராமரிப்பு)

ஆர்.எஸ். ராஜகண்ணப்பன் : போக்குவரத்து துறை (போக்குவரத்து, நாட்டுடமையாக்கப்பட்ட மற்றும் இயக்கூர்தி சட்டம்)

ஆர். ராமச்சந்திரன் : வனத்துறை

ஆர். சக்ரபாணி : உணவு மற்றும் உணவுப்பொருள் வழங்கல் துறை (உணவு மற்றும் உணவுப்பொருள் வழங்கல் நுகர்வோர் பாதுகாப்பு, விலைக் கட்டுப்பாடு)

வி. செந்தில் பாலாஜி : மின்சாரம், மதுவிலக்கு மற்றும் ஆயத்தீர்வை (மின்சாரம், மரபு சாரா எரிசக்தி மேம்பாடு, மது விலக்கு ஆயத்தீர்வை மற்றும கருப்பஞ்சாற்று கசடுகள்)

ஆர். காந்தி : கைத்தறி மற்றும் துணி நூல் (கைத்தறி மற்றும் துணி நூல் கதர் மற்றும் கிராம தொழில் வாரியம், பூதானம் மற்றும் கிராம தானம்)

மா. சுப்ரமணியன் : மருத்துவம் மற்றும் மக்கள் நல்வாழ்வு (மக்கள் நல்வாழ்வு, மருத்துவக் கல்வி மற்றும் குடும்ப நலன்)

பி. மூர்த்தி : வணிக வரி மற்றும் பதிவுத் துறை

எஸ்.எஸ்.சிவசங்கர் : பிற்படுத்தப்பட்டோர் நலத்துறை (பிற்படுத்தப் பட்டோர் நலன், மிகவும் பிற்படுத்தப்பட்டோர் நலன் மற்றும் சீர்மரபினர்).

பி.கே. சேகர்பாபு : இந்து அறநிலையத் துறை

பழனிவேல் தியாகராஜன் : நிதி மற்றும் மனிதவளத் துறை (நிதித்துறை திட்டம், பணியாளர் மற்றும் நிர்வாக சீர்திருத்தம், அரசு ஊழியர்களின் ஓய்வூதியம் மற்றும் ஓய்வூதிய சலுகைகள்)

சா.மு. நாசர் : பால்வளத்துறை (பால்வளம் மற்றும் பால்பண்ணை வளர்ச்சி)

செஞ்சி கே.எஸ்.மஸ்தான் : சிறுபான்மையினர் நலன் மற்றும் வெளிநாடு வாழ் தமிழர் நலத் துறை

அன்பில் மகேஷ் பொய்யாமொழி : பள்ளிக் கல்வித் துறை

சிவ. வீ. மெய்யநாதன் : சுற்றுச்சூழல், காலநிலை மாற்றம், இளைஞர் நலன், விளையாட்டு மேம்பாட்டுத் துறை

சி.வி. கணேசன் : தொழிலாளர் நலன், தின் மேம்பாடு (தொழிலாளர் நலன், மக்கள் தொகை, வேலைவாய்ப்பு மற்றும் பயிற்சி, மக்கள் தொகை கணக்கெடுப்பு நகரம் மற்றும் ஊரக வேலை வாய்ப்பு)

மனோ தங்கராஜ் : தகவல் தொழில்நுட்பத் துறை

மதிவேந்தன் : சுற்றுலாத் துறை

என்.கயல்விழி செல்வராஜ் : ஆதிதிராவிடர் நலத் துறை (ஆதிதிராவிடர் நலன், மலைவாழ் பழங்குடியினர்கள் மற்றும் கொத்தடிமை தொழிலாளர்கள் நலன்)

❑

மு.க. ஸ்டாலின் அமைச்சரவையின் பெயர் மாற்றங்கள்

தமிழ்நாட்டில் தி.மு.க. ஸ்டாலின் தலைமையில் அமைந்துள்ள புதிய அமைச்சரவையில் சில துறைகளின் பெயர்கள் மாற்றப்பட்டுள்ளன. அதற் கான காரணத்தை விளக்கி ஸ்டாலின் வெளியிட்டுள்ள அறிக்கை :

தமிழகத்தில் உள்ள அமைச்சகங்கள், துறைகள் ஆகியவற்றின் செயல் பாடுகள் இன்றுள்ள சூழலில் மிகுந்த மாற்றங்களை அடைந்துள்ளன.

மக்களின் எதிர்பார்ப்பு, பணியாளர்களுடைய நலன், எதிர்கொள்ளும் சவால்கள், நிர்ணயிக்கப்படும் இலக்குகள், அரசின் லட்சியங்கள் ஆகிய வற்றையெல்லாம் கருத்தில் கொண்டு சில அமைச்சகங்களின் பெயர்களை யும் துறைகளின் பெயர்களையும் தொலை நோக்கு பார்வையோடு மாற்றியமைக்க வேண்டிய கட்டாயம் ஏற்பட்டுள்ளது.

1. தமிழகத்தின் நீர்த் தேவையை நிறைவு செய்யும் பொருட்டு உண்டாக்கப்படும் தனி அமைச்சகம் "நீர்வளத்துறை" என்று அழைக்கப் படும்.

இத்துறை தமிழகத்தில் தங்கு தடையின்றி உழவர்களுக்கு நீர் கிடைப்ப தற்கும், நிலத்தடி நீரை விருத்தி செய்வதற்கும், நீர் நிலைகளை தூர்வாரிப் பராமரிப்பதற்கும், அவற்றில் உள்ள ஆக்கிரமிப்புகளை அகற்றுவதற்கும்

முக்கியத் துறையாகச் செயல்படும் மற்ற துறைகளை ஒருங்கிணைக்கும் மையப்புள்ளியாக இது இருக்கும்.

2. வேளாண்மைத்துறை என்ற அமைச்சகம் "வேளாண்மை - உழவர் நலத்துறை" என்று பெயர் மாற்றம் செய்யப்படுகிறது. இந்த அரசின் நோக்கம் சாகுபடியைப் பெருக்குவது மட்டும் அல்ல, நெற்றி வியர்வையை நிலத்தில் சிந்தி நெற்கதிர்களை அறுவடை செய்யும் உழவர்களுடைய நலன் களையும் பேணிக் காப்பது என்கிற தொலைநோக்குப் பார்வையும், திட்டங்களையும் உள்ளடக்கியதாக இத்துறை செயல்படும்.

3. சுற்றுச்சூழல் துறை என்கிற அமைச்சகம் "சுற்றுச்சூழல் - காலநிலை மாற்றத் துறை" என்று பெயர் மாற்றம் செய்யப்படுகிறது.

காலநிலை மாற்றத்தினால் ஏற்படக்கூடிய சுற்றுச்சூழல் தொடர்பான எச்சரிக்கைகளையும், ஆயத்த நடவடிக்கைகளையும் விழிப்புணர்வு பரப்புரைகளையும் கட்டமைப்புகளையும் இந்த அமைச்சகம் செயல் படுத்துகிறது.

4. மக்கள் நல்வாழ்வுத் துறை என்பது மருத்துவத்தையும் உள்ளடக்கியது என்பதாலும் சுகாதாரம் என்பது துப்புரவை மட்டுமே குறிப்பது என்ப தாலும் அத்துறைக்கு பரந்துபட்ட நோக்கத்தில் "மருத்துவம் - மக்கள் நல்வாழ்வுத்துறை" என்று பெயர் சூட்டப்படுகிறது.

5. மீனவர்கள் நலமில்லாமல் மீன் வளத்தைப் பெருக்கிப் பயனில்லை என்பதாலும் மீனவர்களுடைய நல்வாழ்விற்கான திட்டங்களை வடி வமைத்து செயல்படுத்த வேண்டும் என்கிற அடிப்படையாலும் மீன் வளத் துறை "மின் வாரியம் மீனவர் நலத்துறை" என்று அழைக்கப்படுகிறது.

6. தொழிலாளர் நலத்துறையின் செயல்பாடுகள் காலப்போக்கில் மாறி இன்று திறன்களை மேம்படுத்த வேண்டிய கட்டாயத்தையும் உள்ளடக்கிய தாக இருக்கிறது. எனவே அத்துறை "தொழிலாளர் நலன் - திறன் மேம்பாட்டுத்துறை" என்று பெயரிடப்படுகிறது.

7. செய்தி - மக்கள் தொடர்புத்துறை "செய்தித்துறை" யாக உருமாற்றம் அடைகிறது. செய்தி என்பதிலேயே அத்துறையின் செயல்பாடான மக்கள் தொடர்பும் அடங்கியிருக்கிறது.

8. சமூக நலத்துறை என்பது பெண்களுக்கு உரிமை வழங்குகிற பல்வேறு செயல்பாடுகளை உள்ளடக்கிய துறை. எனவே அதைக் குறிக்கும் பொருட்டும் திட்டங்களைத் தீட்டும் நோக்கத்திலும் "சமூக நலன் மகளிர் உரிமைத் துறை" என்று வழங்கப்படவுள்ளது.

9. பணியாளர் என்கிற பதம் இன்று மேலாண் வட்டத்தில் அவர்களைப் பாரமாகக் கருதும் போக்கைச் சுட்டிக் காட்டுவதால் மனிதவளமாகவே மதிக்கப்படவேண்டும் என்கிற உயரிய நோக்கத்தில் பணியாளர்கள் மற்றும் நிர்வாகச் சீர்திருத்தத் துறை "மனிதவள மேலாண்மைத் துறை" என்று அழைக்கப்படவுள்ளது.

10. வெளிநாடு வாழ் இந்தியர்கள் என்கிற துறை "வெளிநாடு வாழ் தமிழர் நலன்" என்று பெயர் மாற்றம் அடைகிறது. உலகெங்கும் பரவியுள்ள தமிழர்களுடனான தாயகத் தமிழர்களின் உறவை மேம்படுத்தவும், வெளிநாடு வாழ் தமிழ்க் குடும்பங்களிடமும் அவர்கள் வருங்கால தலை முறையினரிடமும் தமிழைக் கொண்டு வந்து சேர்த்து வளப்படுத்தும் நோக்கத்துடன் இப்பெயர் மாற்றம் நடைபெற உள்ளது. இனித் தமிழும் தமிழகமும் வெல்லும்.

உலக அளவில் கடைப்பிடிக்கப்படும் உயர்ந்த செயல்பாடுகளை மனதில் வைத்தும் தமிழக அரசு உள்ளுவதெல்லாம் உயர்வுள்ளல் என்கிற சிறந்த நோக்கத்தின் அடிப்படையிலும் இந்தப் பெயர் மாற்றங்கள் செய்யப்படு கின்றன.

இவை வெறும் பெயர் மாற்றமாக இல்லாமல் செயல்பாட்டிலும் மிகப்பெரிய மாற்றங்களைத் திட்டங்களாகக் கொண்டு செயல்படத் தூண்டுகோலாக இருக்கும்.

❑

சட்டப்பேரவையில் உதயநிதி ஸ்டாலினின் முதல் உரை

சட்டப்பேரவையில் ஆகஸ்டு 18, 2021 அன்று நடைபெற்ற பட்ஜெட் மீதான விவாதக் கூட்டத்தில் சேப்பாக்கம் - திருவல்லிக்கேணி சட்டமன்ற உறுப்பினர் உதயநிதி ஸ்டாலின் தனது முதல் உரையைப் பின்வருமாறு ஆற்றினார்.

"தந்தை பெரியார், பேரறிஞர் அண்ணா, முத்தமிழறிஞர் கலைஞர் மூவரையும் வணங்கி என்னுடைய கன்னிப் பேச்சை இந்த அவையில் பதிவு செய்கிறேன்.

I belong to the Dravidian stock. நான் திராவிட இனத்தைச் சேர்ந்தவன். இந்தக் குரல் எப்போதோ ஒலித்த குரல் அல்ல. எப்போதும் ஒலிக்கின்ற குரல். இப்போது என்னிடமிருந்து ஒலிக்கின்ற உரிமைக்குரல்.

திராவிடன் என்ற உணர்வை எங்களுக்கு ஊட்டிய தந்தை பெரியார். அந்த உணர்வை அரசியல் கொள்கையாக்கி, திராவிட முன்னேற்றக் கழகத்தை உருவாக்கி, நாடாளுமன்ற மாநிலங்களவையில் உரக்க முழங்கிய பேரறிஞர் அண்ணா.

திராவிட இனத்தின் - இயக்கத்தின் தனிப்பெரும் தலைவராக விளங்கி, இந்திய அரசியலுக்கே வழிகாட்டிய முத்தமிழறிஞர் கலைஞர்.

கலைஞரின் தோழராக, அண்ணனாக இருந்து இன உணர்வும், திராவிட இயக்க சிந்தனைகளும், கடைக்கோடி கழகத் தொண்டர்களை சென்றடையச் செய்த பேராசிரியர் தாத்தா அவர்கள். இன்னும் எண்ணற்ற திராவிட இயக்கத் தலைவர்களுக்கும் இந்த இயக்கத்தைக் கட்டிக் காத்த காக்கின்ற தொண்டர்களுக்கு என் வணக்கம்.

தலைவருக்குத் தலைவராய், தொண்டருக்கு தொண்டராய் - மக்களில் ஒருவராய், தமிழ்நாட்டை நோக்கி ஒட்டு மொத்த இந்திய ஒன்றியத்தையும் திரும்பிப் பார்க்கச் செய்திருக்கும் "திராவிட மாடல்" அரசின் மாண்புமிகு முதலமைச்சர் அவர்களுக்கு வணக்கத்தையும், சட்டமன்ற உறுப்பினராவதற்கு வாய்ப்பளித்து, எனக்காக தொகுதியில் பிரச்சாரம் மேற்கொண்ட மாண்புமிகு முதலமைச்சர் அவர்களுக்கு இந்த நேரத்தில் எனது நன்றியை தெரிவித்துக் கொள்கிறேன்.

ஜெயலலிதா அம்மையார் மறைவுக்குப் பிறகு கழகத் தலைவர் அவர்கள் நினைத்திருந்தால் என்றோ ஆட்சி அமைத்திருந்திருக்கலாம்.

ஆனால் ஜனநாயக வழியில் மக்களை சந்தித்து தான் ஆட்சி அமைக்க வேண்டும் என்று தலைவர் அவர்கள் பொறுமை காத்தார்கள்.

முத்தமிழறிஞர் கலைஞர் மறைந்தபோது அண்ணா நினைவிடத்துக்கு அருகாமையில் தன்னுடைய நினைவிடமும் அமைய வேண்டும் என்ற கலைஞரின் கடைசி ஆசையை நிறைவேற்ற விடாமல் கூட கடந்த அதிமுக அரசு முட்டுக்கட்டை போட்டது.

அப்போதிருந்த அந்த அசாதாரண சூழ்நிலையை அருகில் இருந்து பார்த்த லட்சக்கணக்கான தொண்டர்களில் நானும் ஒருவன்.

நம்முடைய கழகத் தலைவர் அவர்கள் அப்போது ஒரு சிறு கண்ணசைவை காட்டியிருந்தால் கூட அன்று நிலைமை வேறு மாதிரி அமைந்திருக்கும். ஆனால் நம் தலைவர் பொறுப்பு மிக்க அரசியல் தலைவராக சட்டப் போராட்டம் நடத்தி முத்தமிழறிஞரின் கடைசி விருப்பம், ஒட்டுமொத்த தமிழ்நாட்டு மக்களின் விருப்பத்தை நிலை நாட்டினார்கள்.

மாண்புமிகு முதலமைச்சர் அவர்களின் பொறுமையும் - பொறுப்புணர்ச்சியும் உழைப்புமே அவரை இந்த இடத்துக்கு அழைத்து வந்திருக்கின்றன.

மாண்புமிகு முதலமைச்சர் அவர்களின் உழைப்பில், அவரின் பொறுப் புணர்வில் 1 சதவீதம் பெற்று விட்டால் கூட போதும் நான் மிகச்சிறந்த சட்டமன்ற உறுப்பினராகி விடுவேன்.

நம் முதலமைச்சர் அவர்கள் கடைக்கோடியில் இருக்கிற மக்களுக்கு ஒரு பிரச்சனை என்றாலும் சரி, ஒட்டுமொத்த மாநிலத்துக்கே ஒரு பிரச்சனை என்றாலும் சரி, அதற்காக குரல் கொடுத்து அந்த பிரச்சனைக்கு தீர்வு கண்டு வருகிறார்கள்.

உதாரணமாக நாமக்கல்லைச் சேர்ந்த குழந்தை மித்ராவின் அறுவை சிகிச்சைக்காக ரூ.16 கோடி தேவை என்றதும், அதற்காக நம்முடைய முதலமைச்சர் அவர்கள் எல்லோரும் உதவ வேண்டும் என்று கோரிக்கை வைத்தார்.

மருத்துவ சிகிச்சைக்கான ஜி.எஸ்.டி. தொகையை ரத்து செய்ய வேண்டும் என்று ஒன்றிய அரசுக்கு கோரிக்கை வைத்தார்கள்.

அதனடிப்படையில் பலரும் நிதியளித்ததாலும் ஜி.எஸ்.டி. ரத்து செய்யப்பட்டதாலும் தற்போது மித்ராவுக்கு சிகிச்சை நடைபெற்று வருகிறது.

முத்தமிழறிஞர் காலத்தில் இருந்து, அன்பில் தர்மலிங்கம் தாத்தா, அன்பில் பொய்யாமொழி மாமா, அவருக்குப் பிறகு இன்று என்னுடைய நண்பனாக தேர்தல் பணி, கழகப் பணிகளில் என்னுடன் தோளோடு தோள் நிற்கும் பள்ளிக் கல்வித்துறை அமைச்சர் அன்பில் மகேஸ் பொய்யா மொழி அவர்களுக்கும் எனது நன்றியைத் தெரிவித்துக் கொள்கிறேன்.

எனக்காக தொகுதியில் பணியாற்றிய தோழமைக் கட்சியை சேர்ந்தவர் களுக்கும் மாவட்ட கழகப் பொறுப்பாளர் சகோதரர் சிற்றரசு, பகுதிக் கழக செயலாளர்களான அண்ணன்கள் காமராஜ் , மதன், மோகன், வட்டக் கழக செயலாளர்கள் உள்ளிட்ட கழகத்தினருக்கும் என் நன்றியைத் தெரிவித்துக் கொள்கிறேன்.

ஏற்கனவே அந்தத் தொகுதியின் சட்டமன்ற உறுப்பினராக இருந்து மக்கள் பணியாற்றி என்னுடைய பணியை எளிமையாக்கி வைத்திருந்த முத்தமிழறிஞர் கலைஞர், பெரியவர் ரகுமான் கான் அவர்கள், மதிப்பிற்குரிய ஜெ. அன்பழகன் அண்ணன் உள்ளிட்டவர்களையும் இந்த தருணத்தில் நினைவில் கொள்கிறேன்.

சேப்பாக்கம் - திருவல்லிக்கேணி தொகுதியில் நான் கிட்டத்தட்ட 4 அல்லது 5 நாட்களே பிரச்சாரம் செய்தேன். அப்படியிருந்தும் என் மீது நம்பிக்கை வைத்து 69,355 வாக்குகள் வித்தியாசத்தில் வெல்ல வைத்த என் தொகுதி மக்களுக்கு நன்றி.

மாண்புமிகு பேரவை தலைவர் அவர்களே என் தொகுதியில் எனக்கு வாக்கு அளித்தவர்களுக்கு மட்டுமின்றி வாக்களிக்காதவர்களுக்கும் சேர்த்து உழைக்க வேண்டும் என்று மாண்புமிகு முதலமைச்சர் அவர்கள் அறிவுறுத்தினார்கள்.

தேர்தல் வெற்றிக்குப் பிறகு தொகுதி மக்கள் காட்டும் அன்பும், பாசமும் அவர்களில் ஒருவனாகவே என்னை மாற்றி விட்டது.

அவர்களுடைய வீட்டுக்கு அழைத்துச் செல்கிறார்கள்...அவர்கள் வீட்டுப் பிள்ளையாகவே என்னிடம் அன்பை வெளிப்படுத்துகிறார்கள்.

நான் எப்போதும் அவர்களுக்காக உழைப்பேன் என்று இந்த நேரத்தில் உறுதியளிக்கிறேன்.

இந்தப் பேரவையில் இங்கு படமாக நிற்கும் நம் கலைஞர் அவர்கள் வழியில், அவர்களது மறுவுருவமாக நம் முதலமைச்சர் அவர்கள் நம்மை வழி நடத்திக் கொண்டிருக்கிறார்.

கலைஞர் காட்டிய வழியில்தான் நம் கழகத் தலைவர் அவர்கள் தலைமையிலான அரசு இந்த 100 நாட்களுக்குள்ளாகவே எண்ணற்ற சாதனைகளை செய்து முடித்துள்ளது.

தேர்தல் வாக்குறுதியில் சொல்லாத விசயங்களைக் கூட செய்து காட்டியுள்ளார்.

➢ கொரோனா நிவாரண நிதியாக குடும்ப அட்டைக்கு ரூ.4000 வழங்கும் திட்டம்
➢ ஆவின் பால் லிட்டருக்கு ரூ.3 குறைப்பு
➢ மகளிருக்கு நகர பேருந்துகளில் இலவச பயணத் திட்டம்
➢ மாற்றுத்திறனாளிகளுக்கும், திருநங்கைகளுக்கும் இலவச பேருந்து பயணத் திட்டம்

- உலகின் தலைசிறந்த பொருளாதார நிபுணர்களைக் கொண்ட பொருளாதார ஆலோசனைக்குழு
- மாநில வளர்ச்சிக் குழுவின் துணைத் தலைவராக பொருளாதார நிபுணர் அண்ணன் ஜெயரஞ்சன் அவர்கள் நியமனம்
- தனியார் மருத்துவமனைகளில் கொரோனாவுக்கு இலவச சிகிச்சைத் திட்டம்
- உங்கள் தொகுதியில் முதல்வர் திட்டத்தை முதலமைச்சர் கண் காணிப்பிலேயே செயல்படுத்தியது.
- கொரோனா காலத்தில் பத்திரிகையாளர்கள் - ஊடகவியலாளர்களை முன்களப் பணியாளர்களாக அறிவித்தது.
- கொரோனாவால் பலியான மருத்துவத் துறையினர் குடும்பத்துக்கு தலா ரூ.25 லட்சம் நிவாரணம்
- அனைத்து அரிசி குடும்ப அட்டைதாரர்களுக்கு 14 வகையான பொருட்கள் கொரோனா கால நிவாரணமாக வழங்கப்பட்டது.
- மருத்துவர், செவிலியர்கள்/தூய்மைப் பணியாளர்களுக்கு ஊக்கத் தொகை
- டெல்டா விவசாயிகளின் குறுவை சாகுபடிக்காக ஜுன் 12 அன்று மேட்டூர் அணை திறப்பு
- கடந்த சில ஆண்டுகளாக அ.தி.மு.க. அரசே "இந்தாண்டு ஜுன் 12 அன்று திறக்க வாய்ப்பில்லை'' என கையை விரித்த வரலாறுகள் உள்ளன. ஆனால் நம்முடைய கழக அரசு, டெல்டா விவசாயிகளின் நலனை கருத்தில் கொண்டு மேட்டூர் அணை இந்தாண்டு ஜுன் 12 அன்று உரிய தேதியில் திறக்கப்பட்டது.
- தென் சென்னைக்கென்று தனி உயர் சிறப்பு மருத்துவமனை அறிவிப்பு
- மதுரையில் கலைஞர் நினைவு நூலகம்
- தமிழ் எழுத்தாளர்களுக்கு இலவச வீடு வழங்கும் திட்டம்
- முத்தமிழறிஞர் கலைஞர் வளர்ந்த திருவாரூர் மாவட்டத்தில் உணவு தானிய சேமிப்பு கிடங்கு.

- கோவிட்-19 தொற்றினால் பெற்றோரை இழந்த குழந்தைகளுக்கு ரூ.5 லட்சம் வைப்பு நிதி மற்றும் அவர்களின் படிப்பு செலவை அரசே ஏற்கும் என உத்தரவு.
- தூத்துக்குடி ஸ்டெர்லைட் ஆலைக்கு எதிராக போராடியவர்கள் மீது போடப்பட்ட வழக்குகள் வாபஸ்.
- கடந்த அ.தி.மு.க. ஆட்சியின் போது ஸ்டெர்லைட் துப்பாக்கிச் சூட்டில் உயிரிழந்த அப்பாவி மக்களின் குடும்பத்தாருக்கு தகுதியின் அடிப்படையில் அரசு வேலை.
- பத்திரிகையாளர்கள் மீது அ.தி.மு.க. ஆட்சி காலத்தில் போடப்பட்ட வழக்குகள் வாபஸ்.
- விஷன் தமிழ்நாடு திட்டம் மூலம் 20 லட்சம் இளைஞர்களுக்கு வேலை வாய்ப்பு வழங்க ஏற்பாடு.
- முதலீட்டாளர்களின் முதல் முகவரி தமிழ்நாடு என்ற திட்டத்தின் மூலம் 28664 கோடி ரூபாய் அளவுக்கு முதலீடுகள்.
- முக்கியமாக நாடெங்கும் உள்ள இதர பிற்படுத்தப்பட்ட மக்களின் வாழ்வில் ஒளியேற்றி வைக்கும் வண்ணம் மாண்புமிகு முதலமைச்சர் அவர்கள் வழிகாட்டலில் சட்டப் போராட்டம் நடத்தப்பட்டு நுயஸீ பிரிவினருக்கு 27% இட ஒதுக்கீட்டை உறுதி செய்தது.
- கோவில் சொத்துக்களை இணையத்தில் பதிவேற்றம் செய்ய நடவடிக்கை
- நம் பிள்ளைகளின் மருத்துவராகும் கனவை சிதைக்கும் நீட் தேர்வால் ஏற்படும் பாதிப்பை அறிய ஓய்வு பெற்ற நீதியரசர் ஏ.கே. ராஜன் தலைமையில் சிறப்பு கருத்துக் கேட்பு குழு.
- இதற்கெல்லாம் முத்தாய்ப்பாக நாட்டிற்கே முன் மாதிரியாக பெட்ரோல் மீதான மாநில அரசின் வரி ரூ.3ஐ குறைத்தது.
- தந்தை பெரியாரின் நெஞ்சில் தைத்த முள்ளை அகற்றும் வகையில் 58 பயிற்சி பெற்ற பிற்படுத்தப்பட்ட, மிகவும் பிற்படுத்தப்பட்ட பட்டிய லின வகுப்புகள் என அனைத்து சாதியினரும் அர்ச்சகர் ஆகும் திட்டம்.

இப்படி பல திட்டங்களை இந்த அரசு இந்த 100 நாட்களுக்குள்ளாகவே செயல்படுத்தி மாநிலத்தின் நீடித்த நிலைத்த வளர்ச்சிக்கு அடித்தளமிட்டுள்ளது.

மாண்புமிகு முதலமைச்சர் அவர்களின் வழிகாட்டலில் மாண்புமிகு நிதியமைச்சர் அண்ணன் பழனிவேல் தியாகராஜன் அவர்கள் தாக்கல் செய்துள்ள முதல் இ பட்ஜெட் மாநிலத்தை வளர்ச்சிப் பாதைக்கு எடுத்துச் செல்ல உள்ளது.

- நம்முடைய கழக அரசு இந்த பட்ஜெட்டில் பள்ளிக்கல்விக்கு முக்கியத்துவம் அளித்து ரூ.32599.54 கோடி ஒதுக்கீடு செய்துள்ளது.

- இந்த கொரோனா காலத்தில் கற்றல் இழப்பைத் தவிர்க்கவும், இளம் வயதிலேயே மாணவர்களுக்கு கணினித் திறனை அளிக்கவும், 1784 அரசு நடுநிலைப் பள்ளிகளில் ரூ.114.18 கோடி செலவில் உயர் ஆய்வகங்கள், 865 உயர்நிலை மற்றும் மேல்நிலைப் பள்ளிகளில் 20.76 கோடி செலவில் ஸ்மார்ட் வகுப்பறைகள் அமைப்பதும், நம் மாணவ மாணவியரின் எதிர்காலத்துக்கு மிகப் பெரிய அளவில் உதவி கரமாக அமையும்.

- மேலும் இந்த அரசு தொலைநோக்கு மிக்க அரசு என்பதை உணர்த்துகிற வகையில் 2025-ஆம் ஆண்டிற்குள் 8 வயதுக்குட்பட்ட குழந்தைகளுக்கு அந்தந்த வகுப்பு அளவில் படிக்கவும், எழுதவும் அடிப்படை கணக்குகளை செய்யவும் முடியும் என்பதை உறுதி செய்ய ரூ.66.70 கோடி செலவில் எண்ணும் எழுத்தும் இயக்கம் தொடங்கப்படுவது போற்றத்தக்கது.

- மேலும் உயர் கல்வியை பொறுத்தவரையில் இந்தாண்டு 10 புதிய அரசு கலை அறிவியல் கல்லூரிகள் திறக்கப்படுகின்றன. இதை ஏதோ பெயரளவுக்கு செய்கிறோம் என்றில்லாமல், அவற்றின் தரத்தை உறுதி செய்ய தேசிய மதிப்பீடு மற்றும் தரச் சான்றுக் குழுவின் தரநிலையை எட்டுவதற்கான முயற்சிகளை இந்த அரசு மேற்கொள்ளும் என்பது இந்த அரசு எதையும் வெறும் எண்களாக மட்டும் செய்கிற அரசல்ல என்பதை உணர்த்துகிறது.

- இந்த கொரோனா காலத்தில் இணை நோய்களுக்காக மருத்துவமனைகளுக்கு செல்வது என்பதே ஒரு சவாலாக உள்ளது. இதை நம்முடைய

மாண்புமிகு முதலமைச்சர் அவர்கள் கடந்த ஆண்டே சுட்டிக் காட்டினார்கள்.

- இந்த சூழலில் அனைத்து மக்களையும் மனதில் வைத்து மக்களைத் தேடி மருத்துவம் எனும் திட்டம் ரூ.257.16 கோடி செலவில் செயல் படுத்தப்பட்டு வருகிறது.

- இந்த திட்டத்தின் மூலம் மருத்துவர்கள் - செவிலியர்கள் வீட்டுக்கே சென்று மருத்துவம் அளிப்பதன் மூலம், தமிழ்நாட்டின் சுகாதார கட்டமைப்பு இன்னும் வலுவாகி மற்ற மாநிலங்களுக்கு எல்லாம் முன் மாதிரியாக திகழும்.

- விபத்தால் ஏற்படும் உயிரிழப்புகளை தடுக்க முத்தமிழறிஞர் கலைஞர் தொடங்கி வைத்த 108 ஆம்புலன்ஸ் சேவையை இன்னும் அதிகப் படுத்தும் வகையில் 1303 ஆம்புலன்ஸ் வாகனங்கள் கூடுதலாக இயக்கப்படும் என்ற அறிவிப்பு, மக்கள் நலன் மீது கழக அரசு கொண்டுள்ள அக்கறைக்கு சாட்சியாகும்.

- இன்றைய சூழலில் இளைஞர்களுக்கு வேலை வாய்ப்பு என்பது மிகப் பெரிய விஷயமாக உள்ளது.

- இளைஞர்களுக்கு வேலைவாய்ப்பினை உறுதி செய்ய திறன் பயிற்சி என்பது அவசியமானது என்பதன் அடிப்படையில் கழக அரசு ரூ.60 கோடி செலவில் 15 அரசு தொழிற்பயிற்சி நிலையங்களில் திறன் மேம் பாட்டு மையங்களை அமைக்கவுள்ளது. வரவேற்கத்தக்கது.

- கடந்த ஆட்சிக்காலத்தில் தமிழ்நாட்டில் தொழில் தொடங்குவதற்கே பெரு நிறுவனங்கள் அஞ்சின. ஏனென்றால் அந்த அளவுக்கு லஞ்சமும் கமிஷனும் தலைவிரித்தாடியது. இங்கு லஞ்சம் கொடுத்த காரணத் தால் ஒரு பெரு நிறுவனம் அமெரிக்காவில் அபராதம் கட்டிய நிகழ்வுகள் எல்லாம் இருந்தன.

- ஆனால் நமது அரசு முறைகேடுகள் ஏதுமின்றி புதிய தொழில் தொடங்க ஏதுவாக ஒற்றைச்சாளர முறையை பின்பற்றவுள்ளது.

- முத்தமிழறிஞர் கலைஞர் அவர்கள் சென்னையில் 2000 மாவது ஆண்டில் டைடல் பூங்கா அமைத்தார்.

- இந்நிலையில் நம்முடைய அரசு நிலை - I மற்றும் நிலை II ஆகிய நகரங்களிலும் தகவல் தொழிற்நுட்ப பூங்காக்களை அமைக்கவுள்ளது.
- இதன் மூலம் கிராமப்புறத்தில் உள்ள இளைஞர்கள் அவரவர்களுக்கு அருகாமையில் உள்ள நகரங்களில் வேலைவாய்ப்பை பெறுகிற வாய்ப்பை பெறுவர். மேலும் வேலைவாய்ப்பு என்பது ஒற்றை நகரத்தில் குவியாமல் மாநிலமெங்கும் பரவலாக்கம் செய்யப்படும் என்பது வரவேற்கத்தக்கது.
- கடந்த 10 ஆண்டுகால அ.தி.மு.க. ஆட்சியில் சென்னை மாநகரை மேம் படுத்தவென எந்தத் திட்டமும் செயல்படுத்தவில்லை. இந்த சூழலில் மாண்புமிகு முதலமைச்சர் அவர்கள் மேயராக இருந்தபோது அறிமுகப்படுத்திய சிங்காரச் சென்னை திட்டம், சிங்காரச் சென்னை 2.0 திட்டம் என மாற்றி சென்னையை எழில்மிகு மாநகரமாக செயல்படுத்தினார்.
- மாண்புமிகு பேரவை தலைவர் அவர்களே இதுமட்டுமின்றி தமிழ்நாடு சட்டப்பேரவை வரலாற்றில் முதன்முறையாக வேளாண்துறைக் கென்று தனி நிதிநிலை அறிக்கையை மாண்புமிகு அமைச்சர் அண்ணன் எம்.ஆர்.கே. பன்னீர்செல்வம் அவர்கள் தாக்கல் செய்துள்ளார்கள்.
- விவசாயிகளுக்கு இலவச மின்சாரம் என்பது முத்தமிழறிஞர் கலைஞர் அவர்கள் கொண்டு வந்த சிறப்பான திட்டம். இந்நிலையில் அந்த திட்டம் இன்னும் ஆற்றலுடன் தொடர ஏதுவாக வேளாண் பட்ஜெட்டில் ரூ.4508.02 கோடி செலவில் விவசாயிகளுக்கு இலவச மின்சாரம் என்று அறிவிக்கப்பட்டுள்ளது.
- கரும்புக்கான கொள்முதல் விலையை உயர்த்தி வழங்க வேண்டும் என்று கரும்பு விவசாயிகள் பல ஆண்டுகளாக வலியுறுத்தி வரும் நிலையில், அவர்களின் கோரிக்கையை ஏற்கும் வண்ணம் கழக அரசு கரும்பு கொள் முதல் விலை ரூ.2900 ஆக உயர்த்தி வழங்கவுள்ளது.
- பனை என்பது நம் பண்பாட்டில் பிரிக்க முடியாத ஒன்று. அந்த வகையில் பனை தொழிலை ஊக்குவிக்க ஏதுவாக, பனை வெல்லத்தை அரசு நியாயவிலை கடைகளில் விற்பனை செய்ய நடவடிக்கை எடுக்கப்படும் என்ற அறிவிப்பு வரவேற்கத்தக்கதாகும். மேலும் பனை

மரங்களை பாதுகாக்கும் திட்டம் கொண்டு வரப்படும் என்பது பனை சார்ந்த தொழில்களை மேலும் ஊக்கப்படுத்தும்.

➤ கால நிலையில் மாற்றம் ஏற்பட்டு வரும் இன்றைய சூழலில், மண்ணோடு இயைந்த இயற்கை விவசாயத்தை மீட்டெடுப்பது மிகவும் அவசியமான ஒன்றாகும். அதற்காக நம்மாழ்வார் பெயரில் இயற்கை விவசாய ஆராய்ச்சி மையத்தை தொடங்கவுள்ளதை வரவேற்கிறேன்.

அதேபோல நம்முடைய பாரம்பரிய நெல் விதைகளை காப்பாற்ற வேண்டிய தேவையும் இந்த சூழலில் உள்ளதை நம்முடைய கழகத் தலைவர் - மாண்புமிகு முதலமைச்சர் அவர்கள் தலைமையிலான அரசு முழுமையாக உணர்ந்துள்ளது.

அதன் பேரில்தான், தன் வாழ்நாளை பாரம்பரிய நெல் விதைகளை பெருக்கவும் அவற்றை பாதுகாக்கவும் அர்ப்பணித்த மறைந்த திரு. நெல் ஜெயராமன் அவர்கள் பெயரில், பாரம்பரிய நெல் விதைகளை பாது காக்கும் இயக்கம் தொடங்கப்படவுள்ளது.

இப்படி விவசாயத்தை லாபகரமான தொழிலாகவும், இளைஞர்களும், அடுத்த தலைமுறையினரும் விவசாயத்தை நோக்கி வரவும் தேவையான அறிவிப்புகள் வேளாண் நிதிநிலை அறிக்கையில் இடம் பெற்றுள்ளது வரவேற்கத்தக்கது.

மாண்புமிகு பேரவை தலைவர் அவர்களே! நான் தமிழ்நாடு முழுவதும் தேர்தல் நேரத்தில் பிரச்சாரம் மேற்கொண்ட போது என்னிடம் சொல்லப்பட்ட முக்கியமான விஷயம், "தி.மு.கழக ஆட்சியில் தகுதியான பயனாளிகளை அடையாளம் கண்டு முறையாக வழங்கப்பட்ட முதியோர் உதவித்தொகை அ.தி.மு.க. ஆட்சியில் பலருக்கு நீக்கப்பட்டுள்ளது" என்பது தான்.

வீடிருந்தும் வருவாயின்றி பிள்ளைகள் இருந்தும் கைவிடப்பட்ட நிலையில் தவிக்கும் முதியோர்களுக்கு மீண்டும் முதியோர் உதவி தொகையை வழங்க வேண்டும் என கேட்டுக் கொள்கிறேன்.

தமிழ்நாட்டின் தலையாய பிரச்சனைகளில் ஒன்றாக இருப்பது நீட் தேர்வு. தங்கை அனிதாவில் தொடங்கி 14 மாணவ-மாணவிகள் நீட்

தேர்வால் தற்கொலை செய்து கொண்டனர். அவர்களின் பெயரை இங்கு நினைவு கூர விரும்புகிறேன்.

தங்கை அனிதா, செஞ்சி பிரதீபா, ஏஞ்சலினா ஸ்ருதி, திருச்சி சுபஸ்ரீ, அரியலூர் விக்னேஷ், கோவை சுபஸ்ரீ, திருச்செங்கோடு மோதிலால், தர்மபுரி ஆதித்யா, மதுரை ஜோதிஸ்ரீ துர்கா, தேனிரிது ஸ்ரீ, பட்டுக்கோட்டை வைஸ்யா, பெரம்பலூர் கீர்த்தனா, நெல்லை தனலட்சுமி, விழுப்புரம் மோனிஷா என 14 மாணவர்கள் நீட் தேர்வால் தற்கொலை செய்து கொண்டனர்.

மாண்புமிகு முதலமைச்சர் அவர்களின் உத்தரவுப்படி உயிரிழந்த தங்கை அனிதா, ஆதித்ய விக்னேஷ், மோதிலால், ஜோதிஸ்ரீ துர்கா ஆகியோர் வீடுகளுக்கு நான் நேரில் சென்று அந்த மாணவ மாணவியரின் பெற்றோருக்கு ஆறுதல் சொன்னேன்.

பிள்ளைகளைப் பறிகொடுத்த பெற்றோர்கள் சொன்ன ஒரே வார்த்தை நீட் வேண்டாம் என்பது தான்.

முத்தமிழறிஞர் கலைஞர் ஆட்சி காலம் வரை வராத நீட் - அம்மையார் ஜெயலலிதா ஆட்சியின் போதும் வராத நீட் தேர்வு, கடந்த ஆட்சியில் தான் திணிக்கப்பட்டது.

நீட் தேர்வை ரத்து செய்ய வேண்டும் என்று ஆரம்பம் முதலே நம்முடைய கழகத் தலைவர் மாண்புமிகு முதலமைச்சர் அவர்கள் வலியுறுத்தினார்கள்.

நீட் தேர்வை ரத்து செய்ய வலியுறுத்தி மாண்புமிகு முதலமைச்சர் - நம் கழகத் தலைவர் அவர்கள் அறிவுரைப்படி கழக இளைஞரணி சார்பில் நானும் மாணவரணி சார்பில் அதன் செயலாளர் அண்ணன் சி.வி. எம்.பி. எழிலரசன் அவர்களும் போராட்டங்களை முன்னின்று நடத்தினோம்.

ஒட்டுமொத்த தமிழ்நாட்டு மக்களின் எண்ணமும் நீட் வேண்டாம் என்பதுதான்.

மக்களின் இந்த உணர்வை பிரதிபலிக்கும் விதமாகத்தான் நீட் தேர்வு ரத்து செய்ய நடவடிக்கை எடுக்கப்படும் என்று நம் கழகத் தலைவர் - மாண்புமிகு முதல்வர் அவர்கள் தேர்தல் வாக்குறுதி தந்திருந்தார்கள்.

தற்போது இதை மையப்படுத்தி, ஆட்சி அமைத்து 100 நாட்கள் ஆகவிட்டனவே உங்கள் வாக்குறுதி என்ன ஆகிவிட்டது என்று எதிர்க்கட்சிகள் கேட்கின்றன.

எதிர்க்கட்சிகள் மட்டுமல்ல பத்திரிகைகளும் ஊடகங்களும் அத்தகைய கேள்வியை எழுப்புகின்றன.

இதற்கு நான் பதிலளிக்க விரும்புகிறேன். கடந்த அ.தி.மு.க. அரசு நீட் தேர்வை தடுத்திருக்க வேண்டும். ஆனால் அவர்கள் எதையும் கண்டு கொள்ளவில்லை.

கடந்த ஆட்சிக் காலத்தின் நிர்வாக சீர்கேட்டால் அரசு என்ற ஒன்று இயங்குகிறதா இல்லையா என்றே தெரியாத நிலையில் தமிழ்நாட்டு மக்கள் போராட வலுவற்று சோர்வடைந்து இருந்தனர்.

ஒட்டுமொத்த மாநிலமே மந்த நிலையிலேயே இருந்தது. இதைப் பயன் படுத்தி கடந்த ஆட்சியாளர்கள் இன்னும் முறைகேடான செயல்களில் ஈடுபட்டனர்.

ஆனால் நம்முடைய மாண்புமிகு முதலமைச்சர் அவர்கள் நீட் ஒழிப்பின் முதல் படியாக மாண்புமிகு ஓய்வுபெற்ற நீதியரசர் ஏ.கே.ராஜன் அவர்கள் தலைமையில் கருத்து கேட்புக்குழு ஒன்றை நியமித்து, அந்தக் குழு தமிழ்நாட்டு மக்களின் கருத்துக்களை கேட்டறிந்துள்ளது.

இப்படி பணிகள் சென்று கொண்டிருக்கும்போதே, நீட் தேர்வு ஏன் ரத்து செய்யவில்லை என்ற கேள்விகள் வருகின்றன.

நீட் தேர்வு என்பது தமிழ்நாட்டின் அனைத்து தரப்பையும் பாதிக்கிறது. இதில் கட்சி பேதமெல்லாம் கிடையாது.

நீட்டால் நம் தி.மு.கழகத்துக்காரர் வீட்டுப் பிள்ளைகள் மட்டுமல்ல. அதிமுக, பா.ம.க., காங்கிரஸ், விசிக ஏன் பாஜகவினர் வீட்டுப் பிள்ளை களும் பாதிக்கப்படுகின்றன.

கட்சி சாராத நடுநிலையாளர்களின் வீட்டுப் பிள்ளைகளும் பாதிக்கப் படுகின்றன.

எனவே நாம் எல்லோரும் ஒருங்கிணைந்து செயல்பட்டு நீட் தேர்வை ரத்து செய்வதற்கான பணிகளை மேற்கொள்ள வேண்டும்.

நீட் தேர்வு ரத்து என்பதை ஓர் இயக்கமாக முன்னெடுக்க வேண்டும் என்று உங்கள் வாயிலாக அனைவரையும் கேட்டுக் கொள்கிறேன்.

தேர்தல் வாக்குறுதியில் சொல்லப்பட்டது போல மகளிருக்கு இலவச பேருந்து பயணம், அதனை மாண்புமிகு முதலமைச்சர் அவர்களின் பெயரைச் சொல்லித்தான் - அதாவது கலைஞர் தொலைக்காட்சி பெட்டி வழங்கியபோது எப்படி ஒரு கலைஞர் தொலைக்காட்சி ஆனதோ, அதேபோல நம் முதலமைச்சர் அவர்கள் இலவச பேருந்து பயணம் அறிவித்த பிறகு நகர பேருந்தை அனைவரும் "ஸ்டாலின் பஸ்" என்றே அழைக்கின்றனர்.

ஆனால் இதைப் பற்றி யாரும் பேசுவதில்லை.

பெட்ரோல் விலையைக் குறைத்தது உள்ளிட்ட நிறைவேற்றப்பட்ட வாக்குறுதிகளை பேசாதவர்கள் நீட்டை மட்டும் குறி வைப்பது ஏன்?

நீட் தேர்வு தவறானது என்பதை உணர்ந்துள்ள பத்திரிகைகளும் ஊடகங்களும் அவற்றின் உரிமையாளர்களும் நீட்டுக்கு எதிரான தங்களின் குரலை பதிவு செய்ய வேண்டும்.

மாண்புமிகு முதலமைச்சர் அவர்கள் இதனை எனது அரசு என்று சொல்லவில்லை. மாறாக நமது அரசு என்று சொல்லியுள்ளார்கள். எனவே நாம் அனைவரும் ஒன்றிணைந்து நீட் தேர்வை ஒழிக்கக் குரல் கொடுப்போம் என்று மாண்புமிகு பேரவைத் தலைவர் அவர்கள் வாயிலாக கேட்டுக் கொள்கிறேன்.

இந்த நேரத்தில் நான் உங்களின் வாயிலாக முதலமைச்சர் அவர்களுக்கு இரண்டு கோரிக்கைகளை முன் வைக்க விரும்புகிறேன்.

முதலாவது கோரிக்கை : நீட் ஒழிப்பு போராளி தங்கை அனிதாவின் பெயரை அரியலூரில் கட்டப்பட்டு வரும் அரசு மருத்துவக் கல்லூரிக்கு சூட்ட வேண்டும் என்று தங்கை அனிதாவின் சகோதரர் மணிரத்னம் உள்ளிட்ட அவரின் குடும்பத்தார் என்னிடம் வலியுறுத்தி வருகின்றனர். அப்படி அனிதாவின் பெயரை சூட்டவேண்டும் என்பது என்னுடைய விருப்பமும் கூட.

இந்த கோரிக்கையை மாண்புமிகு முதலமைச்சர் அவர்கள் நிறைவேற்றி தருவார்கள் என்று நம்புகிறேன்.

இரண்டாவது கோரிக்கை : நம்முடைய அரசு அமைந்ததும் ஸ்டெர்லைட் ஆலைக்கு எதிராக போராடியவர்கள் மீது கடந்த அதிமுக அரசு போட்டிருந்த அத்தனை வழக்குகளும் வாபஸ் பெறப்பட்டுள்ளன. அதேபோல நீட் தேர்வுக்கு எதிராக தமிழ்நாடு முழுவதும் போராட்டங்களை முன்னெடுத்தவர்கள் மீது கடந்த அ.தி.மு.க. ஆட்சியில் பதியப்பட்ட அனைத்து வழக்குகளையும் வாபஸ் பெற வேண்டும் என்று கேட்டுக் கொள்கிறேன்.

மாண்புமிகு பேரவைத் தலைவர் அவர்களே... கடந்த அ.தி.மு.க. அரசு ஒரு புறம் மாநிலத்தை சீரழித்தது என்றால் இன்னொரு புறம் ஒன்றிய அரசும் தமிழ்நாட்டை வஞ்சித்தது.

2014 மற்றும் 2019 மக்களவை தேர்தல்களில் பா.ஜ.க. அசுர பலத்துடன் அதாவது மிகப்பெரிய பெரும்பான்மையுடன் ஆட்சிப் பொறுப்பில் அமர்ந்தது.

அப்படியென்றால் அந்த அரசு எவ்வளவு பெருந்தன்மையாக நடந்து கொண்டிருக்க வேண்டும்?

ஆனால் அப்படி நடக்கிறதா என்றால் இல்லை என்பது தான் நம் அனைவரின் பதிலும்.

பணமதிப்பிழப்பு நடவடிக்கைகளால் ஏழை எளிய மக்களின் வாழ்வாதாரம் முற்றிலும் பறிபோனது. இன்றுவரை அது சரியாகவில்லை.

ஜி.எஸ்.டி.யை அமல்படுத்தியதால் நாட்டின் பொருளாதாரம் அதல பாதாளத்தில் விழுந்துள்ளது. தமிழ்நாட்டுக்கு ரூ.15475 கோடி அளவு ஜி.எஸ்.டி. பாக்கி ஒன்றிய அரசிடமிருந்து வரவேண்டியுள்ளது.

இது இப்படி என்றால் மாநிலத்துக்கு பல ஆண்டுக்கு முன்னர் அறிவிக்கப்பட்ட மதுரை AIMS ஒற்றை செங்கல் நட்டு வைத்ததோடு அப்படியே உள்ளது. இதனை பிரச்சாரத்தின்போது நான் சுட்டிக்காட்டி பேசினேன்.

இந்தப் பிரச்சனை தமிழ்நாட்டின் சாமானிய மக்களுக்கும் புரிந்திருக்கிறது. அதனால் தான் திருச்சியில் உள்ள செங்கல் சூளை ஒன்றிற்கு AIIMS BRICKS என பெயர் சூட்டியுள்ளனர்.

AIIMS பிரச்சனைக்கு இங்கு மட்டுமல்ல நாடு முழுவதும் இருக்கிறது என்பதற்கு பிகார் பிரச்சனையே சான்று.

நான் எப்படி பிரச்சாரத்தின்போது AIIMS மதுரைக்கு வரவில்லை என்பதை சுட்டிக்காட்ட ஒற்றை செங்கல்லைக் காட்டினேனோ, அதேபோல பிகாரிலும் அங்கு அறிவிக்கப்பட்ட AIIMSஐ கட்டக் கோரி செங்கலை காட்டி பிகார் பொது மக்கள் போராட்டம் நடத்துகின்றனர்.

கொரோனா நேரத்தில் மருத்துவர்களின் மரணத்தைக் கூட கடந்த அ.தி.மு.க. அரசு மறைத்தது.

எனக்கு கிடைத்த தகவலின் அடிப்படையில் தமிழ்நாட்டில் 43 மருத்துவர்கள் கொரோனா நோயால் மறைந்தார்கள் என்று கடந்த 3-8-2020 அன்று கூறியிருந்தேன்.

ஆனால் அதை ஏற்காத அப்போதைய சுகாதாரத்துறை அமைச்சர் விஜயபாஸ்கர் அவர்கள் நான் வதந்தி பரப்புவதாகவும் என் மீது வழக்கு தொடருவேன் என்று கூறினார்.

ஆனால் கடைசி வரை வழக்கு தொடரவே இல்லை. மேலும் நான் சொன்ன தகவல் உண்மை என்று இந்திய மருத்துவ கூட்டமைப்பும் அறிவித்தது. அதற்குப் பிறகு அப்போதைய அமைச்சர் அமைதியாகி விட்டார்.

கொரோனாவால் உயிரிழந்த மருத்துவர்களுக்கு உரிய இழப்பீடு வழங்குவதை தவிர்ப்பதற்காகவே அப்போதைய அரசு அப்படிச் செய்ததாக மருத்துவர்கள் குற்றம் சாட்டினர்.

ஆனால் தற்போது அமைந்துள்ள கழக ஆட்சியில், மாண்புமிகு முதலமைச்சர் அவர்கள், கொரோனாவால் பலியான மருத்துவர்கள் குடும்பத்துக்கு தலா ரூ.25 லட்சம் நிதியுதவி வழங்கி வருகிறார்கள்.

அது மட்டுமல்லாமல் கொரோனா காலத்தில் பொது மக்களுக்கு நம்பிக்கை அளிக்கிற விதமாக கொரோனா நோயாளிகள் சிகிச்சை பெறுகிற அறைக்கே நம்முடைய மாண்புமிகு முதலமைச்சர் அவர்கள் PPE KIT அணிந்து சென்றார்கள்.

குளறுபடிகளால் மாநிலத்தின் நிதி நிலைமை எந்த அளவில் சீர்குலைந்து உள்ளது என்பதை மாண்புமிகு நிதியமைச்சர் அண்ணன்

பழனிவேல் தியாகராஜன் அவர்கள் வெள்ளை அறிக்கை தெளிவாக எடுத்துக் கூறியிருந்தது.

ஒன்றிய அரசின் மீது எங்களுக்கு எந்த காழ்ப்புணர்வும் இல்லை. அவர்கள் நல்லது செய்தால் ஏற்கவும் பாராட்டவும் தயாராக உள்ளோம்.

ஆனால் தவறிழைக்கும் பட்சத்தில் முன்னை விட இன்னும் வேகமாக அதனை சுட்டிக் காட்டுவோம்... விமர்சிப்போம்... என்பதை இந்த நேரத்தில் தெரிவித்துக் கொள்ள விரும்புகிறேன்.

மாண்புமிகு முதலமைச்சர் அவர்களே...! கடந்த 100 நாட்களாக எனது தொகுதியில் பல்வேறு இடங்களில் ஆய்வுகளை மேற்கொண்டோம்.

தொகுதி மக்களின் கருத்துக்களை அறிந்தோம். அதனடிப்படையில் தொகுதியில் உள்ள பிரதான கோரிக்கைகள் ஒரு சிலவற்றை இங்கே இந்த மாமன்றத்தின் முன் வைக்கிறேன்.

எனது தொகுதியில் உள்ள கொய்யாத் தோப்பு, காக்ஸ் காலனி, நாவலர் நெடுஞ்செழியன் நகர், சிந்தாதிரிப்பேட்டை ஆகிய நான்கு குடிசை மாற்று வாரிய குடியிருப்புகள் பழமையானதாகிவிட்ட காரணத்தால், அவற்றிற்குப் பதிலாக புதிய குடியிருப்புகளை கட்டித் தரவேண்டும் என என் தொகுதி மக்கள் கோரிக்கை வைத்தனர்.

அக்கோரிக்கைகளை மாண்புமிகு ஊரக தொழில்துறை அமைச்சர் அண்ணன் தா.மோ. அன்பரசன் அவர்களின் கவனத்துக்கு எடுத்துச் சென்றோம்.

தற்போது நான்கு இடங்களிலும் புதிய குடியிருப்புகள் கட்டுவதற்கான முதற்கட்ட பணிகள் தொடங்கியுள்ளன.

இந்த நேரத்தில் மாண்புமிகு முதலமைச்சர் அவர்களுக்கும் இந்த பணி களை ஒருங்கிணைக்கும் மாண்புமிகு அமைச்சர் அண்ணன் தா.மோ. அன்பரசன் அவர்களுக்கும் தொகுதி மக்கள் சார்பாக எனது நன்றியை தெரிவித்துக் கொள்கிறேன்.

மேலும் இந்த நான்கு குடிசைமாற்று குடியிருப்பு வீடுகளுக்கும் தந்தை பெரியார், பேரறிஞர் அண்ணா, முத்தமிழறிஞர் கலைஞர், மாண்புமிகு முதலமைச்சர் அவர்களின் பெயர்களைச் சூட்டவேண்டும் என்றும் மேலும் நம்முடைய இந்த நான்கு தலைவர்களின் பொதுவாழ்வை விளக்கும்

வண்ணம், அந்த குடியிருப்புகளை உருவாக்க வேண்டும் என்றும் உங்கள் வாயிலாக மாண்புமிகு ஊரக தொழில்துறை அமைச்சர் அவர்களிடம் கேட்டுக் கொள்கிறேன்.

தொகுதியில் மாட்டாங்குப்பம் பகுதியில் சில மின் மீட்டர்களில் 800க்கும் மேற்பட்ட குடும்பங்கள் மின் இணைப்பைப் பெற்று அதிக மின்சார கட்டணம் செலுத்தி வந்தனர்.

கழக அரசு அமைந்தபிறகு மாண்புமிகு மின்சாரத்துறை அமைச்சர் அவர்களின் கவனத்துக்கு எடுத்துச் சென்று, மேற்சொன்ன வீடுகளுக்கு தனித்தனி மின் இணைப்பு வழங்கும் பணிகள் நடைபெற்று வருகின்றன.

இந்த நேரத்தில் நம் தொகுதி மக்களின் சார்பில் மாண்புமிகு மின்சாரத் துறை அமைச்சர் அவர்களுக்கு நன்றி தெரிவித்துக் கொள்கிறேன்.

எங்கள் தொகுதியில் அயோத்திக்குப்பம், நடுக்குப்பம், மாட்டாங் குப்பம் போன்ற பின்தங்கிய பகுதிகள் உள்ளன.

இந்தப் பகுதிகளில் உள்ள பெண்களின் வாழ்வில் ஒளியேற்றும் வகையில், பெண்களுக்காக பெண்களே இயக்கும் பிரத்யேக கூட்டுறவு கடன் சங்கங்களை உருவாக்க வேண்டும் என்ற கோரிக்கையை உங்கள் வாயிலாக மாண்புமிகு கூட்டுறவுத்துறை அமைச்சர் அண்ணன் ஐ.பெரிய சாமி அவர்களிடம் கேட்டுக் கொள்கிறேன்.

ஆசியாவிலேயே மிக நீளமான மெரீனா கடற்கரையின் ஒரு பகுதி எனது தொகுதியில் உள்ளது.

சென்னை 2.0 திட்டத்தின் கீழ், மெரீனா கடற்கரையை தூய்மைப் படுத்தி மேலும் அழகுபடுத்த வேண்டும் என்றும் கேட்டுக் கொள்கிறேன்.

எங்கள் தொகுதியில் மாநகராட்சி கட்டுப்பாட்டில் உள்ள சென்னை பள்ளிகள், அரசுப் பள்ளிகள் பல உள்ளன. அவற்றில் பல பள்ளிகளின் கட்டிடங்கள் பழுதடைந்து உள்ளன. அவற்றை சீரமைத்துத் தருமாறு மாண்புமிகு நகராட்சி நிர்வாகத்துறை மற்றும் மாண்புமிகு பள்ளிக்கல்வித் துறை அமைச்சர்களை உங்கள் வாயிலாக கேட்டுக் கொள்கிறேன்.

என் தொகுதியிலுள்ள கழிவுநீர் குழாய்கள் 70 ஆண்டுகளுக்கு முன்பு அப்போதிருந்த மக்கள் தொகையை கணக்கில் கொண்டு அமைக்கப் பட்டவை.

அதனால் அடிக்கடி கழிவுநீர் குழாயில் அடைப்பு ஏற்பட்டு மக்கள் அவதிப்படுகின்றனர். இப்போதுள்ள மக்கள் தொகைக்கு ஏற்ப அவற்றை மாற்றித் தருமாறு மாண்புமிகு நகராட்சி நிர்வாகத்துறை அமைச்சர் அவர்களை கேட்டுக் கொள்கிறேன்.

ஓர் எளியவனாக இந்தக் கோரிக்கைகளை முன் வைக்கிறேன். இவை நிறைவேறும் என்ற நம்பிக்கை எனக்கு முழுமையாக இருக்கிறது.

இப்படித்தான் காட்சிக்கு எளியவரான ஒருவர் என் வயதிலும் இளையவராக ஏறத்தாழ 65 ஆண்டுகளுக்கு முன் இந்தப் பேரவையில் தனது கன்னிப் பேச்சைத் தொடங்கினார். அது வெறும் பேச்சல்ல... விவசாயிகளுக்கான உரிமைக்குரல்.

திருக்குவளை எனும் சிற்றூரில் பிறந்து திருவாரூர் எனும் சிறு நகரத்தில் வளர்ந்து திராவிடமே தனது இயக்கமாகவும் தமிழே தனது மூச்சாகவும் கொண்டு, இளம் வயதிலேயே பொதுவாழ்வுப் பணிகளை மேற்கொண்டு, மொழி காக்க சிறை சென்று, கலை இலக்கியம், நாடகம், திரைப்படம் என அனைத்திலும் தனித்துவமான தமிழால் திராவிடக் கொள்கையை எடுத்துரைத்து மக்களின் பேராதரவுடன் 1957-ஆம் ஆண்டு குளித்தலைத் தொகுதியில் முதன்முறையாக இந்தப் பேரவைக்குள் வந்த அந்த எளிய மனிதர் முத்தமிழறிஞர் கலைஞர்.

13 முறை தேர்தல் களத்தில் தோல்வியே காணாத வீரராக - சட்ட மன்றத்தை 60 ஆண்டுகள் அலங்கரித்து சாதனை படைத்தவர்.

5 முறை தமிழ்நாட்டின் முதலமைச்சராகப் பொறுப்பேற்று அதிக காலம் இந்த மாநிலத்தை ஆட்சி செய்து வரலாற்று முக்கியத்துவம் வாய்ந்த திட்டங்களை வழங்கியவர், மக்களின் கோரிக்கைகளை நிறைவேற்றியவர்.

அவரை இந்திய அரசியல் திரும்பிப் பார்த்தது. டெல்லி அவர் சொல் கேட்டது.

13 வயதில் தமிழ்க் கொடியை கையில் ஏந்திய அவரது கைகள், இந்திய சுதந்திரத்தின் 25-ஆம் ஆண்டு விழாவின்போது, தேசியக் கொடியை கோட்டை கொத்தளத்தில் ஏற்றியது.

இந்தியாவில் உள்ள அனைத்து மாநில முதல்வர்களுக்கும் அந்த உரிமையைப் பெற்றுத் தந்தவரும் அவர்தான்.

இந்திய சுதந்திரத்தின் 50-ஆம் ஆண்டு விழாவிலும் முதல்வராக அவர்தான் கோட்டையில் கொடியேற்றினார்.

முத்தமிழறிஞர் கலைஞர் எனும் மகத்தான அந்தத் தலைவர் பெற்றுத் தந்த உரிமையை இந்திய சுதந்திரத்தின் 75வது ஆண்டு விழாவில் கொடி யேற்றி நிலைநாட்டினார், நம் மாண்புமிகு முதல்வர் முத்துவேல் கருணாநிதி ஸ்டாலின் அவர்கள்.

கழகத் தலைவரின் அரை நூற்றாண்டு அரசியல் அனுபவத்திற்கு தமிழ்நாடு மக்கள் தந்த வெகுமதிதான் முதலமைச்சர் எனும் பெரும் பொறுப்பு.

இந்திய ஒன்றியத்திலேயே முதல்வர்களில் முதல்வர் என்ற பாராட்டு அவரது ஓயாத உழைப்புக்கு கிடைத்துள்ள தனிச்சிறப்பு.

நான் முத்தமிழறிஞர் கலைஞரின் மடியில் தவழ்ந்தவன். மாண்புமிகு முதல்வர் அவர்களின் வழியில் நடப்பவன்.

என் தொகுதி மக்களின் உரிமைக்குரலாய் ஒலிப்பேன். தமிழ்நாடு அனைத்துத்துறையிலும் சிறந்து விளங்கிட அயராது பாடுபடும் நம் முதல்வருக்கு துணை நின்று உழைப்பேன் என்று உங்கள் வாயிலாக உறுதியளிக்கிறேன். நன்றி! வணக்கம்!

இவ்வாறு உதயநிதி ஸ்டாலின் உரையாற்றினார்.